దశరాజన్

భారత పౌరాణిక గాథారచనలో ఒక కొత్త ఒరవడిని సృష్టించిన **అశోక్ బ్యాంకర్**, ఇంగ్లీషులో రచించిన రామాయణ గాథలు ప్రపంచ వ్యాప్తంగా మన్ననలందుకున్నాయి. ఇప్పుడవి మనదేశంలో బహుళ పాఠకాభిమానాన్ని చూరగొనే సాహితీప్రక్రియలైనాయి. ఆయన రచించ తలపెట్టిన "భారతీయ పౌరాణిక గ్రంథాలయం" అనేది ఆయన జీవితకాల ఆకాంక్ష. ఇందులో భారతదేశపు ఇతిహాసాలనూ, పౌరాణిక గాథలనూ ఒకదానినొకటి కలుపుతూ వ్రాసే ఒక బృహత్ప్రణాళిక అది. ఇప్పటి వరకూ ఆయన వ్రాసిన 42 పుస్తకాలు ప్రపంచవ్యాప్తంగా 57 దేశాలలో 16 భాషలలోకి అనువాదం అయి రెండు మిలియన్ల ప్రతులు అమ్ముడుపోయాయి. ఆయన వ్రాయబోయే ఇతిహాసాల వరుసలో దశరాజన్ మొదటిది. ఇది భారతదేశ చరిత్రలోని ముఖ్యమైన సంఘటనను వివరించే కథ. దీనికి కొనసాగింపుగా వరుసగా "హరప్ప" "మొహంజొదారో" వెలువడనున్నాయి. ఈయన వ్రాసిన మహాభారతాన్ని డిస్నీ సంస్థ చలనచిత్రంగా నిర్మిస్తున్నది.

దశరాజన్

ఋగ్వేదంలో ప్రస్తావింపబడిన దశరాజయుద్ధం ఆధారంగా చేసిన రచన

అశోక్ కె. బ్యాంకర్

అనువాదం : సత్యవతి

MANJUL

మంజుల్ పబ్లిషింగ్ హౌస్

First published in India by

MANJUL

Manjul Publishing House Pvt. Ltd.

Corporate & Editorial Office
• 2nd Floor, Usha Preet Complex, 42 Malviya Nagar, Bhopal 462 003 - India
Email: manjul@manjulindia.com Website: www.manjulindia.com

Sales & Marketing Office
• 7/32, Ground Floor, Ansari Road, Daryaganj, New Delhi 110 002
Email: sales@manjulindia.com

Distribution Centres
Ahmedabad, Bengaluru, Bhopal, Kolkata, Chennai,
Hyderabad, Mumbai, New Delhi, Pune

Telugu translation of *Ten Kings* by *Ashok K. Banker*

Copyright © Ashok K. Banker 2014

This edition first published in 2015

Cover Art: Kunal Kundu

Translation by Sathyavathi
Typesetting by Balaji Graphics

ISBN   978-81-8322-541-0

Printed and bound in India by Thomson Press (India) Ltd.

విన్నవారికే పాట స్వంతమౌతుంది.

वि सद्यो विश्वा दृंहितान्य् एषाम् इन्द्रः पुरः सहसा सप्त दर्दः ।
व्य् आनवस्य तृत्सवे गयम् भाग् जेष्म पूरुं विदथे मृध्रवाचम् ॥
७ ०१८ १३

नि गव्यवो ऽनवो द्रुह्यवश् च षष्टिः शता सुषुपुः षट् सहस्रा ।
षष्टिर वीरासो अधि षड् दुवोयु विश्वेद् इन्द्रस्य वीर्या कृतानि ॥
७ ०१८ १४०

— मंडल ७, ऋग्वेद —

రాజసూయం చేసినవాడు రాజు
వాజపేయం చేసినవాడు సామ్రాట్
సామ్రాట్ అందరి రాజులకన్న మిన్న

— శతపథ బ్రాహ్మణ (V 1.1.12–13) —

రచయిత మాట

ఋగ్వేదంలోని ఏడవ మండలంలో దశరాజుల యుద్ధం గురించిన ప్రసక్తి వస్తుంది, అంటే పదిమంది రాజులతో పోరాటం అన్నమాట.

ఋగ్వేదంలోని సంస్కృత శ్లోకాలు తృత్సుభరతవంశ రాజు సుదాస్‌కూ ఒక పదిమంది రాజులకు మధ్య జరిగిన యుద్ధాన్ని ఎంతో భక్తిభావంతో వర్ణిస్తాయి.

ఈ పదిమంది రాజులకూ నాయకుడు అనువంశ రాజు "అను" అనేవాడు. అతని గురువు విశ్వామిత్రుడు. అయితే సుదాస్ గురువైన వశిష్టుడూ, ఈ విశ్వామిత్రుడూ కూడా పరస్పర వైరం వున్న ఆనాటి బ్రహ్మర్షులో కాదో చెప్పడం కష్టం. ఆ రోజుల్లో జాతికీ, వర్ణానికీ ప్రాతినిధ్యం వహించే పేర్లు సాధారణం కనుక ఇవి కొందరు వ్యక్తులకు మాత్రమే చెందిన పేర్లు కాకపోవచ్చు కూడా.

ఈ దశరాజులు కూడా తృత్సు భరతులకు మిత్రరాజులే అయినప్పటికీ, అనురాజు వారిని సుదాస్‌కు వ్యతిరేకంగా రెచ్చగొట్టి అతని రాజ్యాన్ని ఆక్రమించి అతన్ని సమూలంగా నాశనం చెయ్యాలనుకున్నట్లు ఋగ్వేదంలో ప్రస్తావింపబడింది. ఈ రాజ్యం ఈనాడు మనం పంజాబ్‌గా పిలుస్తున్న సారవంతమైన భూభాగం. రావి బియాస్ నదుల నడుమ భాగం. అప్పుడు దీనిని పరుష్ణి అనేవారు.

ఈ సారవంతమైన ఒండ్రుమట్టి భూమి చాలా విలువైనది. ముఖ్యంగా పశ్చిమాసియాలోని సంచార జాతులు ఆహారంకోసం వేటాడే దశనుంచి వ్యవసాయానికి మారుతున్న ఆ సందర్భంలో.

అంతేకాదు, ఈ ప్రదేశానికి ఒక వ్యూహాత్మకమైన ప్రాముఖ్యత కూడా వుంది. భారత ఉపఖండానికది ముఖద్వారం వంటిది. ఈ ప్రదేశాన్ని స్వాధీనం చేసుకోవడం అంటే ప్రపంచంలోనే ఒక అద్భుతమైన భూభాగాన్ని దాని సకల సంపదలతో స్వాధీనం చేసుకునే అవకాశాన్ని సాధించడం అన్న మాట. పశ్చిమ దేశస్థులు జయించాలని కోరుకునే అద్భుత దేశం అది.

ఈ దశరాజ యుద్ధానికి కారణాలు ఋగ్వేదంలో చెప్పలేదు, కానీ తెలుసుకోవడానికి సాధ్యమైనవే. అనేక సాయుధ పోరాటాలకు వలె దీని వెనుక కూడా అనేక ఆర్థిక, రాజకీయ, వ్యక్తిగత కారణాలు వుండొచ్చు.

ఏది ఏమైనా, వర్షాకాలం ఉధృతంగా వున్నప్పుడు ఒక తుఫాను రోజు సుదాస్ పైనా, అతని తృత్సు వంశంపైనా ఈ దశరాజులు తమ బలమైన సేనతో మూకుమ్మడిగా దాడి చెయ్యాలనుకున్నారు.

సుదాస్ పైకి దండెత్తి వస్తున్న వీరి సేన చాలా పెద్దది. వారి సంకల్పం కూడా పెద్దదే. కేవలం ఆ ప్రదేశాన్ని ఆక్రమించడమే కాదు, సుదాస్‌నీ అతని జాతినీ నాశనం చెయ్యాలనేదే వీరి ఆకాంక్ష. కనుక వ్యక్తిగత వైరమే ఈ యుద్ధానికి మూల హేతువు అనుకోవాలి.

ఈ సేన గురించి ఋగ్వేదంలో చెప్పిందేమిటంటే : నాలుగు అక్షౌహిణిలుగా విభజింపబడిన ఈ సేనలో 60,000 మంది సైనికు లున్నారు. ఇవి రథ గజ తురగ, పదాతి దళాలు. ఈ సేనంతా పరుష్ణి నది ఒడ్డున పరివేష్టితమై వున్నది. ఇంక సుదాస్‌కి చెందిన తృత్సు భరత సేన అందులో పదోవంతు కూడా లేని అశ్వ పదాతి దళాలుగా వున్నది.

అరవైవేలమంది సాయుధ సైనికులు, రథాలు, ఏనుగులు, అశ్వాలు ఎక్కడ? కేవలం గుర్రాలమీదా, కాలినడకనా వున్న ఆరువేలమంది సైనికులెక్కడ?

ఫలితం మనకి తెలుసు.

ఎక్కడా పొంతన లేని సైన్యం! సుదాస్ లొంగిపోవాలి, లేదా పారిపోవాలి.

అట్లా చేస్తే తనూ తన ప్రజలూ ప్రాణాలతో వుండొచ్చు. ఇతర ప్రాంతాలకు పారిపోవచ్చు లేదా దాస్యానికి లొంగిపోవచ్చు.

కానీ అతను అదేమీ చెయ్యలేదు.

ఇటువంటి ప్రతికూల సందర్భాలకు ఎదురొడ్డి ఎటువంటి రాజు పోరాటం చేస్తాడు?

ఖచ్చితంగా సుదాస్ ఒక సాధారణ క్షత్రియుడు కాదు.

అతను పారిపోదల్చుకోకపోవడాన్ని రెండు విషయాలు సూచిస్తాయి: ఒకటి: అతను బలవంతుడు, ఆత్మవిశ్వాసం కలవాడు. అందుకు గర్వించేవాడు కూడా. మరణానికి కూడా వెనుదియ్యకుండా యుద్ధం చెయ్యడం తన ధర్మం అని భావించాడు. రెండవది: ఎవరికీ లేని లాభమొకటి అతనికున్నది.

ఋగ్వేదంలోని ఈ భాగాన్ని విస్తృతీకరించి పునఃకథనం చెయ్యడంలో నేను ఈ రెండింటినీ నమ్ముతున్నాను.

ఋగ్వేదంలో సుదాస్‌ను కీర్తించేవీ, అతని చరిత్రాత్మక పోరాటంలో అతని విజయాన్ని వర్ణించేవీ అయిన శ్లోకాలు కోకొల్లలుగా వున్నాయి. ఆ రోజుల్లో ఇతిహాసాలను అతిశయోక్తులతో వర్ణించినప్పటికీ, ఋగ్వేదంలోని ఏడవ మండలం సుదాస్‌నూ అతని ప్రజలను, ఆ పోరాట విజయగాథనూ గొప్పగా కీర్తించింది.

పరుష్ణి నదీతీరాన ఆ వర్షాకాలపు రాత్రి ఏం జరిగింది?

రాజా సుదాస్ ఆ దశరాజుల విస్తారమైన గొప్ప సేనను ఎట్లా ఓడించాడు?

అసలెందుకు యుద్ధ ప్రయత్నం చేశాడు?

ఈ యుద్ధంలో వరుణ దేవుడైన ఇంద్రుని పాత్ర ఏమిటి? అది నిజమైనదా? ప్రతీకాత్మకమైనదా?

అసలేం జరిగింది? వర్షంతో తడిసిపోయి వున్న రణభూమిలో యుద్ధం ఎట్లా జరిగింది?

ఈ ప్రశ్నలకే నేను ఈ పుస్తకంలో సమాధానాలు చెప్పాలను కుంటున్నాను.

నేను చరిత్రకారుణ్ణి కాను. అందుచేత దీనిని ఒక వ్యాసంగా వ్రాయను. కానీ దశరాజుల యుద్ధానికి దారితీసిన సంఘటనలనూ, యుద్ధ పరిణామాలనూ పునఃసృష్టించి మీ ముందుంచుతున్నాను.

ఆ కాలాన్ని, అప్పటి ప్రజలను, ఆ సంస్కృతినీ, యుద్ధానికి దారితీసిన సంఘర్షణనూ కళ్లకు కట్టించడానికి సంభాషణలనూ, వర్ణనలనూ అనేక చరిత్రాత్మక నవలలలో వలె సృష్టించాను.

అన్నిటికన్నా ముఖ్యంగా ఆనాటి సంఘటనలకు ప్రాణం పోయాలనుకున్నాను. పాత్రలనూ, సంఘటనలనూ చైతన్యవంతం చేసి మీ కళ్లముందే జరుగుతున్నట్లు భ్రమను సృష్టించాలనుకున్నాను. కనుక మనం మళ్ళీ ఆ యుద్ధాన్ని వివరంగా విశదంగా చూద్దాం.

భారతదేశ చరిత్రలో సంభవించిన అత్యంత నాటకీయమైన, ప్రభావశీలమైన ఆ సంఘటనను చరిత్ర పుస్తకాల చెదలు పట్టిన పుటల్లోంచి బయటికి తీసి సజీవంగా మీముందు నిలబెట్టాను.

పేజీలు తిప్పండి. గతం ఊపిరి పోసుకుని మీ కళ్లముందుకు వస్తుంది. వీక్షించండి.

సుదాస్‌తో అతని తృత్సు వంశస్థులతో ఆనాటి వర్షపురోజు పరుష్ణి నది ఒడ్డున నిలబడండి.

నేను అలాగే చేశాను. అదొక అద్భుతమైన అనుభవం. ఇప్పుడిది మీది. ఆనందంగా చదువుకోండి.

అశోక్ కె. బ్యాంకర్
అంధేరి, ముంబాయి
4 మార్చి 2014

కాండ 1

1

రాత్రి చివరి ఝాము. ఉషోదయానికి మరీ ముందు. తనెప్పుడు మేలుకున్నాడో, ఎందుకు మేలుకున్నాడో గుర్తు రాకుండానే మేలుకున్నాడతను.

పైన ఆకాశం ఒక నల్లపట్టు గుడారంలా వుంది. దానికొక మూల ఉతకడం మర్చిపోయినట్లున్న ఒక ఎర్రని రక్తపు మరక!!.. తను చూస్తూండగానే ఆ మరక ముందుకు పాకుతున్నట్లనిపించింది. ఆ ఎరుపు ఛాయని చిత్రకారుడు ఏ పేరుతో పిలుస్తాడు? కుంకుమ వర్ణమా? కెంపువన్నా? సింధూరమా? గౌరవర్ణమా? కానీ కళాత్మకత ఎరుగని తన క్షత్రియ చక్షువులకది రక్తవర్ణంగానే కనిపిస్తున్నది. అతని తండ్రి ఆ ఎరుపు వర్ణపు ఆకాశాన్ని యోధుడి ఆకాశం అనేవాడు.

అట్లా అనడం ఎందుకని తను అడిగితే, ఆయన ప్రేమగా తనకొక మొట్టికాయ వేసి, ఒకరోజు ఈ దుడుకు పిల్లవాడు కూడా యుద్ధానికి వెడతాడనీ, కాలిపోతున్న గ్రామాల వెలుగు దిగంతాన్ని కెంపు వర్ణంతో ముంచడం చూసినప్పుడు యోధుడి ఆకాశం అంటే ఏమిటో అతనికి అర్థం అవుతుందనీ అన్నాడు. అని, పెద్దగా నవ్వి “అప్పటివరకూ నువ్వు గుర్రపు పిర్రలని చూస్తూ వుండాల్సిందే” అన్నాడు. అక్కడున్న ఇతర యోధులు పానపాత్రలలోని సోమరసాన్ని ఆస్వాదించడంలో మునిగి పోయారు. పగలంతా అటువంటి ఆనందోత్సవం తరువాత యుద్ధం చెయ్యాల్సి వుంది వాళ్ళు. ఇటువంటి సంఘటనలు తలుచుకుంటూ పెరిగి పెద్దవాడయినాడు సుదాస్. ఇటువంటి సమయాల్లో తప్ప తండ్రి అతన్ని యోధుల సమక్షంలోకి రానిచ్చేవాడు కాదు. తనతో సన్నిహితంగా

వుండనిచ్చేవాడు కాదు. అతను చేతులు మెడవెనుక పెట్టుకుని గడ్డి పడక మీద పడుకుని ఆకాశం వంక చూస్తున్నాడు. బొగ్గులో ఇరుక్కున్న మురికి వజ్రాలలాగా మినుకుమంటున్నాయి నక్షత్రాలు. ఇంకా నిద్రించడం కుదరదనుకుంటూ లేచి, వొళ్ళు విరుచుకుని యోగాభ్యాసానికి సిద్ధమై పోయాడు. చిన్నప్పటినుంచీ ఈ యోగాభ్యాసం అతని ఉదయపు దినచర్యలో ఒక భాగం. అది అతని గురువు బ్రహ్మర్షి వశిష్ఠుల తాత్విక దృక్పథంతో కూర్చబడిన యోగాభ్యాసం. అందుకే అతను దాన్ని యోగ వాశిష్ఠ పద్ధతి అని పిలుస్తాడు. ఈ యోగాభ్యాసం అతనికి కొన్ని పీడకలల నుంచీ ఉపశమనం కలిగిస్తుంది. కొన్ని జ్ఞాపకాల శిథిలాలను ఊడ్చి పడేస్తుంది. ప్రస్తుతం అతనికి పీడకలలే అధికంగా వస్తున్నాయి.

చిన్నతనంలో ఇంత కష్టమైన ఈ ఆసనాలు అవసరమా? అనిపించేది. ఇప్పుడు కొంత వయసూ, పరిణతీ వచ్చాక, ఒక భర్తగా, తండ్రిగా, రాజుగా తను అనుభవిస్తున్న బరువుబాధ్యతలనుంచీ ఈ యోగాసనాలు ఎట్లా ఉపశమనాన్ని ఇస్తున్నాయో అర్థమౌతున్నది. యోగాసనాలు పూర్తవుతుంటే అతనికి బాగా చెమట పడుతున్నది. పైనున్న నల్లపట్టు గుడారానికి తూర్పుదిక్కున అగ్ని అంటుకుని బంగారు రంగు జ్వాలలు కొండలమీదుగా పైకి ఎగసివస్తున్నాయి. దూరంగా పశ్చిమంలో వెండిలా మెరుస్తున్న పరుష్ణి తీరం అప్పుడే ప్రభాత కిరణాలతో తడుస్తూ మెరుస్తున్నది. ఆ దృశ్యం అతనిలో హఠాత్తుగా కించిత్ గర్వాన్ని నింపింది. ఇక్కడనుంచీ ఆ నదీతీరం వరకూ వున్న భూమి అంతా భరతభూమి.

"నేను చూస్తున్న ఈ భూమికి నేను రాజును."

ఆ ఆలోచన అతనికి హాయిని కలిగించింది, అతను పద్మాసనం వేసుకుని ప్రశాంతంగా కూర్చున్నాడు. సంస్కృతంలో తనను రాజన్ అంటారు. రాజుగా వుండడం అతనికి ఆశ్చర్యం కలిగించింది. తన తండ్రికి కూడా అట్లాగే అనిపించేదా? వెలుగులు సంతరించుకుంటూన్న ఆకాశంలో అతనికి అట్టహాసంగా నవ్వే తన తండ్రి మొహంలో మెరిసే యుద్ధగాయాల మచ్చలూ, విరిగిన పళ్ళూ కనిపించాయి. రాజకీయ

కారణాల వలన ఆయన రాజా అని పిలిపించుకున్నా, వ్యక్తిగతంగా ఆయన ఆడంబరాన్ని అసహ్యించుకునేవాడు.

"ఎవరిచేతా గౌరవింపబడకుండా ఒక రాజుగా వుండడం కన్నా, సామాన్య మానవుడుగా వుంటూ రాజువలె గౌరవం అందుకోవడం మేలు" అనేవాడాయన. ఆయన పేరు పిజవాన్.

రాజకీయాలు చేస్తూ అంతులేకుండా సభలూ సమావేశాలూ, సమితులూ చర్చలూ నిర్వహించడం ఆయనకి ఇష్టం వుండేది కాదు. అశ్వారూఢుడై ఖడ్గం చేతబూని యుద్ధానికి వెళ్ళడం ఆయనకి చాలా ఇష్టం. యోధుడిగా జీవించడం యోధునివలె మరణించడం ఆయన జీవిత ధ్యేయం. "తక్కినదంతా రాజకీయాలూ లేదా, పెద్దమనిషి కాపలా లాంటిపనే" అనేవాడు. అట్లా అంటూ అంతవరకూ త్రాగిన సోమరస పాత్రని నేలకేసి పగలగొట్టేవాడు. త్రాగడం అయినాక పానపాత్రను అట్లా పగలగొట్టడం పిజవాన్ అలవాటు.

2

ఇంకా బయటంతా చీకటిగానే వున్నది. రాజభవన సముదాయం అంతా ప్రశాంతంగా వున్నది. బళ్ళ చక్రాలతోనూ, గుర్రపు అడుగులతోనూ తొక్కబడి బురదగా వున్న మధ్య ప్రాంగణంలో నడుస్తున్నాడతను. అంతక్రితం రాత్రి జరిగిన ఒక వివాహవేడుకలో చాలాసేపు మేలుకున్నారు అందరూ...కాపలాదార్లను కూడా మరికాసేపు పడుకోమన్నారు. దాదాపు ఒక ఇరవైమంది రాజులు అతిథులుగా వచ్చి వున్నారు. వారి తాలూకు మందీ మార్బలం కూడా ఇప్పుడు ఈ భవన సముదాయంలోనే వున్నారు. చుట్టూ ప్రహరీ వున్న కోట అది. గ్రామంలో ఒక ముఖ్యమైన చోట వుండి, గ్రామంలో దాదాపు పాతిక భాగం ఆక్రమించింది. ఇందులో పాతిక పెద్ద పెద్ద చావడులవంటి గదులున్నాయి. ఒక్కొక్కదానిలో నలభైమంది వుండవచ్చు. తన నివాసగృహం నుంచీ దీర్ఘచతురస్రాకారంలో వున్న పెద్ద ఆవరణలోకి నడుస్తూ పైకి చూశాడతను. ఇంకా బాగా వెలుతురు రాకపోయినా ప్రతి సావడి పైనా అందులో విడిది చేసిన తెగలకు చిహ్నామైన పతాకాలు ఎగురుతున్నాయి. వారికీ తమకూ వున్న అనుబంధాన్ని చాటుతున్నాయి. రెండు గదులకు తప్ప తక్కిన వాటన్నిటిపైనా పతాకాలు ఎగురుతున్నాయి. ఆ రెండింటిలో ఎవరూ లేరని అర్థం. ఆ రాత్రి అందులో ఒకదానిలో శయనించాడు సుదాస్. ఏకాంతం కోసం. అతిథులుగా వచ్చిన రాజులతో వారి తాలూకు అంగరక్షకులు దాదాపు వెయ్యిమంది వచ్చారు. వారంతా ఈ కోటలోనే వున్నారు. వాళ్ళంతా కేవలం అంగరక్షకులే కాదు, సమర యోధులు. వారి తెగల్లో విలక్షణమైన వీరులు. ఈ తరుణంలో ఈ కోటపై దాడి

చెయ్యాలనుకునేవాడు ఆత్మహత్య చేసుకోవాలనుకునే మూర్ఖుడన్నమాట.

అతని మొహంపై చిరునవ్వు మెరిసింది. అత్యంత శక్తిమంతులైన రాజులంతా ఇక్కడే తన కప్పు క్రిందే వుంటే ఎవరొస్తారు దాడికి అనిపించి!

ఆ పెద్ద పెద్ద సావడులు దాటి అతను ఉత్తరదిశగా తన పశువుల శాలలవైపు మరలాడు. ఏనుగుల, గుర్రాల, వృషభాల వాసన అతని ముక్కుపుటాలలోకి జొరబడింది. యోగాభ్యాసం వలన అతనికి ఒక అపూర్వమైన అప్రమత్తత, జాగరూకత అలవడ్డాయి. దృశ్యం కన్నా, శబ్దం కన్నా కూడా ఈ వాసనే ప్రమాదాలను ఎక్కువగా పట్టిస్తుందని అతని నమ్మకం. మనిషి మనసులోని జంతు అంశ భయపు వాసనని కనిపెడుతుంది. మనపై దాడిచేసి హింసకూ, హానికీ పాల్పడాలనుకున్న ప్రాణులకు సహితం భయం వుంటుంది. ఈ భయం ఆత్మసంరక్షణ వాంఛ అనే సహజాతం నుంచీ వస్తుంది. కోపమూ, క్రౌర్యమూ కూడా ఆ భయానికి మారురూపాలే. మెదడులోని అతిప్రాచీన అంశ అయిన సహజాత చర్యలను నమ్మడం ద్వారా వాసనతో రాబోయే ప్రమాదాన్ని పసిగట్టగలడతను. దొంగదెబ్బ తియ్యాలనుకునే వ్యక్తులు సేనలో కనిపించకుండా దాక్కోవచ్చు. హంతకులు అతినిశ్శబ్దంగా ఎదురుచూస్తూ వుండొచ్చు. కానీ వారిలోని భయపు వాసనను దాచలేరు. ఈ నేర్పును అతను తన జాగిలాలనుంచీ నేర్చుకున్నాడు. జాగిలాలనగానే అతనికి తన విశ్వసనీయమైన జాగిలాలు గుర్తొచ్చాయి. అవన్నీ కోటలోని ప్రధానమైన సావడి గదిలో పడుకున్న తన భార్యాపిల్లలకూ, వారి అంగరక్షకులకూ, పరిచారికలకూ రక్షణగా వున్నాయి. వారికి అదనపు రక్షణగా వాటినక్కడ వుంచాడు. ప్రస్తుతం తన కోటలో అతిథులుగా వున్నవారంతా తన మిత్రరాజులే. కానీ ఒక వెయ్యిమంది యోధులు త్రాగి వున్నపుడు ఏం జరుగుతుందో ఎవరికి తెలుసు? ముఖ్యంగా పూర్వం జరిగివున్న తెగల మధ్య, జాతుల మధ్య పరస్పర విధ్వంసకరంగా మారిన యుద్ధాలను తలుచుకున్నప్పుడు! అందుచేత అతను అప్రమత్తం గానే వుండదలుచుకుని ఆ జాగిలాలను అక్కడ వుంచాడు. ఆ బృందానికే మాతృక వంటి

మిశ్రమజాతి అతిపెద్ద శునకము, సరమ అను పేరు గలది, కాగడా వెలుగులో కళ్ళు చిట్లిస్తూ గుమ్మం దగ్గరే కూర్చున్నది. ఇప్పుడు తను తలుపు తీస్తే అది అదే స్థితిలో వుండి వుంటుందనడంలో సందేహం లేదు. లోపలికెవరైనా చొరబడితే వారిమీదకు దూకి చీల్చి చెండాడడానికి సంసిద్ధంగా వుంటుంది. ఇప్పటికే అది తన వాసన పసిగట్టే వుంటుంది. తను నిద్రలేచి వస్తున్నాడని తెలుసుకునే వుంటుంది. తనకోసం ఆత్రంగా ఎదురుచూస్తూ వుంటుంది. తన జాతికి సహజమైన క్రమశిక్షణ కలది కనుక తనను ఉండమన్నచోటే వుంటుంది. ఆ గది కున్న పెద్ద చెక్క తలుపులు తెరుస్తూ, సరమ మూతిని తలుచుకుంటూ చిన్నగా నవ్వుకున్నాడతను.

కానీ, ముందు తను స్నానం చెయ్యాలి. దప్పిక తీర్చుకోవాలి. ఇదంతా తన భార్యాబిడ్డలను నిద్ర లేపకుండానే జరిగిపోవాలను కున్నాడు. తన పరిచారకులను కూడా లేపవద్దనుకున్నాడు. వారికి కూడా అందరివలె విశ్రాంతి అవసరం కదా! అందుకనే అతను ఆ గదిలోకి వెళ్ళకుండా ఉత్తరం వేపున్న పశువులశాల వైపు వెళ్ళాడు. అక్కడే ప్రమాదమూ లేదు. వివిధ జంతువుల ఉచ్ఛిష్టపు కంపు తప్ప. ఓహ్! పొద్దుపొద్దునే గుర్రపు లద్దెల వాసన తనకి ఇష్టం. తనింకా బ్రతికే వున్నట్టు తెలుపుతుంది ఆ వాసన. ఈ ఉత్తరపు శాలలో అయిదువందల పశువులున్నాయి. అవి తను రావడం పసిగట్టి సకిలింపులు, తమవైన అరుపులు మొదలుపెట్టాయి. భయపడ్డట్టు కాక, మనుషులొస్తున్నారనే వార్తను ఒకరినుంచొకరికి అందజేస్తున్నట్టుగా!! అతని వ్యక్తిగత ఉపయోగానికి వున్న అరవై అశ్వాలు ప్రత్యేకంగా ఒక దడి వెనుక వున్నాయి. అవి అతనికి వందనం చెబుతున్నట్టు తలలు బయట పెట్టాయి. ముందు తన దాహం తీర్చుకోవడమా, వాటిని పలకరించడమా అని సందేహించి, ముందు వాటినే చూడాలని కట్టెలతో కట్టిన దడి దగ్గరకు వెళ్ళాడు. అతను దాని మీదుగా వంగగానే అన్ని గుర్రాలూ తొక్కుకుంటూ తోసుకుంటూ అక్కడికి చేరాయి. జంతువులకు సహజమైన రీతిలో అతనిపై తమ అభిమానాన్ని చూపడానికి పోటీలు పడ్డాయి. అతనికి ఎంతో ఇష్టమైన పెద్ద తెల్లని

గుర్రం సరయూ అన్నింటినీ వెనక్కు నెట్టి ముందుకు వచ్చింది. ఆ గుర్రాలన్నింటికీ అది సంరక్షకురాలు వంటిది. అందులో అయిదు గుర్రాలకు తల్లి. మూడింటికి జతకత్తె. సుదాస్ అన్ని గుర్రాలను వెనక్కు నెట్టి సరయూను ప్రేమగా తట్టాడు. తరువాత అతను అక్కడున్న పెద్దనీళ్ళతొట్టి వైపుకు వెళ్ళాడు. సారథులు క్రితం రాత్రే ఆ తొట్లను మంచినీటితో నింపారు. గుర్రాలు ఆ రాత్రి నీరు తాగినా, తాగకపోయినా వాళ్ల విధిని సక్రమంగా నిర్వర్తించారు. తృత్సులో గుర్రాలకు మేతా, నీళ్ళూ పెట్టకపోవడం అనేదే వుండదు. అట్లా పెట్టకపోవడానికి కారణాలుండవు. ఈ నీటితొట్టి పెద్ద సావడినుంచీ బాగా ఉత్తరదిశలో ఒకచోట వున్నది. అక్కడ బాగా చీకటిగా వున్నది. అదెక్కడ వున్నదో తెలిసి వుండడాన అతను దడిని ఆనుకుని నడుస్తూ వెళ్ళాడు. నీళ్ళతొట్లో చేతులు ముంచి ఆ చల్లటి నీటిని ముఖంమీద చల్లుకున్నాడు. నీళ్ళను వాసన చూసాడు. గుర్రాలు ఆ నీళ్లను తాగుతూనే వుండొచ్చు, కానీ తన అవసరాలకి అవి బాగానే వున్నాయి. తాజాగానే వున్నాయి. అదివరకు ఇంతకన్న మురికినీళ్ళల్లో మొహం కడుక్కున్నాడు. ఏమీ కాలేదు తనకి. గుర్రమూ, శునకమూ, వృషభాలూ, మనుషులూ అంతా కలిసి పనిచేసేటప్పుడు కలిసే తినాలి, త్రాగాలి. అది తృత్సు పద్ధతి. కాదు, కాదు ప్రకృతిసహజమైన పద్ధతి.

అతను నగ్నంగా ఆ నీటిలో స్నానం చేశాడు. వేడెక్కిన శరీరం చాలా హాయిగా సేద తీరినట్లుంది. ఆ నీళ్ళు త్రాగడానికి ఒక్క క్షణం సందేహించాడు. దూరంగా అతని ప్రత్యేకమైన పశువుల శాలల్లోని గుర్రాలు అతన్ని ప్రోత్సహిస్తున్నట్లు సకిలించాయి. “తాగు రాజా! తాగు. కడుపునిండా తాగు! మాకు చెందినవేవైనా నీవే” అంటున్నట్లు.

త్రాగడం అయ్యాక “కృతజ్ఞతలు, కృతజ్ఞతలు” అన్నట్లు చిరునవ్వులు చిందించాడతను. వాటి నీళ్లను తను తాగినందుకు వాటికి కృతజ్ఞత చెప్పడానికి అబ్బురపడుతూ వచ్చే నవ్వును ఆపుకున్నాడు. అప్పుడతనికి కొలమారింది. దగ్గు కూడా వచ్చింది. కొంచెం ఎగిరిపడ్డాడు. నీళ్ళు

ఉమ్మేసి, తొట్టి అంచుమీద పడిపోయాడు. చెక్క మందంగా శబ్దం చేసింది.

"అద్భుతం!" అన్నదొక కంఠం అతని ఎడమభుజం వెనుకగా.

"ఒక రాజు గుర్రాల నీళ్ళతొట్లో స్నానం చేస్తూ తనలో తనే నవ్వుకోవడం."

మెరుపు వేగంతో సుదాస్ తన కత్తి తీసుకుని ఒక కదలికతో అటు తిరిగి ఆ మాట్లాడిన వ్యక్తి వైపు గురిపెట్టాడు.

3

చిక్కని చీకటి. మాటలాడిన వ్యక్తిని అలుముకుని వున్న నీడలనుంచీ సుదాస్ వంటి నిశితమైన దృష్టి కలవాడు కూడా అతన్ని పోల్చు కోలేకపోయాడు. కత్తివున్న చేతిని అలా చాపే వుంచాడు ఏ క్షణమైనా దాడిని ఎదుర్కోడానికన్నట్టు.

"చీకటిలో పొంచి వున్న ఈ పిరికివాడెవరు?" అన్నాడు తనదైన స్థాయి గొంతుతో. దాన్ని పెంచి కోటలో అందర్నీ నిద్ర లేపాల్సిన అవసరం లేదు. పెళ్ళివారంతా ఒక గంటో రెండుగంటల ముందో నిద్రపోయి వుంటారు. తను కూడా ఇప్పటికి మూడుగంటల ముందే పడుకున్నాడు.

"రా! వచ్చి కనిపించు" అన్నాడు.

నీడలు దట్టంగా పరుచుకుని వున్న ఒకచోటినుంచీ ఒక చిన్న నవ్వు వినిపించింది. అది చందమామ కనిపించని రాత్రి. ఇప్పటివరకూ రత్నాల్లా మెరిసిన తారలు తూర్పున వెలుగు పొడుచుకు వస్తూండడంతో కాంతిని కోల్పోతున్నాయి. సుదాస్‌కు, ఉత్తరాన ఉన్న పెద్ద సావడి ఆకృతి, దాని చెక్క స్థంభాలు, అతని కాళ్ళ క్రింద. ఆ పంచనదుల భూమి యొక్క సారవంతమైన ఎర్రటి ఒండ్రుమట్టి. సుడులు తిరుగుతున్న పొగమంచునుంచీ అకస్మాత్తుగా ఒక రూపాన్ని సంతరించుకుని వచ్చినట్టుగా చిక్కని నీడలనుంచీ ఒక వ్యక్తి బయటపడ్డాడు. అతను చాలా పొడవుగా బలంగా వున్నాడు. అతని మడమలు మట్టిలో కూరుకున్నాయి. అతను చాలామంది పురుషులకన్న బలవంతుడని సుదాస్‌కి అర్థమైంది. అతని

శరీరానికన్న తల పెద్దదిగా వున్నది. చిక్కగా వున్న నీడలు అతని పోలికలను తెలియనివ్వడంలేదు కానీ అతని దట్టమైన కనుబొమ్మల క్రింద అతని కళ్ళు మెరుస్తున్నాయి. పెరిగిన గడ్డం వున్న ఆ వ్యక్తి మొహమెట్లా వున్నా, వున్న ఆకాస్త వెలుగులో తన పోలికలని చూపకముందే సుదాస్ అతన్ని పోల్చుకున్నాడు.

అతను "అను" తెగ ముఖ్యుడూ రాజూ, ఆ పేరే కలవాడూ అయిన అను. పరుష్ణి మైదానభాగాన్ని తృత్సు తెగతో పంచుకునేవాడు.

"చీకటిలో పొంచి వున్నవాడిని పిరికివాడనుకోవడం తప్పు, సుదాస్! నిజానికి వేటగాడే చీకటిలో పొంచివుంటాడు. వేటగానికీ వేటాడబడేవాడికీ కూడా చూపు కనపడకుండా వుండడానికి. వేటని కేవలం నేర్పుకూ, వివేకానికీ, సహజాతానికీ పరిమితం చెయ్యడానికి" అన్నాడు అను.

అను వదనాన్ని పోల్చుకోగానే సుదాస్ కత్తి దించాడు. దాన్ని ఒక్క క్షణం అట్లా ఎత్తి పట్టుకున్నా తను అనుకు భయపడుతున్నట్లుంటుంది. యోధుల విషయంలో ఒక క్షణపు బలహీనత కూడా గౌరవప్రదం కాదు. శత్రువు తనపై బాణం ఎక్కుపెట్టినా వెనక్కి తిరగడం యోధుని లక్షణం కాదు. ధర్మం యందు పూర్తి విశ్వాసం కలిగివుండడమే క్షత్రియుల లక్షణం. ఎన్నటికీ మరణానికి గానీ, బాధకు గానీ భయపడకూడదు. పిజవాన్ చెప్పేమాట ఒక్కటే "అగౌరవం కన్న ధర్మమే ముఖ్యం". అందుకే సుదాస్ ఖచ్చితంగా అట్లాగే చేశాడు. కత్తిని పక్కనపెట్టి మాట్లాడుతూనే తన స్నానపానాలను కొనసాగించాడు.

"సరే! ఈ సమయంలో నువ్వు ఇక్కడ ఏమి వేటాడుతున్నావు? అను రాజుకు తన రాజ్యంలో వేటాడడానికి తగినవేమీ దొరకలేదా? నా గ్రామ మధ్యంలో వున్న నా కోటకి రావడానికి?"

ఆ వాగ్బాణం ఎక్కడ తగలాలో అక్కడే తగిలింది. అవసరమైన దానికన్న కొంచెం ఎక్కువసేపే అను నిరుత్తరుడయ్యాడు. తరువాత ఒక బలవంతపు నవ్వుతో ఆ వ్యాఖ్యని కొట్టిపడేశాడు. గర్వానికీ, విమర్శను తట్టుకోలేకపోవడానికి అను తెగవారు ప్రసిద్ధులు.

"వేట అనేక రకాలు సుదాస్! అది కూడా నీకు మంచి వేట కావాలనిపిస్తే! అను తలుచుకుంటే నిన్ను నీ జీవితకాలమంతా గొప్ప ఉత్సాహంతో వుంచుతాడు. ఎందుకైనా మంచిది, నువ్వు నీ మూతిని వాటి నీటి తొట్లలో ముంచడం మానుకో!" అన్నాడు. ఈసారి అతను నిజంగానే సుదాస్‌ని చూసి నవ్వాడు. సుదాస్ దాన్ని పట్టించుకోలేదు. చాలాకాలం క్రిందట అతనికొక వివేకవంతుడు ఇలా చెప్పాడు "అవమానాలూ, వెక్కిరింతలూ, శాపాలూ, తిట్లూ అవి విసిరినవారి మొహాలనే వికృతంగా మారుస్తాయి. కానీ ఎవర్ని ఉద్దేశించి అన్నారో వారినేమీ చెయ్యవు. నువ్వు వాటికి అనుమతి ఇస్తే తప్ప" అని. నువ్వు బాధపడకపోతే అతినికృష్టమైన అవమానానికి కూడా ఏ ప్రభావమూ వుండదు.

"అట్లా అని నేను నీకు వాగ్దానం చెయ్యలేను. నిజం ఏమిటంటే అన్ని జాతుల ప్రాణులనీ నేను ప్రేమిస్తాను. సింహం నీళ్ళు తాగే కొలనులో అయినా, గుర్రం తాగే తొట్టిలో అయినా, శునకం తాగే బొచ్చెలో అయినా, అను వంటి రాజులు సోమరసం త్రాగే పానపాత్రలో అయినా నాకు తేడా ఏమీ లేదు.

అతని స్నానం అయిపోవడంతో సుదాస్ వెనక్కి తిరిగి నిలబడ్డాడు.

ఆకాశంలో మరికొంత లేత వెలుగు వచ్చింది. ఇప్పుడు సుదాస్‌కి అవతలి వ్యక్తి పోలికలు కాస్త స్పష్టంగా కనిపిస్తున్నాయి. అతని మొహంలో దాచలేని క్రోధం కనిపిస్తున్నది. ఒక్కక్షణం కూడా సందేహించ కుండా అక్కడికక్కడే తనని చంపాలనుకుంటున్న వ్యక్తి మొహం అది. అను నడుముకు వున్న కత్తి పిడి మీద చెయ్యి వేశాడు. పిడిని చేత్తో గట్టిగా బిగించాడు. అతనిలోని ఉద్రిక్తత అతని భుజంలో కనిపిస్తున్నది.

రా! సుదాస్! నువ్వు అతన్ని ఇప్పుడే ఒక జంతువుతో పోల్చావు. ఏమనుకుంటున్నావు? అతను ఒక అను అని గుర్తుందా?

ఆ వ్యక్తి కత్తి దూసి ముందుకు రావడం కోసం వేచి వున్నాడు. కానీ అతను కదలలేదు. ఒక్కసారి సుదాస్ వంక చురచుర చూసి కోపంగా

వెనక్కి మళ్ళాడు. ఉత్తరంవైపు సావడి దాటి కనుమరుగయ్యాడు. వేట గురించి అను చేసిన వ్యాఖ్యలు కేవలం మాటల చమత్కారం కాకపోవచ్చునుకుని, సుదాస్ కూడ తన కత్తిని తీసి పట్టుకుని వున్నాడు. అను తెగవారు ఎప్పుడేం చేస్తారో తెలియదు. క్రిందటి శరదృతువులో పరుష్ణి నదీజలాలను గురించిన వివాదం సంభవించింది. ఇప్పుడీ మనిషి ఈ సమయంలో చీకట్లో పొంచి వుండి పశువులశాల దగ్గర ఏమి చేస్తున్నాడు?

వేట అన్నాడతను. దేన్ని వేటాడుతున్నాడు? ఎవర్ని వేటాడాలను కున్నాడు.

ఆ సంగతి తను ఎప్పటికీ కనిపెట్టలేననుకుంటూ తల విదిల్చాడు సుదాస్. అను తెగ దేనికైనా ప్రసిద్ధి అనుకుంటే అది వారి వివేకం అనుకోవచ్చు. ప్రమాదకరమైన ప్రేలాపన. కాటు వేయబోయే పాము బుస వంటిది. అది విమర్శ కూడా కాదు. పైకి కనపడకుండా చేసే బుసలాంటి మితభాషిత్వం అది. అదే అనుసరణీయంగా భావిస్తుంది అను తెగ. రాత్రి జరిగిన వేడుకలూ, వినోదాల తరువాత ఇప్పుడు తను వచ్చిన ఉద్దేశం చెప్పాలనుకున్నా, ఇద్దరికీ జరిగిన మాటల యుద్ధం తరువాత తన తోటిరాజైన అను ఇప్పుడు అసలు చెప్పడు అనుకున్నాడు సుదాస్.

4

సరమ బాధాకరమైన ఒక అరుపు అరిచి అతనిపైకి దూకింది. ఆమె హద్దుమీరిన ఆనందంతో అతని మీదకు దూకినపుడు, ఆమె శక్తి వంతమైన కండరాలను కప్పిన జూలు ఆమెతోపాటు అలలా ఎగిరింది. మిగిలిన శ్వేనాలు కూడా సంభ్రమం చెందినట్లు మొరగడం ప్రారం భించాయి. తనకి ఎంతో ఇష్టమైన సరమ తన ముందుకాళ్ళు అతని ఛాతీకి ఆనించి నాలుకతో కొట్టినట్టు నాకుతూ మధ్యమధ్య మొరగ సాగింది. అంతకుముందు రాత్రి తనని విడిచి వెళ్ళినందుకు నిరసన తెలుపుతున్నట్లుగా...

"అవును నిజమే" అన్నట్టు దాని జూలును గట్టిగా నిమిరాడతను." ఎప్పుడూ నేనెక్కడికెడితే నిన్నక్కడికి తీసుకుపోతాను. కానీ నిన్న రాత్రి నా కుటుంబ భద్రత కోసం ఇక్కడ నిన్నుంచవలసిన అవసరం వచ్చింది. ఎందుకంటే నావాళ్ళకన్న కూడా నిన్నే ఎక్కువ నమ్ముతాను నేను. తెలుసా నీకు!" అతను చెప్పింది తనకర్థమైనట్లు ఒక్కసారి ఊపిరి తీసింది సరమ. తరువాత మళ్ళీ నాలుగుకాళ్ళ మీద నిలబడి వెనక్కి తిరిగింది. అతనెప్పుడూ సరమకే ఎక్కువ ప్రాధాన్యమిస్తున్నట్టు మిగిలిన శునకాలన్నీ అతనికి ఒక్కుమ్మడిగా ఫిర్యాదు చేస్తున్నట్లు మొరగడం చూసింది సరమ. వెంటనే గట్టిగా అరచి వాళ్లను హెచ్చరించింది అక్కడినించీ వెళ్ళిపొమ్మని.

అప్పుడతను నవ్వుతూ "వస్తున్నా మాతా" అంటూ ఆ శునక సమూహాన్ని తప్పించుకుంటూ "ఇంద్రుడి సాక్షిగా నువ్వు అధికారం చెలాయించే రకానివే!" అన్నాడు.

అక్కడున్న పెద్ద సావడి గదులన్నీ పర్వతప్రాంతాలనుంచీ తెచ్చిన

అత్యుత్తమ చెక్కతో నిర్మించినవి. ఆ చెక్క దూలాలన్నీ పర్వతాలమీద నుంచీ నదిలోకి దొర్లించి అక్కడనుంచీ ఏనుగులచేత, వృషభాలచేత పైకి తీయించి గ్రామానికి తరలించారు. మూల కట్టడం చతురస్రా కారంలో వుండి దానిపైన చెక్కతో వేసిన పైకప్పు. దాని మీద వర్షపు నీరుగానీ, వడగళ్ళుగానీ, మంచుగానీ క్రిందకు జారిపోవడానికి వీలుగా ఏటవాలుగా వేసిన రెల్లు కప్పు. గదులకుండే ద్వారాలన్నీ లోపలి వైపుకే తెరుచుకుంటాయి. దేవతలు గానీ చూడవస్తే వారు ఒక్కనిమిషం కూడా నిరీక్షించకూడదనీ, ఒక్క అడుగు కూడా వెనక్కి వెయ్యకూడదనీ అందుకోసం ఇంటితలుపులు లోపలికే తెరుచుకునేలా పెట్టుకోవాలనేది ఆర్యుల నమ్మకం. తలుపు పక్కనే ఒక నడవ వుంటుంది. అక్కడ లోపలికి తీసుకువెళ్ళడానికి ఇష్టపడని పాదరక్షలు, ఆయుధాలు, గుఱ్రపు జీనులు మొదలైన అనేక వస్తువులు వదులుతారు. నడవ తరువాత ప్రధానమైన సావడి గది వుంటుంది. ఈ సావడి చాలా పొడవుగా, చాలా వెడల్పుగా వుంటుంది. వంపుగా వుండే దాని కప్పు ఒక మనిషికన్న అయిదురెట్లు ఎత్తు వుంటుంది. ఈ సావడి మధ్యలో యజ్ఞకుండం వుంటుంది. ఇది అగ్నిదేవుని కోసం ప్రత్యేకంగా నిర్మింపబడింది. దీనినుంచీ ఒక పొగగొట్టం పైకప్పుకుండే ఒక రంధ్రం ద్వారా బయటికి అమర్చబడింది. ఈ యజ్ఞకుండం చుట్టూ వివిధ ప్రమాణాలలో వివిధ ఆకారాలలో అమర్చబడిన ఆసనాలున్నాయి. ఈ ఆసనాలన్నీ భవన నిర్మాణ సమయంలో మిగిలిన చెక్కముక్కలతో తయారుచెయ్యబడ్డాయి. వీటి మీద జంతుచర్మాలు, ఉన్ని పరిచారు. గోడల పక్కగా పొడవాటి భోజనాల బల్లలు అమర్చారు. ఎవరూ వాటిమీద భోజనం చెయ్యక పోయినా. ఈ పెద్ద సావడి నుంచీ లోపలికి వెడితే అక్కడ ఒక్కొక్కరికీ ప్రత్యేకమైన గదులున్నాయి. అందులో మూడు నాలుగు మరీ సౌఖ్య వంతంగా సౌకర్యంగా వున్నాయి. ఈ గదులలో మంచి ఆసనాలు, నగిషీలు చెక్కిన చెక్కమంచాలు, వాటి పైన ఉన్ని పరుపులు వున్నాయి.

సరమ సుదాస్‌ను ప్రధాన సావడి చివరికి నడిపించుకుపోయింది. తక్కిన శునకాలన్నీ మొరుగుతూ తోకలూపుకుంటూ వారి వెనకే వెళ్ళాయి.

సావడి మధ్యలో వున్న నెగడు దగ్గర్లో ఉన్ని పరుపులపై సుదాస్ సతీమణి తాలూకు పరివారం నిద్రిస్తున్నారు. సుదాస్ అతని శునకాలు, వారి పక్కనుంచీ వెళ్ళినా కాస్త కదిలారే గానీ లేవలేదు. వాళ్ళు కూడా రాత్రి జరిగిన విందు వేడుకల్లో పాల్గొని వున్నారు. నృత్యగానాలలోనూ, సోమ పానంలోనూ కూడా యథేచ్ఛగా పాల్గొని వున్నారు. పురుషులతో కలిసి కాక ప్రత్యేకంగా అక్కడ బల్లలమీద వాద్యసంగీత పరికరాలున్నాయి. వాటిని చూసినపుడు రాత్రి అక్కడ జరిగిన సంగీత నృత్యవినోదం అతను ఊహించగలిగాడు. ఇక్కడకు ఆ స్త్రీల సహచరులను అనుమతించక పోయినందుకు అతనికి విచారమేమీ కలగలేదు. వారి ఆనందం కన్న తన భార్యాపిల్లల భద్రత అతనికి ముఖ్యం.

సరమ మహారాణి గది ముఖద్వారాన్ని నెట్టింది. అది తెరుచుకోగా తనకు యజమాని అప్పగించిన విధిని తనెంత బాగా నిర్వర్తించిందో సూచిస్తూ, తోక పైకెత్తి గర్వంగానూ సంతోషంగానూ లోపలికి నడిచింది. సరమ ఉత్సాహానికి అచ్చెరువొందుతూనే సుదాస్ ఆమె వెంట నడిచాడు. రాణీ సౌకర్యార్థం అక్కడ వుండే రెండు ప్రత్యేకమైన గదులనూ కలిపి ఒకటిగా చేశారు. అదీకాక ఈ పెద్ద సావడికి అవతలివైపునున్న రెండు గదులనూ కూడా కలిపారు. అందువలన తృత్సు మహారాణికి అక్కడ ఏకాంతం లభించడమేకాక ఆమె పరిచారికల రాకపోకలకి కూడా సౌకర్యంగా వుంటుంది.

అక్కడ వున్న పెద్ద మంచం మీద వున్న ఉన్ని పరుపుల క్రింద ఎవరు సుఖంగా నిద్రిస్తున్నారో కనుక్కోవడం కష్టం. అయితే సరమ నాసిక ఆమెనెప్పుడూ మోసం చెయ్యదు. వాసనబట్టి మనిషిని పోల్చ గలదు. మంచంపైన వున్న ఉన్ని శాలువలను ఒక్కటొక్కటీ తొలగించి దానికింద వున్న చిన్ని పాదాన్ని మరొక చిన్నారి చేతినీ అంతులేని కేశ సంపదతో వున్న ఒక తలనూ కనిపెట్టింది సరమ. ఆ కేశ పాశం హిమాలయాల్లోని నల్లని ఎలుగుబంటివలె వున్నది. అక్కడ నిద్రిస్తున్న వారిని చూపించి "చూశావా! నువ్వెట్లా వాళ్లని వదిలి వెళ్ళావో అట్లాగే భద్రంగా వున్నారు

వాళ్ళు" అన్నట్లు చూసింది సుదాస్ వంక. ఆపైన ఆ గది ప్రతిధ్వనించేలాగా అరిచింది. అప్పటివరకూ బయటే నిరీక్షిస్తున్న ఇతర శునకాలలో కొన్ని ధైర్యంకలవి తలుపుల దగ్గరకు వచ్చాయి "మేము కూడా లోపలికి రావచ్చునా" అన్నట్లు తోకలని గోడలకేసి కొట్టాయి.

సుదాస్ మోకాళ్ల మీద పాకుతూ మంచం మీదకు చేరాడు. అక్కడ అతనికి తన చిన్నారి కొడుకు పాదం కనిపించింది. దానికి తన వేళ్ళతో చక్కిలిగిలి పెట్టాడు. అప్పుడు అతని కొడుకు ఇంద్రౌత్ కీచుమని అరుస్తూ గింజుకున్నాడు. మొహం మీద పరుచుకున్న జుట్టుతో అతను దుప్పటిలో నుంచీ బయటికొచ్చాడు. సుదాస్ అప్పటికే సరమ చూపించిన చిన్నారి అరచేతికి కూడా చక్కిలిగిలి పెట్టాడు. ఆ పిల్ల ఆమె అన్న కన్న వేగంగా స్పందించింది. చెరిగిపోయి చిందరవందరగా వున్న జుట్టుతో ఆమె దుప్పట్ల క్రిందనుంచీ పైకి వచ్చింది. తమని ఇట్లా నిద్రలేపిన దొంగని వాళ్ళు ఎట్లా వదిలిపెడతారు? వాళ్ళు కూడా ఆయనకు చక్కిలిగింతలు పెట్టారు. అరిచి గోల చేసారు. ఎగిరి గంతులు పెట్టారు. సరమ కూడా వాళ్లని ప్రోత్సహించింది. ఇంకా పడుకునే వున్న తల దగ్గరకు పోయి బాగా మొరిగింది. సుదాస్ రాణి సుదేవి అక్కడేం జరుగుతోందో చూడ్డానికి ప్రయత్నించి వెంటనే మొహంపైకి దుప్పటి లాక్కుంది.

సుదాస్ పిల్లలిద్దర్నీ దగ్గరకు లాక్కుని నవ్వులలో మునిగి తేలాడు. ఆ రాజీ కౌగిలింతలో సరమ కూడా చేరాలి కద మరి! కొన్ని క్షణాలు తండ్రీ, కొడుకూ, కూతురూ, పెంపుడు కుక్కా కూడా ఒకే కౌగిలిలో తేలియాడారు.

దుప్పట్ల క్రింద నుంచీ సుదేవి అడుగుతున్నది "యుద్ధం అయి పోయిందా? ఇంక బయటికి రావడం క్షేమమేనా?" అని.

5

బయట వెలుతురు తెల్లవారి వెలుగులా కాక నీలం కలిసిన ఆకుపచ్చ వర్ణంలో వుంది. సుదాస్ పెద్ద సావడి ముఖద్వారం దగ్గర వుండే ప్రాంగణంలో తన పిల్లలకోసం ఎదురుచూస్తూ నిలబడ్డాడు, అక్కడున్న పెద్ద గదు లన్నింటి వెనకాలా, పక్కనా ప్రవేశద్వారాలున్నాయి. అతను నిలబడ్డ చోటినుంచీ మిగతా గదులలో జరిగే విశేషాలను చూడవచ్చు. వాటికి అమర్చిన గొట్టాలలోనుంచీ వస్తూన్న పొగ కూడా ప్రత్యూషపు పొగ మంచుతో కలిసిపోతున్నది.

తన గదిలో తప్ప ఎక్కడా ఏ అలికిడీ లేదు. ఇంకా ఎవరూ నిద్ర లేచినట్లు లేదు. రాత్రి జరిగిన విందువినోదాల తరువాత అక్కడి శునకాలు కూడా అలసిసొలసి నిద్రపోతున్నాయి. అవతల, గ్రామం కూడా ప్రశాంతంగా వున్నట్లే వుంది.

తృత్సు తెగ చాలా చిన్నది. గత కొద్ది రోజులుగా వీరందరూ మర్యాదలు అందుకుంటూనో చేస్తూనో ఈ వేడుకలో నిమగ్నమై వున్నారు. వారందరూ అత్యుత్తమమైన సోమరసం సేవించి వుండకపోవచ్చు. అత్యంత రుచికరమైన పదార్థాలు తిని వుండకపోవచ్చు. కానీ, వేడుకలో అలసిపోయేంతగా పాల్గొన్నారు, కనుక వారికీ నిద్ర అవసరమే. అందుకని గ్రామంలో మళ్ళీ దినచర్య మొదలవ్వాలంటే బాగా పొద్దు పోతుందనుకున్నాడు సుదాస్.

రాజ్యపు ప్రధాన అధికారికిది దాదాపు శెలవు దినం లాంటిదే!

రాజు! అవును తను మహారాజు! ప్రతివాళ్ళూ పిలిచినట్లే ఇప్పుడు

తనను తను మహారాజు అనుకోవాలి. తన స్థిరచిత్తాన్ని కాఠిన్యాన్ని తలుచుకుని ఒకసారి తల విదిల్చాడు సుదాస్. రాజు అనే భావం తనని సామాన్యులందరికీ దూరం చేస్తుంది. నేను కేవలం సుదాస్‌ని. రాజా పిజావన్ కుమారుడిని. రుషభుని మనవడిని. భరతుని ముని మనవడిని. నేను రాజుని కాను. ఈ రాజరికమన్నా రాజకీయాలన్నా నాకు ఆసక్తి లేదు అనుకున్నాడు.

కానీ అతను రాజే. అతని అనుయాయులకు అది అవసరమే. రాజులకు తమ పదవులను కాదనుకోవడం తేలికే కావచ్చు. కానీ అతనిని అనుసరించే క్షత్రియులకు తాము ఎవరిని కొలుస్తున్నామో, ఎవరిని అనుసరిస్తున్నామో అనేది ముఖ్యం. తాము ఒక రాజుని కొలుస్తున్నామో, ఒక గ్రామ రక్షకుడిని కొలుస్తున్నామో, కేవలం ఒక భూస్వామిని కొలుస్తున్నామో తెలియడం ముఖ్యం. దానిమీద వాళ్ళ ఆర్థిక స్థితిగతులు ఆధారపడి వుంటాయి.

ఒక వ్యక్తికి లభించే పశుసంపదను బట్టి అతని ఉద్యోగపు స్థాయి వుంటుంది. ఏ ఒక్కరి సంపదైనా భూమితోపాటు అతనివద్ద వుండే పాడి ఆవులు, ఎద్దులు, లేగదూడలను బట్టి లెక్క వేస్తారు. ఇప్పటి కొత్త విధానం ప్రకారం భూమి కూడా సంపదే. అయితే అది పశుసంపద తరువాతే. ఏమైనా భూమి అనేది ఏ ఒక్క వ్యక్తికో, తెగకో, గ్రామానికో స్వంతమవడం అనే పద్ధతిని అతని పూర్వీకులలాగే అతనూ అంగీ కరించలేకపోతున్నాడు. భూమి తల్లివంటిది. ప్రాణికోటికి గర్భం లాంటిది. ఒక ఊయల లాంటిది. ఒక తల్లి తనకే పూర్తిగా స్వంతమని ఏ బిడ్డైనా ఎలా అనగలదు? తల్లి తన బిడ్డలందరికీ స్వంతమే కదా? ప్రాణికోటి కందరికీ ఆమె తల్లి. ఆమె అందరిదీ. అయితే ఇపుడొచ్చిన కొత్త చట్టాలు భూమిని అమ్ముకోవచ్చు, కొనుక్కోవచ్చు, స్వంతం చేసుకోవచ్చు, దానితో వ్యాపారం చేయవచ్చు అని చెబుతున్నాయి. అయితే ఒక రాజుగా తను చట్టాన్ని గౌరవించాల్సిందే కదా! పరిరక్షించాల్సిందే కదా!

సంతోషంతో కూడిన కంఠధ్వనులూ చురుకైన పాదధ్వనులూ

అతని ఆలోచనలకు కళ్ళెం వేశాయి. అంతఃపురంలోనించీ సుదేవీ పిల్లలూ బయటికి వచ్చారు. అతనితోపాటు బయటికి వెడుతున్నందుకు పిల్లలెంతో ఉత్సాహంగా వున్నారు. అతను అశ్వాలతో సహా సిద్ధంగా వుండడం చూసి వాళ్ళు పరుగుపరుగున గుర్రాల దగ్గరకు వచ్చారు.

సుదేవి భుజాలమీదుగా ఒక ఉన్ని శాలువా కప్పుకుని గుమ్మం దగ్గరే ఆగిపోయింది. ఆమె కళ్ళు ఇంకా నిద్రబరువుగానే వున్నాయి. ఆమె తన ముఖాన్ని తలుపుకు ఆనించి గుర్రాలను అధిరోహిస్తున్న పిల్లలకేసి చూసింది. సుదాస్ వాళ్ళను గుర్రాల మీదకు ఎక్కించబోగా వాళ్లకి కోపం వచ్చింది. వాళ్లంతటవాళ్ళే ఎగిరి కూర్చుండగా సుదాస్ గర్వంతో చూశాడు, తన పిల్లల్ని. తను రాజు అయితే కావచ్చుగాక, తన పిల్లలు మాత్రం అందరు తృత్సు తెగవారిలాగే అన్ని పనులూ స్వయంగా చేసుకోగలరు. ఆ మాటకొస్తే ఎంతోమందికన్నా బాగా చెయ్యగలరు. మొన్న జరిగిన వివాహ వేడుకల్లో తను చూసిన చాలామంది గ్రామ ప్రముఖుల పిల్లలలాగా బద్ధకస్తులు కారు తన పిల్లలు. ఆ పిల్లల్లో కొంతమందికి అపుడే పొట్టలు కూడా వచ్చాయి. వాళ్ళను గుర్రాలెక్కించడానికి డవాలా బంట్రోతులు కావలసి వచ్చారు. ఎంత సంపద వున్నా అంత సోమరితనాన్ని తను ఊహించలేదు. అయినా సోమరితనానికీ సంపదకీ సంబంధం ఏమిటి? రాజైనా, సామాన్యుడైనా ఎవరి భారం వారు మొయ్యాల్సిందే. ఎవరికి నిర్దేశించిన పనులు వాళ్ళు చెయ్యాల్సిందే. అట్లా అయితేనే ఏ గ్రామమైనా వర్ధిల్లుతుంది.

కానీ అన్ని తెగలూ అట్లా ఆలోచించవు. పొరుగు గ్రామాధికారులు ఏమనుకుంటారంటే ఎంత పశుసంపద వుంటే అంతగా కష్టపడక్కర్లేదని. ఈ అభిప్రాయాల వెనకవున్న తర్కం సుదాస్‌కి అర్థం కాదు. అది అసలు తన పెంపకానికే వ్యతిరేకం. ధర్మం ప్రకారం అందరూ సమానులే. అందరూ తరతమ భేదం లేకుండా తమకు నిర్దేశించిన పనులను లాభనష్టాల బేరీజులతో కాక నిష్కామంగా చెయ్యాలి అనేది తను పెరిగిన వాతావరణం.

సుదాస్ తన భార్య వైపు చూశాడు. వారిద్దరి మధ్య ఒక చిరునవ్వు విరిసింది. అతను తన గుర్రాన్ని అధిరోహించాడు. తండ్రి తమకోసం ప్రత్యేకంగా సమయాన్ని కేటాయించినందుకు పిల్లలు ఉత్సాహంగా, ఉద్వేగంగా వున్నారు. బాగా తిని పొట్టలు పెంచుకున్న గ్రామాధికారులూ వారి పిల్లల్లా కాకుండా సుదాస్ తన ప్రజలతో సమానంగా వారితో బరువుబాధ్యతలు పంచుకోవాలనుకుంటాడు. వారికి తనొక ఉదాహరణలా నిలవాలనుకుంటాడు. అందుకోసం అతను తను చేయవలసిన దాని కన్న అధికంగా పనిచేస్తాడు. తన కుటుంబానికి ఎక్కువ సమయం కేటాయించలేకపోతున్నాడు. అందువల్లనే అతను విందువినోదాలప్పుడు కూడా కొంచెం మాత్రమే సోమరసం తీసుకుంటాడు. గత రాత్రి కూడా అంతే. బాగా సందడి చేస్తున్న మిత్రుల నుంచీ తప్పించుకుని దక్షిణంవైపున్న పెద్ద సావడి డాబా మీద రెండుగంటలు నిద్రతీసి వచ్చాడు. ఇక్కడ సభ, సమితి సమావేశాలు జరుగుతూ వుంటాయి. తనిలా కాస్త ముందు నిద్రలేచి పిల్లలని బయటికి తీసుకువెళ్ళాలని అనుకున్నాడు. తనకున్న క్రమశిక్షణా, సంకల్పబలం తనకి తెలుసు. తన భార్యకు కూడా తెలుసు. ఇందాక వారిద్దరూ చూసుకున్న చూపులో ఒక వాగ్దానం వుంది. పిల్లలను వెనక్కి తీసుకొచ్చాక ఆమెను తీసుకువెళ్ళాలని! రాజరిక భారమూ గ్రామ నాయకత్వభారమే కాక, ఈ వివాహ వేడుకలూ, ప్రస్తుతం కొనసాగుతున్న భూమి గురించిన వాదవివాదాలూ కూడా అతని వీపుమీద పెనుభారాన్ని మోపుతున్నాయి. ఇప్పుడతనికి తన భార్యాబిడ్డల్తో గడపడానికి సమయమే మిగలడం లేదు. తనూ ఆమే కోరుకున్న ఏకాంతసమయమూ సామీప్యమూ లభించడం లేదు. ఈ ఖాళీని త్వరలో పూరించమని అర్థిస్తున్నట్లున్నాయి సుదేవి చూపులు. అతను కూడా మెరిసే కళ్లతో త్వరలో నీ కోరిక తీరునుగాక అన్నట్లు సంకేతించాడు.

అతను ఒక్కసారి గట్టిగా నవ్వి తన గుర్రాన్ని అదిలించి ప్రాంగణాన్ని దాటాడు, పిల్లలు ఉత్సాహంగా అతన్ని అనుసరించారు.

6

తృత్సు రాజ్యానికి మూడుపక్కలా పరుష్ణి, విపాశా, శతుద్రి అనే నదులూ నాలగవ పక్క పర్వతాలూ సరిహద్దులుగా వున్నాయి. ఈ నదులనే కొన్ని తెగలు రావి బియాస్, సట్లెజ్ అని కూడా అంటారు. ఇవి గ్రామానికి పశ్చిమంలోనూ, తూర్పులోనూ, దక్షిణంలోనూ వున్నాయి. ఈ నదులన్నీ కూడా ఒకదానినొకటి దాటుకుంటూ, ఒకదానికొకటి ఉప నదులుగా ప్రవహిస్తూ వుంటాయి. అవి పర్వత పాదాలలో అదృశ్యమౌతూ వుంటాయి. వాటి దిశను మార్చుకుంటూ కూడా వుంటాయి. యమునా అని పిలిచే నది సరస్వతీ నదికి ఉపనది. కొన్ని తెగలవారు పరుష్ణీ నదిని సరయూ నదికి పిల్లలాంటిది అంటే తృత్సు తెగమాత్రం సరయూనే పరుష్ణికి పిల్లలాంటిదంటుంది. ఎందుకంటే సరయూనది ఒక్కొక్క ఋతువులోనే వచ్చే జలపాతం వంటిది. అంతేకాక అది సంవత్సరాలకొద్దీ అంతర్ధానం అవుతూ వుంటుంది కనుక. పరుష్ణి నది ఎల్లకాలమూ ప్రవహించే జీవనది. ఈ సారవంతమైన ఒండ్రునేలను పంచనదీ ప్రాంతం అంటారు. ఈ అయిదు నదులూ ప్రవహించే నేలలన్నిటిలోనూ తృత్సు భూమి మిక్కిలి సారవంతమైనది. వారి గ్రామం తమను తాము రక్షించుకోడానికి ఎదుటివారిపై దాడి చేయడానికీ కూడా అనువైన చోట వున్నది. ఎందుకంటే శక్తివంతమైన నదులు దానికి మూడుపక్కలా సరిహద్దులుగా వున్నాయి. పైగా ఈ భూమికి ఈశాన్యం మూలన భయంకరమైన శివాలిక్ పర్వతాలున్నాయి.

అయితే తృత్సు ప్రజలెప్పుడూ ఆ భూమి తమకే స్వంతమని భావించరు. ప్రస్తుతం భూమిని ఆస్తిగా పరిగణించాలనుకుంటున్న

కాలంలో కూడా. తాము అక్కడుండడం ఆ భూమికి సేవ చేయడానికేనని వారు అనుకుంటారు. యాదవవంశ మూలపురుషుడైన యదుకాలం నుంచీ అక్కడొక సైనిక స్థావరాన్ని నిర్మించి తూర్పునుంచీ, పడమరనుంచీ మ్లేచ్ఛులు దండెత్తి రాకుండా ఆ భూమిని రక్షిస్తున్నారు. యుద్ధం చెయ్యడమే ధ్యేయంగా గల మ్లేచ్ఛులు చాలామంది వున్నారు. హిమాలయాలకు ఆవలవున్న సుదూర తూర్పుదేశాల ఎత్తైన మైదాన ప్రాంతాలనుంచీ పరియాత్ర పర్వతపంక్తుల మీదుగా దిగివచ్చి ఈ పంచ నదుల సారవంతమైన భూములమీద దండెత్తేవారు. ఇష్టమొచ్చినట్టు దోచుకునిపోయి తమ గొప్పను ఇతర మ్లేచ్ఛ తెగలకు చెప్పి వారిని కూడా ప్రోత్సహించేవాళ్ళు. దేశాల మధ్యా, జాతుల మధ్యా, తెగల మధ్యా కూడా తలెత్తుతున్న చీలికలవలన ఈ దండయాత్రలను ఆపడానికి సైనిక స్థావరాలు అవసరమయ్యాయి.

ఈ మ్లేచ్ఛ దండయాత్రలను ముందుగానే అరికట్టివుండకపోయి నట్లయితే ఈ సారవంతమైన పంచనదీ ప్రాంతం అల్లకల్లోలమయి వుండేది. ఈ భూమిని కాపాడింది తృత్సు తెగవారే. అందువలన వారే దానిని తమ స్వదేశంగా చేసుకున్నారు. వారు ప్రకృతి సహజవనరుల ఖజానా అయిన ఆ భూమిపై సదా నిఘా వేసి కాపాడుకుంటూ వస్తున్నారు. భౌగోళిక సౌందర్యమేకాక, ఆధ్యాత్మికత కూడా వెల్లివిరిసిన ప్రాంతమది. వాళ్ళు కేవలం తూర్పు ప్రాంతాన్నే కాపాడలేదు, మొత్తం ఉపఖండాన్నే కాపాడారు. మొత్తం దక్షిణ ద్వీపకల్పాన్నే కాపాడారు. అక్కడ వారి సోదర తెగలు తమ స్వంత సంస్కృతినీ, అస్తిత్వాన్ని నిర్మించుకున్నారు. తమ స్వంతభాష అయిన సంస్కృతాన్ని అభివృద్ధి చేసుకున్నారు. సుదూర ప్రాంతాలకు చెందిన ప్రజల వరకూ విస్తరింపచేశారు. ఆ కాలంలో పరియాత్ర పర్వతశ్రేణి నాగరిక ప్రపంచానికి ప్రవేశద్వారంలా వుండేది. ఈ ఉపఖండం ఒక అద్భుతమైన ఆభరణంవలె భాసించింది.

శివాలిక్ పర్వతాలు తృత్సు భూమికి ఉత్తరంలోనూ, వాయువ్య దిశలోనూ వున్నప్పటికీ, ఒక ముఖ్యమైన శిఖరం ఆగ్నేయ సరిహద్దులోనూ,

విపాశానదీముఖంగానూ వున్నది. ఈ శిఖరం తన పరిసరాలకన్న కొంత ఎత్తుగా వుండి ఆ పరిసరాలలో మరిగుజ్జుల మధ్య ఒక మహాకాయుడిలా కనిపిస్తూ వుంటుంది. దానికి ఉత్తరంగా వున్న పర్వతాలకన్న భిన్నంగా వుంటుంది. అద్భుతమైన ఈ శిఖరంపై మొలిచిన మొక్కల పచ్చదనం మంచి శీతాకాలంలో హిమపాతాన్ని కూడా ఆకర్షిస్తుంది. ఈ హిమపాతమూ వర్షపాతమూ కలిసి శిఖరాగ్రంపైన కొన్ని రాళ్ళు బయటికి వచ్చి నున్నగా కనిపిస్తాయి. వర్షాకాలానంతరం వచ్చే శరదృతువులో ఈ శిఖరం ఒక బట్టతల పెద్దమనిషిలా కనిపిస్తుంది.

ఈ శిఖరానికి తృత్సు తెగవారు "ఉత్తుంగ" అని పేరు పెట్టారు. ఉత్తుంగమంటే బాగా పొడవైనదని అర్థం.

ఆ ఉత్తుంగ శిఖరానికే ఇప్పుడు తన పిల్లలతో సుదాస్ బయలు దేరింది. అరుదైన సందర్భాలలోనే సుదాస్ పిల్లల్ని అక్కడికి తీసుకు వెడతాడు. వాళ్లకి అక్కడిదాకా గుర్రపుస్వారీ, అక్కడినుంచీ పర్వతారోహణా మిక్కిలి ప్రీతిపాత్రమైనది. ఆ పర్వతంపై ఎగుడుదిగుళ్ళు తక్కువగా వుండడానా, నలిగిన దారి కావడాన గుర్రాలు చాలా ఎత్తువరకూ కొండ ఎక్కగలిగాయి. మిగిలిన కొద్ది వందల గజాల కొండ ఎక్కడం ఆ తొమ్మిదేళ్ళ అమ్మాయి ఇంద్రాణికీ, పదకొండేళ్ళ అబ్బాయి ఇంద్రౌత్‌కూ కాస్త కష్టం అయింది, కానీ అసాధ్యం కాలేదు. తమ తండ్రికి తమ పర్వతారోహణ సామర్థ్యాన్ని చూపించడానికి ఇద్దరూ పోటీపడ్డారు. అంత చల్లని వాతావరణంలోనూ ఇద్దరి మొహాల మీదా చెమట ధారలు కట్టింది. చివరికి ఇద్దరూ శిఖరాగ్రానికి చేరి ఒకర్నొకరు చూసుకుంటూ నేనే ముందంటే నేనే ముందనుకున్నారు.

సుదాస్ వారిద్దరి భుజాల మీదా చేతులు వేసి, వారి ఆసరాతో పైకి ఎక్కుతూ "ఇద్దరూ ముందే" అన్నాడు.

వాళ్ళిద్దరూ ఒకరి ముఖం ఒకరు చూసుకున్నారు.

"నువ్వు నాకన్న చిన్నదానివైనా బాగా ఎక్కావు" అన్నాడు ఇంద్రౌత్ దుడుకుగా.

"పిల్లవాడివైనా బాగానే ఎక్కావు నువ్వు" అంది ఇంద్రాణి భుజా లెగరేస్తూ.

"నేనేం పిల్లవాడిని కాదు..." అనబోయాడు ఇంద్రౌత్. కానీ వెంటనే అతన్ని అడ్డుకుంటూ, "అంటే నువ్వు మగవాడివని తన ఉద్దేశం. నువ్వింక పెద్దవాడివయావనీ పిల్లవాడివి కావనీ తనకి తెలుసు. అంతేకదా, ఇంద్రాణీ?" అన్నాడు సుదాస్.

ఇంద్రాణి అన్నవంక అనుమానంగా చూసింది. అతను కళ్ళు చికిలించాడు. ఆమె నవ్వింది. "అవును నాన్నగారూ, నా ఉద్దేశం అదే! వాడు పెద్దవాళ్లలాగ బాగా ఎక్కాడని" అంది. తోబుట్టువుల చిరుకలహాన్ని నివారిస్తూ. ఉన్నట్లుండి నవ్వేస్తూ "ఇద్దరం సమానమే" అన్నాడు ఉదారంగా ఇంద్రౌత్.

ఇంద్రాణి తల ఊపి, "చాలా దగ్గర పోటీ" అని తన పొడవాటి జుట్టును భుజాల మీదుగా ఎగరేస్తూ ఇంకా ఎక్కవలసిన కొద్ది గజాల దూరాన్ని చూసింది. "ఇప్పుడు మనం పైకి పరిగెత్తుదామా? నేను నీకన్న ముందు పోగలనని పందెం" అన్నది.

"ఇంకా పరుగులొద్దు, పందాలొద్దు. మీరు వశిష్ఠులవారి ధ్యానానికి భంగం కలిగించకూడదు" అన్నాడు సుదాస్ వెంటనే. ఇద్దరూ సుదేవిని అనుకరిస్తూ హుందాగా ఒకేసారి తల ఊపారు. వాళ్ళిద్దరి తలలనూ ప్రేమగా నిమిరాడు సుదాస్. పిల్లలుండడం ఎంత బాగుంటుంది! వాళ్ళు మరికొంత ముందు సాగుతూండగా ఉన్నట్లుండి అతని చేతివెనుక వెచ్చగా అనిపించింది. తల ఎత్తి చూస్తే ఈశాన్య పర్వతశ్రేణి మీద పొగమంచు కరిగి ఉదయిస్తూన్న సూర్యకిరణాలు పైకి చొచ్చుకు వస్తున్నాయి.

"వుండండి. కొంచెంసేపు కూర్చుని సూర్యదేవుడు మనని వెచ్చ బరచనివ్వండి" అన్నాడు సుదాస్. కొన్ని శతాబ్దాల వర్షమూ, హిమపాతమూ వలన నున్నబడిన ఒక రాయిమీద కూర్చున్నారు వాళ్ళు. అంతకు రెండు

గంటలముందే సూర్యోదయం అయినా పొగమంచు వలన ఆయన బయటికి రాలేకపోయాడు. మంచు టోపీ పెట్టుకున్న శివాలిక్ పర్వతాల మీద నుంచీ సూర్యుడిని చూడడం అద్భుతమైన అనుభవం. ఆ నారింజ రంగు అగ్నిగోళం తన శరీరాన్ని వెలిగిస్తున్నది. అతను తనకిరుపక్కలా కూచున్న తన కొడుకునీ, కూతుర్నీ చూశాడు. స్వచ్ఛమైన, శుభ్రమైన వెలుగు పడుతోంది వాళ్ల మొహాల మీద. వాళ్ల పోలికలు అచ్చంగా తన భార్యవే. ఈ రోజు తనకి చాలా బాగుంటుందనిపించింది అతనికి. ఏ రోజైతే మనం ప్రేమను అనుభూతిస్తామో ఆ రోజు తప్పకుండా మంచి రోజే.

అతను తన భుజం మీదుగా వెనక్కి చూసాడు. నైఋతి మూల నుంచీ వర్షమేఘాలు కమ్ముకొస్తున్నాయి. ఈ రోజు భారీవర్షం కురిసేలా వుంది. కురవనియ్. వరుణదేవుడైన ఇంద్రుడు తమ అధిదేవత. ఆయన భృత్యులను కోప్పడాలనుకున్నా, తడిపి ముద్ద చెయ్యాలనుకున్నా అది ఆయన హక్కు. కాగా ఈ అదనపు వర్షం నదులకు మేలు చేస్తుంది. తాము చేస్తున్న నీటిసరఫరా పనులకు కూడా భారీ వర్షం అవసరమే. ఎంత వర్షం వస్తే అంత మంచిది. అంతా ఇంద్రుని ఆశీస్సు.

ఏది ఏమైనా ఈ రోజు మంచిరోజు. ఆ నమ్మకాన్ని ఏదీ భంగం చెయ్యదు.

7

గురువు వశిష్టులు ఒక్కరే లేరు అక్కడ. ఆయన ధ్యానంలోనూ లేరు.

సుదాస్, అతని పిల్లలూ ఇంకా కొంత దూరంలో వుండగానే వారికి రెండు కంఠాలు వినపడ్డాయి. ఒకటి ఆగ్రహపూరితమైనది, రెండవది శాంతసుందరమైనది. కొండశిఖరంపైన వీస్తున్న గాలి ఏ శబ్దాన్నీ స్పష్టంగా విననివ్వడం లేదు. కానీ ఆ రెండు కంఠాలూ ఆమాత్రం వినపడ్డాయంటే వాటిలోని ఉద్వేగ తీవ్రతని అర్థం చేసుకోవచ్చు.

ఇంద్రాణీ, ఇంద్రౌత్‌లు ఒకరివంక ఒకరు కుతూహలంగా చూసుకున్నారు. కానీ తండ్రిని ఏమీ అడగలేదు. వాళ్ళిదివరకు ఇద్దరు వ్యక్తుల మధ్య ఇటువంటి వాదనలు విని వున్నారు. ముఖ్యంగా ఆ ఇద్దరి మధ్య.

ఉత్తుంగ శిఖరాగ్రం ఒక పెద్ద మనిషి బట్టతలవలెనే వుంది. పైనుండే రాతిపలకలు వర్షం వలనా, హిమపాతం వలనా పైన కొద్దిగా గుంటలు పడ్డాయి. బహుశా కొన్ని లక్షల శీతాకాలాల ప్రభావం కావచ్చు ఇది. మిట్టపల్లాలుగా వుండి సగం మైదానం వలె కనిపించే ఆ ప్రదేశాన్నుంచీ పూర్తిగా నున్నగావున్న చోటికి ఎక్కారు సుదాస్, అతని పిల్లలు. అక్కడ గుంటలా ఏర్పడి నీళ్ళూ నిలవవుండే వీలుగా వుంది. అయితే అది నడవడానికి అడ్డంకిగా లేదు. తృత్సు తెగ తలుచుకుని వుంటే అక్కడొక కోటలాంటిది కట్టుకుని వుండొచ్చు. అతని పూర్వీకులు ఆ విషయం గురించి చాలాసార్లు ఆలోచించారని అతనికి తెలుసు.

కానీ ఎందుకు కట్టడం? ఉత్తుంగ శిఖరం తృత్సు భాగానికి

సుదూర దక్షిణంలో వున్నది. ఆ భూభాగంలో అనేకమంది నాగరీకులైన తెగలు పరస్పర స్నేహభావంతో నివసిస్తున్నాయి. మిత్రులు కానివారి మధ్య కూడా తటస్థభావాలే కానీ శత్రుత్వం ఏమీలేదు. ఆగ్నేయంనుంచీ, నైఋతినుంచీ ఏ ప్రమాదం లేదు. ఉన్న ప్రమాదమల్లా ఉత్తరంనుంచీ పశ్చిమంనుంచే. అటునుంచే మ్లేచ్ఛులూ ఇతర బర్బర తెగలూ దండెత్తి వస్తారు. ఉత్తుంగే కనుక ఉత్తరంలో వుండి వుంటే సుదాస్ తండ్రి కానీ అతని పూర్వీకులు కానీ దాని మీద తప్పకుండా ఒక కోట కట్టి వుండేవారు. కానీ ప్రస్తుత పరిస్థితిలో దాన్నొక విహారకేంద్రంగా వుంచవచ్చు కానీ తృత్సు తెగవారు స్వార్థమైన విలాసాలకు తలవొగ్గరు. వాళ్ళు రక్షకులు. తమ తెగను, తమ భూభాగాలనూ, పరిసరాలనూ విదేశీయుల నుంచీ రక్షించుకునే విధిలో వుంటారు. బద్ధకంగా విలాసాలలో మునిగి తేలరు.

అందువలన ఈ శిఖరాన్ని ఇంద్రునికి అంకితం చెయ్యాలని చాలాకాలం క్రిందటే నిర్ణయించారు. ఆ శిఖరంపైన వున్న ఒక సాధారణ రాతి కట్టడం ఇంద్రుని చిహ్నం.

ఆ కట్టడం వైపే సుదాస్ అతని పిల్లలూ ఇపుడు నడిచి వెడుతున్నారు. తృత్సు భరతులకు ఇంద్రుడు ఇష్టదేవత. ఆయనకు అంకితం చేసిన ఏ చిహ్నమైనా ఆయన వరాలైన వానా నీరూ గాలీ ఉరుములూ మెరుపులకు విడిచిపెట్టాలి కానీ దానిమీద ఒక కప్పుకానీ చుట్టూ ఒక దడి కానీ వుండకూడదు. ఉత్తుంగ మీద ఉన్నది ఆ కొండపైనుంచీ తీసిన రాయిపై చెక్కినది. దానిమధ్య ఒక అగ్నిస్థానం వున్నది. పక్కన పొడవాటి కర్రలు పాతి తెగకు చిహ్నమైన పతాకాన్ని ఎగరేసారు. అది అగ్నికి నివాసం. అక్కడే తృత్సు తెగ గురువు అగ్నిహోత్రాన్ని ఆరిపోకుండా చూసుకుంటూ వుంటారు.

బ్రహ్మర్షి వశిష్ఠుడు సుదాస్ కుటుంబానికి కులగురువు. అతనికి మార్గదర్శి ముఖ్య సలహాదారు. వారి పూర్వీకులకూ, ముందుతరాల వారికీ కూడా గురువు. వారు చేసే క్రతువులన్నింటికీ బాధ్యత వహించే వాడు. పనులేవీ లేనప్పుడూ, తీరికవేళల్లో ఆయన ఇక్కడ ఏకాంతంగా

ధ్యానం చేసుకుంటూ వుంటాడు. ఈ రోజు ఈ సమయంలో ఆయన అట్లా ఏకాంతంలో ధ్యానముద్రలో ఉంటాడనుకున్నాడు, లేదా తృత్సు తెగ తీసుకోబోయే నిర్ణయాలను గురించి ఆలోచిస్తూ వుంటాడనుకున్నాడు సుదాస్.

కానీ అప్పటికే అర్థమైంది. ఆయన ఏకాంతంగా లేరు. ధ్యానం లోనూ లేరు.

ఇంద్రునికి నిలయమైన ఆ పవిత్ర స్థలంలో కాషాయంబరధారులైన ఇద్దరు బ్రాహ్మణులున్నారు. ఒకరు పొడవుగా దాదాపు సుదాస్ అంత పొడవుగా వున్నారు. రెండవవారు మరికొంచెం పొడవుగా ఒకప్పుడు క్షత్రియుడై వుండీ, ఇప్పుడు బ్రాహ్మణుడైనట్లు తలపిస్తూ వున్నారు. ఆయనే బ్రహ్మర్షి విశ్వామిత్రుడు. అక్కడ ఆయన్ని చూడడం సుదాస్‌కి నచ్చలేదు. విశ్వామిత్రుడు అక్కడ వున్నట్లు తెలిసివుంటే తన పిల్లలను తీసుకువచ్చే వాడు కాదు.

వాళ్ళు వచ్చేముందు గట్టిగా వినపడిన కంఠం విశ్వామిత్రుడిదే. ఒకప్పుడు యోద్ధుడైన రాజు కావడాన ఆయన కంఠం ఆజ్ఞాపిస్తున్నట్లే వుంటుంది. తనదైన ఒక నిశ్చిత పద్ధతి కూడా వుంటుంది. ఆయన రాజైనప్పుడు అనంతంగా యుద్ధాలు చేసేవాడు. ఆయన ఈ రణ దాహాన్ని ఎదుర్కోవడానికి శత్రువులంతా ఏకమయ్యేవారు. రాజ్యాన్ని త్యాగంచేసి తపస్వి అయినాక కూడా ఆయన స్వభావంలో పెద్ద మార్పు రాలేదు. ఆధ్యాత్మిక లక్ష్యాలను సాధించే విషయంలో కూడా అదే పద్ధతి ఆయనది. ఆయన శపిస్తాడనే భయంతో బ్రహ్మ కూడా ఆయన కోరికలను నిరాకరించలేకపోయేవాడంటారు. ఆయన గౌరవప్రతిష్టలు తెలిసిన ఏ రాజైనా, క్షత్రియుడైనా ఆయన ఎప్పుడొచ్చి గురుదక్షిణ అడుగుతాడోనని ఆయన రాకకు సంసిద్ధంగా వుండేవారు. ఆ గురుదక్షిణ క్షత్రియ వర్ణానికి చెందినవారందరూ బ్రాహ్మణులకు ఇవ్వవలసినదే. అది గురువులకు శిష్యులు ఇచ్చేది. తను అప్పులపాలైనా, కుప్పకూలినా, నాశనమైనాసరే రాజులంతా ఈ గురుదక్షిణ ఇచ్చి తీరాలి.

విశ్వామిత్రుడికి ఋణపడనివాడూ, ఆయనకి భయపడనివాడూ ఎవరైనా వుంటే ఆయన వశిష్ఠుడే. అతన్ని ఎదిరించి నిలబడినవాడు ఈయనే. సప్తర్షులందరికన్న పెద్దవాడు. వీరిద్దరికీ చాలాకాలంగా విభేదాలున్నాయి. అందువల్లనే సుదాస్ పూర్వీకులు వశిష్ఠుడిని తమ అధికారిక గురువుగా ఎంచుకున్నారు. భరత తెగలన్నింటికీ విశ్వామిత్రుడే గురువైనా సరే అని!

విశ్వామిత్రుడి ఆగ్రహ వదనాన్ని చూసి మళ్ళీ వారిద్దరిమధ్యా పూర్వపు కోపతాపాలేవో రగులుకుంటున్నాయనిపించింది సుదాస్‌కి. మళ్ళీ కొత్త వివాదానికి తెరలేవబోతున్నదనుకున్నాడు.

8

"వివేకంతో పునరాలోచించు. మళ్ళీ ఒకసారి సద్బుద్ధితో ఆలోచించు" అంటున్నాడు విశ్వామిత్రుడు.

ఆయన ముఖం మీద స్పష్టంగా కనపడుతున్న గీతలూ ఆయన కంఠంలోని కఠినత్వమూ యుద్ధానికి కాలు దువ్వుతున్నట్లనిపిస్తున్నదే కానీ ఒక బ్రాహ్మణుడి సలహావలె లేదు. సుదాస్, పిల్లలతో అగ్నిస్థానం వద్దనే ఆగిపోయాడు. ఉత్తుంగ శిఖరం మీద గాలి చాలా తీవ్రంగా వుండి మాటలు నోటినుంచీ రాక పూర్వమే అందులో కలిసిపోతున్నాయి. అయినప్పటికీ విశ్వామిత్రుడి మాటలు స్పష్టంగా వినపడుతున్నాయి. ఈ దురదృష్టకర సంఘటనను తన పిల్లలు ఎదుర్కొని వుండకూడదనుకున్నాడు సుదాస్.

గురు వశిష్ఠులు, యోగులకు సహజమైన ప్రశాంత వదనంతో, అదే కంఠంతో "తృత్సు భరతులు ధర్మం తప్పరు. వారికెంత వ్యతిరేకత ఎదురైనా వారి గురువుగా నేను వారిని సమర్థిస్తాను. అది నా ధర్మం" అన్నాడు.

విశ్వామిత్రుని వెండి గడ్డాన్ని గాలి ఒక ఊపు ఊపింది. అది ఆయన ఆగ్రహాన్ని బలవంతంగా అణిచిపెట్టుకుంటున్నట్లుగా అనిపించింది. ఆయన ఆగ్రహావేశాలు ఎరిగి వున్నందున అట్లా అనిపించింది. ఆయన మాటలు కొనసాగిస్తున్నా ఆయన కళ్ళల్లోని క్రోధమూ వణికే కంఠమూ రాబోయే ప్రమాదాన్ని సూచిస్తూనే వున్నాయి.

"నువ్వు ప్రమాదకరమైన మార్గంలో వెడుతున్నావు, వశిష్ఠా! అది

ఒక వంటరి త్రోవ. విశ్వాసఘాతుకమైన మార్గం. అట్లాగే వెడితే నువ్వు తృత్సులను నదిలో ముంచేస్తావు. అక్కడ వారు కర్మకాండలు కూడా లేకుండా సమసిపోతారు. ఎప్పటికో కాంతిహీనమైన వారి ఎముకలని తాబేళ్ళు పైకి లాక్కు వస్తాయి."

వశిష్ఠుడు విశ్వామిత్రుని బెదిరింపులకు ఏమాత్రం చలించకుండా ఒక్కక్షణం తలతిప్పి ఉత్తరంవైపు తృత్సు నగరాన్ని చూశాడు.

"మనందరికీ కడకు మృత్యువు అనివార్యం, విశ్వామిత్రా! నా పూర్వ శిష్యుడిగా నీకాసంగతి తెలుసు. నీకు నేను తారకమంత్రం ఉపదేశించి దాని విలువ గురించి బోధించి వున్నాను. ఒకరోజు మనందరం నదిని దాటవల్సిందే. అవతలి ఒడ్డుకు చేరతామో నదిలో మునిగిపోతామో అనేది పట్టించుకోవలసిన సంగతి కాదు. దహనమో, ఖననమో, శవాలమై చెట్లకు వేలాడడమో, నీళ్ళులేని బావుల్లో తేలడమో, తోడేళ్ళకు ఆహారం కావడమో, మాంసఖండాలమైపోవడమో, మన శరీరాలను యము డేవిధంగా తీసుకుపోతాడో! కానీ ముగింపు మాత్రం ఒక్కటే. అందుకని పరిస్థితులెలావున్నా, పర్యవసానాలెలావున్నా మన విధిని సక్రమంగా నిర్వర్తించి వెళ్ళిపోవాలి. మన విశ్వాసాలనూ, ఆదర్శాలనూ వదులుకుని చాలాకాలం బ్రతికేకన్నా మన నమ్మకాలను నిలబెట్టుకోవడానికి పోరాడుతూ చనిపోవడం మంచిది. మన సిద్ధాంతాలను పాతిపెట్టుకుని సాధించే విజయం బోలుది" అన్నాడు. అప్పుడు విశ్వామిత్రుని కంఠం నుంచీ వెలువడిన శబ్దం కోపం వచ్చిన మృగం చేసే శబ్దంలా వుంది. ఆయన వశిష్ఠుని మీద దాడి చేయబోతున్నాడేమోనని సుదాస్ ముందుకి కదిలాడు. ఆ శబ్దం కేవలం నిరాశతో చేసినదేనని గ్రహించి వెనక్కు తగ్గాడు.

"నీ అతీత యోగదృష్టి ఇక్కడ పనిచెయ్యదు వశిష్ఠా! ఇది సిద్ధాంతాల ధర్మాల మధ్య జరిగే యుద్ధం కాదు. ఇది ఒక లక్ష్యం సాధించడానికి జరగబోయే యుద్ధం. నువ్వు తృత్సులకు వివేకం బోధిస్తావో వారి వినాశనానికి దారిచూపిస్తావో నీ ఇష్టం. నీ ధర్మపన్నాలు చాలా విన్నాను.

ఇప్పుడు చెప్పు, నువ్వు గురువుగా తృత్సులను వారు చేయబోయే పనిలో అర్థం వుందో లేదో ఆలోచించుకోమని చెబుతావా? లేదా?"

వశిష్ఠుడు చిరునవ్వుతో, "నేను నా విధి నిర్వహిస్తున్నాను. ఈ విషయంలో తృత్సులే వారి పనిలో అర్థాన్ని చూసుకుంటారు. సుదాస్ తెలివితక్కువవాడు కాదు. ఆయన పూర్వీకులు చేసుకున్న ఒప్పందాన్ని ఆయన నువ్వు చెప్పావని ఉల్లంఘించడు. ధర్మానికి కట్టుబడతాడు. నేను వేరే విధంగా చెప్పినా చెయ్యడు. నువ్వు నన్ను చెయ్యమని చెప్పిన పని నా విధి కాదు."

విశ్వామిత్రుడు వశిష్ఠుని వంక తీవ్రంగా చూశాడు. "అయినా అతన్ని నువ్వు ప్రభావితం చెయ్యగలవు. అతను నీమాట వింటాడు. నీ వివేకాన్ని అతను విశ్వసిస్తాడు. నువ్వు అతని గురువువి."

"అతని గురువుగా అతనికి ఏది మంచిదో ఆ సలహా మాత్రమే నేనివ్వగలను. నువ్వు చెప్పేది వివేకం కాదు. పిచ్చితనం."

"ఒక తెగ, ఒక కుటుంబం, ఒక మనిషి నిలిచి వుండాలనుకోవడం పిచ్చితనమా? బ్రతికి వుండాలనుకోవడం పిచ్చితనమా? ధనమూ, అధికారమూ వద్దనుకోవడం పిచ్చితనమా? గెలవలేని కష్టాలను అధిగమించడానికి మనం చెయ్యాల్సిన పని చెయ్యడం పిచ్చితనమా?"

ఆ ఇద్దరి వాదనా తనకి వినపడ్డప్పటినుంచీ విశ్వామిత్రుని కంఠం కాస్త మెత్తబడడం ఇదే మొదటిసారి, సుదాస్‌కి ఇప్పుడా కంఠంలో తమపట్ల నిజాయితీతో కూడిన ఆసక్తి కనపడుతున్నది. పెద్దవాడూ, గురువూ అయిన ఒక వ్యక్తితో మాట్లాడేటప్పుడు వుండవలసిన గౌరవం కనిపిస్తున్నది. సుదాస్‌కది హృదయానికి పట్టింది. ఏదో ఒక నిర్ణయం ఆవిర్భవించనున్నదనిపించింది.

తన నెమ్మదైన ఈ కొత్త స్వరంలోనే విశ్వామిత్రుడు మళ్ళీ, "వశిష్ఠా! నేను నిన్ను బ్రతిమిలాడుతున్నాను. నా హెచ్చరిక వినకపోవడమే నిజమైన పిచ్చితనం. పరిస్థితులలోని వాస్తవికతని తెలుసుకోకపోవడమే పిచ్చితనం.

రాజీకి వచ్చి ఓటమిని హుందాగా అంగీకరించకపోవడమే పిచ్చితనం. మనకి ప్రియమైన వాటన్నిటినీ ప్రమాదంలో పడేసి ఒక తెగ మొత్తాన్ని నాశనం చేసుకోవడం పిచ్చితనం. ఇప్పటికి మించిపోయింది లేదు. సుదాస్‌తో మాట్లాడు. అతనికి హేతువు బోధించు. ప్రపంచం మారుతున్నది. పాతపద్ధతులకి కాలం చెల్లిపోతున్నది. ఇది ధనానికీ, అధికారానికీ పెద్దపీట వేసే కాలం. ధర్మానికి కాలం చెల్లిపోయింది. ఇది యుద్ధకాలం. ఇక్కడ నిలిచి బ్రతకడానికి బలం కావాలి. తన ప్రజలకి ఏది మంచిదో రాజుకు తెలియాలి. వివేకంతో, విచక్షణతో ప్రవర్తించాలి. ఈ పరిస్థితిలో ఆత్మశోధనా, మార్పూ అవసరం."

విశ్వామిత్రుడు వెనక్కి తిరిగి కొన్ని అడుగులు నడిచాడు. తనకీ, వశిష్ఠునికీ కొంతదూరం ఏర్పడేలాగా. అగ్నిస్థానం చివరకు వచ్చి తన చేతులు రెండూ చాపి తన చేతిలోని కర్రను మొత్తం అయిదు నదుల రాజ్యాన్నంతా చుడుతూ నిలబడ్డాడు. అప్పుడాయన ఒక శక్తిశాలిగా, గంభీరమైన వ్యక్తిగా కనిపించాడు. గాలి బలంగా వీస్తున్నది. అది ఆయన మాటలకు తన శబ్దాన్ని జోడిస్తున్నది.

"కలికాలం దాపురించింది. రాబోయే కాలంలో ఇనప భాషను అర్థం చేసుకోగలవాళ్ళదే మనుగడ. ఇనుముకి ధర్మం లేదు. ఇనుము వంశాన్ని తునియలు చేస్తుంది. ఎముకలు విరగగొడుతుంది. మాంసమూ, ఎముకలూ లేకుండా ధర్మం ఎక్కడ నిలుస్తుంది?" కాలం మారుతున్నది. సారవంతమైన ఈ పంచనదీ భూభాగంలో సంపదను కొల్లగొట్టడానికి ఇనప మనుషులు కాచుకుని వున్నారు. వారితో పొత్తు పెట్టుకునేవారికి కూడా ఆ సంపదలో భాగం దక్కుతుంది. వారిని వ్యతిరేకించేవారు మూర్ఖంగా ముక్కలైపోతారు. ఆ అధికారాన్ని చేజిక్కించుకున్నవాడే సార్వభౌముడౌతాడు. వాళ్ళు కోరుకున్నదంతా వాళ్లకి దక్కుతుంది. దాన్ని ఎవరూ కాదనలేరు."

ఆయన వెనక్కి తిరిగి తన చేతికర్రను వశిష్ఠుని వైపు చాచి, "నువ్వు మాతో వుంటావా? మాకు వ్యతిరేకంగా వుంటావా?" అన్నాడు.

9

వశిష్ఠుడు ఎక్కడ నిలబడ్డవాడు అక్కడే నిలబడ్డాడు. ఆయన విశ్వామిత్రుడి కళ్ళల్లోకి చూడలేదు. అవతలవైపూ చూడలేదు. తరువాత విశ్వామిత్రుని వైపు తిరిగాడు. ఆయన మొహం మీద చిరునవ్వు చూసి ఆశ్చర్యపడ్డాడు సుదాస్. అది సున్నితమైన దరహాసం. ఒకింత చిలిపితనంతో కూడిన దరహాసం. అటువంటి చిరునవ్వు ఇంద్రాణీ, ఇంద్రౌత్‌ల వదనాల మీదే చూడవచ్చు. ముడుతల పడి వడిలిపోయిన వశిష్ఠుని మొహం మీద అటువంటి దరహాసాన్ని చూడడం ఆశ్చర్యమే కాదు, ఆహ్లాదంగా, అభయ దాయకంగా కూడా వున్నది. ఆ అమాయకమైన చిరునవ్వూ, అది తుఫాను వంటి మరో మహర్షి మాటలను ఎదుర్కొన్న తీరూ ప్రోత్సాహకంగా వున్నది. క్రమంగా ఆ దరహాసం మాయమై, ఆయన వదనం విచార గ్రస్తమైంది. ఏదో అశుభాన్ని సూచిస్తున్నట్లుంది. విశ్వామిత్రుడి సుదీర్ఘ భాషణ కన్న భయంగొలిపేదిగా వున్నది.

"ప్రపంచాన్ని అనుకూల వ్యతిరేక వర్గాలుగా చీల్చేవాళ్ళు, అంటే ప్రపంచాన్ని మనమూ వాళ్ళూగా, నువ్వూ నేనూగా, తృత్సు భరతులుగా, ఆర్యులూ మ్లేచ్ఛులుగా, తెల్లవారిగా నల్లవారిగా, ధనవంతులుగా పేదవారిగా, యువకులుగా వృద్ధులుగా, బ్రాహ్మణులుగా క్షత్రియులుగా, స్త్రీలుగా పురుషులుగా, ద్విపాదులుగా చతుష్పాదులుగా, కుడిచేతివాటం కలవారుగా, ఎడమచేతివాటం కలవారిగా విభజించేవాళ్ళు మూర్ఖులు. ఈ పృథ్వీ మాత గర్భంనుంచీ వచ్చినవాళ్లమే అందరం. ఈ ప్రపంచం మనందరి గ్రామం. మనం అందరం ఒకరికొకరి సహాయం లేకుండా ఎవరమూ ప్రత్యేకంగా బ్రతకలేము. ఒకరితో ఒకరు పోరాడుకోవడం

అవసరమని తలిచేవాళ్ళు మనతో మనమే పోరాడుతున్నామని తెలుసుకోరు. మనం ఏ సంపదలకోసం కొట్టుకుంటున్నామో అవి అందరివీ. అందరం పంచుకోవాల్సినవి. పరస్పర యుద్ధాల వలన మనింటికీ, మన ఊరికీ మనమే నిప్పు పెట్టుకుంటున్నామని తెలుసుకోరు. మన గ్రామం మనందరి ప్రయాణసాధనం. మన మనుగడకు నిలయం. తమ ఆవులకు అవి తమవేనని తమ సోదరులవి కావనీ ముద్ర వేసుకునేవాళ్ళూ, నువ్వు మనకు అనుకూలుడివా, వ్యతిరేకివా అని తాఖీదులిచ్చేవాళ్ళూ..." అని అక్కడ ఆగి, తిరిగి విశ్వామిత్రుడినే అనుకరిస్తూ "అటువంటి భ్రమలు కలవాళ్ళు, ఎవరికి వాళ్ళే వ్యతిరేకులు. మీ యుద్ధం మీ పిచ్చితనం మీదే. మీ పోరాటం మీ మూర్ఖపు పట్టుదల మీదే. మీరు సృష్టించుకున్న ఊహాశత్రువు అనే మీ నీడతోనే. మీకు యుద్ధకాంక్ష వున్నది కనుక, మీరు యుద్ధం చేస్తారు. మీకు ఇనుము అంటే ఇష్టం కనుక ఇనుప కత్తి పట్టుకుంటారు. మీకు కండల్ని చీల్చడం, ఎముకలు విరగ్గొట్టడం ఇష్టం. ఎవరితో ఎక్కడ ఎప్పుడు తలపడతారనేది ముఖ్యం కాదు. మీకు ముఖ్యమైనదల్లా యుద్ధకాంక్ష. అధికార కాంక్ష. మీ పద్ధతులను వ్యతిరేకించి నిలబడేవారిపట్ల మీకు ద్వేషం. వెళ్ళండి వెళ్ళి మనుషులను పోగెయ్యండి. వెళ్ళి వాళ్లను రెచ్చగొట్టండి. వెళ్ళి మీ పశువుల ముద్రలను తయారుచెయ్యండి. ఈ బెదిరింపులన్నీ సింహం జూలుని గాలి బెదిరించినట్లే. సింహం జూలుని కదిలించగలరే గానీ దాన్ని పడెయ్యలేరు. చివరికి ప్రపంచం మారవచ్చు కానీ ఈ భూమి మీద నిలిచి బ్రతికేవాడు మాత్రం ఈ భూమిని గౌరవించేవాడే. దానిపట్ల శ్రద్ధ చూపేవాడే. ఒక తోటమాలి తోటను కాపాడినట్లు తల్లి భూమిని కాపాడేవాడే. కత్తులు తుప్పు పట్టిపోతాయి. గొడ్డళ్లు పదును కోల్పోతాయి, కానీ ఈ భూమి నిలిచి వుంటుంది. దాన్ని ప్రేమగా కౌగిలించుకున్న వాళ్ళు నిలిచివుంటారు. ఇక్కడనుంచీ వెళ్ళిపో, విషపు నాలిక విశ్వామిత్రుడా! నీ విషపు మాటలు నీతో తీసుకుపో! తృత్సులు ధర్మనిలయమైన వారి పూర్వీకుల భూమిమీదే వుంటారు. ఇంద్రవరుణుల నీడలో వుంటారు. వెయ్యి వర్షాలపాటు వుంటారు. నువ్వూ, నీ ఇనప నాలుకల కుట్రదారులూ

వారినేమీ చెయ్యలేరు. నేను వశిష్ఠుడిని అట్లా చాటి చెబుతున్నాను.

ఈ మాటలన్నీ వశిష్ఠుడు అంత ప్రశాంతంగానూ, నెమ్మదిగానూ అన్నాడు. ఇందాక విశ్వామిత్రుడు గాలి శబ్దంతో సమానంగా గట్టిగా మాట్లాడాడు, కానీ వశిష్ఠుడు శాంతంగా మాట్లాడిన ఈ మాటలు గాలి వున్నా కూడా సుదాస్‌కి స్పష్టంగా వినపడ్డాయి. ఒక మామూలు గుడిలో నిలబడినట్లు మాట్లాడినా వినపడ్డాయి.

తనకన్న పెద్దవాడైన బ్రహ్మర్షివైపు తీవ్రంగా చూశాడు విశ్వామిత్రుడు. ఇద్దరూ ఒకరివంక ఒకరు అదే నిశ్చయంతో చూసుకున్నారు. ఎవరూ కళ్ళు తిప్పలేదు. వెనకకు మళ్ళలేదు.

అప్పుడు విశ్వామిత్రుడు తన వయస్సునూ, వర్ణాన్నీ కూడా లెక్క చెయ్యకుండా తన దండాన్ని ఎత్తిపట్టుకుని దాన్ని గట్టిగా రాతినేలమీద కొట్టాడు. రాయి పగిలునిచ్చింది. రాయిదెబ్బతిన్న చోటినుంచీ లేచిన తరంగాలు ఒక సాలీడుగూడువలె బయట కమ్ముకోవడం చూశాడు సుదాస్. బ్రహ్మర్షి మళ్ళీ తన దండాన్ని పైకెత్తినప్పుడు అక్కడ ఇక గుంట పడివుండడం గమనించాడు. ఉత్తర ప్రాంతాలలో ప్రసిద్ధిచెందిన ఇనుము వంటి చెక్కతో చేసినదైనా, ఒక రాతిని పగలగొట్టాలంటే అదెంత బలమైనదో అయి వుండాలి. బ్రహ్మర్షి కూడా ఎంతో బలశాలి అయి వుండాలి!

అప్పటివరకూ సుదాస్ పిల్లల భుజాలమీద చేతులు వేసి నిలబడి వున్నాడు. వాళ్ళు గురు వశిష్ఠుల దగ్గరకు పరిగెత్తకుండా ఆపడానికన్నట్టు. అంతేకాకుండా తన స్పర్శతో వారికొక భరోసా కల్పించడానికి కూడా. మహర్షుల సంవాదం జరిగేటప్పుడు ఆ పిల్లలు అనుభవిస్తున్న ఒత్తిడి అర్థమైంది అతనికి. ఇద్దరు పెద్దవాళ్ళు వాదించుకుంటూ వుండగా చూడ్డం సంతోషకరంగా ఏమీ వుండదు. కానీ తమ తెగకు గురువులూ, పూజ్యులూ, వివేకవంతులూ అయిన ఈ ఇద్దరూ వాదించుకోవడమూ, ఆ వాదనకు సరైన ముగింపు లేకపోవడమూ కూడా బాగాలేదు. తను చూసిన, విన్న ఈ వాగ్వివాదానికి సుదాస్ కంపించిపోయాడు.

విశ్వామిత్రునికీ, వశిష్ఠునికీ మధ్యవున్న వైరం పురాతనమైనదనీ, తను పుట్టకముందునుంచీ వున్నదనీ సుదాస్‌కి తెలుసు. ఆ ఇద్దరు ఋషులకు మధ్య వున్న సంక్లిష్టమైన రాజకీయాలూ, అధికార క్రీడలూ సుదాస్‌కి అర్థం అవుతాయి. కనుక ఈ సంఘటన అతన్ని పెద్దగా ఆశ్చర్యపరచలేదు. అయితే గురువును "దేవా" అని సంబోధించడం, ఆయన్ని దేవునివలే గౌరవించడం నేర్చుకుంటూ పెరిగిన పిల్లలను ఈ సన్నివేశం కలవర పెట్టింది. తన చేతుల క్రింద వున్నవాళ్ల శరీరాలు కంపించిన విధానాన్ని బట్టి వాళ్ళు తమ కోపాన్ని అణిచిపెట్టుకుంటున్నట్లు అర్థమైంది సుదాస్‌కి. అతను వాళ్ల భుజాలను తట్టి ఓదార్చడానికి ప్రయత్నించినప్పటికీ తామెంతో గౌరవించి పూజించే మహానుభావులు ఇట్లా వాదించుకోవడం దాదాపు ముష్ఠిఘాతాలదాకా రావడం ఆ పిల్లలకు దిగ్భ్రాంతి కలిగించింది. ముఖ్యంగా విశ్వామిత్రుడు తమ తెగకు అత్యంత పవిత్రమైన అగ్ని స్థానాన్ని పగలకొట్టి అపవిత్రం చెయ్యడం!

విశ్వామిత్రుడు పర్వతాన్ని దిగిపోవడం కోసం తమవైపుకు రావడం చూసి ఇంద్రౌత్ తండ్రి చేతులనుంచీ తప్పించుకుని ఆయన దారికి అడ్డం రావడానికి పరిగెత్తాడు.

10

తను చూసినదాన్నీ, విన్నదాన్నీ బట్టి "గురుదేవ్! ఇట్లా ఎందుకు చేశారు మీరు? మేము మీ ప్రజలం. మీరు మా గురువు. మీరు మాకు మార్గ దర్శనం చెయ్యాలి, మమ్మల్ని కాపాడాలి. దయచేసి అట్లా కోపంగా వెళ్లకండీ" అని ఆదరంతోనే స్పష్టంగా అన్నాడు ఇంద్రౌత్.

తన దారికి అడ్డుగా వస్తూన్న ఆ బాలుడి వంక తీవ్రంగా చూశాడు విశ్వామిత్రుడు. అర్థంకాని ఒక ఉద్వేగంతో నిండిపోయింది ఆయన వదనం. అది కోపాన్ని అధిగమించిన భావం. యుద్ధకాంక్ష గుప్పిట్లో వుండే సైనికుడు వంద యోజనాల అవతలికి చూసే చూపు అది. అతని చేతిలోని దండం ఒక కత్తి వంటి, బల్లెము వంటి మారణాయుధంలా వుంది. ఒక వెయ్యిమంది సాయుధులైన అశ్వికులు కూడా ఆయనంత భయపెట్టలేరు.

మారుమాట లేకుండా ఆయన ఇంద్రౌత్‌ను తోసుకుంటూ పర్వతం దిగిపోయాడు. ఒక ఖడ్గమృగం ఒక లేడిపిల్లపై లంఘించినట్లుగా అనిపించింది సుదాస్‌కు అదృశ్యం. లేడిపిల్లైతే అక్కడినించీ పరిగెత్తి పారిపోయేది కానీ ఇంద్రౌత్ అక్కడినించీ కదలలేదు.

అతను "గురుదేవ్!" అని మళ్ళీ ఆర్ద్రంగా పిలిచాడు. బ్రతిమాలుతున్నట్లు పిలిచాడు. అయినా విశ్వామిత్రుడు ఇంద్రౌత్‌వైపు స్వారీచేస్తూ అతన్ని పడదోయడానికన్నట్లు వెళ్ళాడు. చిన్నారి ఇంద్రాణి తండ్రి చేతుల నుంచీ తప్పించుకుని అన్నవైపు ఉరికింది. ఆమె కూడా "గురుదేవ్" అని ప్రార్థనాపూర్వకంగా పిలిచింది. సుదాస్ ఒక్క ఉదటున పోయి కొడుకుని

త్రోవనుంచీ ఇవతలకు లాక్కువచ్చాడు. ఒక్కక్షణమాత్రంలో ఇంద్రౌత్ నిలబడ్డచోటునుంచీ విశ్వామిత్రుడు వెళ్ళిపోయాడు. కొడుకుని నెమ్మదిగా క్రింద నిలబెట్టి బ్రహ్మర్షి వెళ్ళినవైపు చూశాడు సుదాస్. ఇంద్రాణి చెయ్యి పట్టుకున్నాడు. ఆ పిల్ల అన్నను పెనవేసుకుంది.

"ఇంద్రౌత్! ఆయన నిన్ను చంపేస్తాడనుకున్నాను" అంటూ రోదించింది. అన్నాచెల్లెళ్ళిద్దరూ రాతిమీద కూచుని ఒకర్నొకరు ఓదార్చుకున్నారు. వాళ్ళు సురక్షితంగా వుండడం చూసుకుని సుదాస్ వశిష్ఠుని వైపు చూశాడు.

విశ్వామిత్రుడు వెళ్ళిన దిశవైపు చూస్తూ కూర్చున్నాడు వశిష్ఠుడు. ఆయన మొహం చింతాక్రాంతమై వున్నది. దిగులు మేఘాలు కమ్ముకున్నట్లు వున్నది. ఆ ప్రాచీన వదనంలో సుదాస్ ఎన్నడూ అటువంటి భావప్రకటన చూడలేదు. ఆ మొహంపైన వుండే గీతలెప్పుడూ ఆశ్చర్యాన్నీ, ఆనందాన్నీ తెలిపేలా వుంటాయి కానీ విచారాన్ని కాదు.

ఆయనకు అభివాదం చేస్తూ గౌరవపురస్సరంగా 'గురుదేవ్' అని పిలిచాడు సుదాస్.

"గురు విశ్వామిత్రుడిక్కడికి వచ్చిన సందర్భం ఏమిటి? మీరిద్దరూ అంత తీవ్రంగా ఎందుకు వాదించుకున్నారు? ఏదో ఒక విషయంలో నన్ను హెచ్చరించమని ఆయన మిమ్మల్ని అడిగారు. అదేమిటి? అది అంత సంక్లిష్టమైనదా?" అన్నాడు.

వశిష్ఠుడు నిట్టూర్చి, రాతిమీద విశ్వామిత్రుడు గంటుపెట్టినచోట బాసింపట్టు వేసుకుని కూర్చుని "నిన్ను పునర్నిర్మాణం ఆపమని చెప్పమన్నాడు" అన్నాడు.

సుదాస్ ఉలిక్కిపడ్డాడు. గురువులిద్దరి మధ్యా జరిగిన వివాదం ఈ విషయంపైన అని అతను కనీసం ఊహించను కూడా లేదు.

"నగర పునర్నిర్మాణమా?"

"అవును. నువ్వు రేపు తెల్లవారుఝామున ఆ పని ప్రారంభించాలి.

అదే నేను పెట్టిన శుభముహూర్తం. అది ఆపమని నీకు చెప్పమని ఆయన నన్ను కోరాడు."

"నాకు అర్థం కాలేదు" అన్నాడు సుదాస్. నిజంగానే అతనికి అర్థం కాలేదు.

తృత్సు తెగవారు వారి నగరాన్ని పునర్నిర్మించుకోవాలని కొన్ని దశాబ్దాలుగా పథక రచన చేసుకుంటున్నారు. రహదార్ల నిర్మాణం, ఇళ్ళ నమూనాలు, మురుగునీటిని మళ్ళించడం వంటివన్నీ నిర్మాణశాస్త్రంలో వచ్చిన సరికొత్త పద్ధతుల ప్రకారం చెయ్యాలనుకుంటున్నారు. మానవుల చేత నిర్మింపబడే అత్యాధునిక నగరంగా దాన్ని తీర్చిదిద్దాలనుకుంటున్నారు. ప్రస్తుతం వున్న చెక్కనిర్మాణాలు వెచ్చగా సౌకర్యంగా వున్నప్పటికీ, కొందరి ఇళ్లల్లో నిత్యాగ్నిహోత్రం వుంటుంది కనుక వాటికి అగ్ని ప్రమాదాల బాధ ఎక్కువ.

ఇప్పుడు కట్టబోయే రెండంతస్థుల ఇళ్ళు, మట్టి, నీళ్ళూ, గడ్డి కలిపి ప్రత్యేకమైన బట్టీలలో కాల్చిన ఇటుకలతో నిర్మిస్తారు. ఆ ఇటుకలతో కట్టిన గోడలు దేనికైనా తట్టుకుంటాయి. ఒక ఏనుగు కుమ్మినా తట్టుకుంటాయి. ఒకదానికొకటి నిలువుగా వుండే పదిగజాల వెడల్పైన రహదారులుంటాయి. ఉత్తరం నుంచీ దక్షిణానికి కొన్ని, తూర్పునుంచీ పడమరకు కొన్నీ సాగుతాయి. ప్రతి ఇంటికీ భూగర్భ మురుగు పారుదల సౌకర్యం వుంటుంది. ప్రతి ఇంటికీ ఒక మరుగుదొడ్డి కూడా వుంటుంది. పట్టణంలోని గృహాలన్నింటినించీ వచ్చే మురుగునీరు ఒకచోటికి మళ్ళించి అందునుంచీ తయారయే వాయువులను పనికొచ్చేవిధంగా ఉపయోగించుకుని, మిగిలిన వ్యర్థాన్ని తగలబెట్టడమో, ఎరువుగా వినియోగించుకోవడమో చేసే విధంగా ప్రణాళిక చేశారు. తక్కిన తెగలు ఈ వ్యర్థాన్ని నదులలోకి వదులుతున్నాయి. సాముదాయక స్నానశాల నిర్మాణం చేపట్టి ప్రజలంతా రోజూ స్నానం చేసే ఏర్పాటు చేస్తారు. ఇందువలన భిన్న వర్ణాల, భిన్న తెగల ప్రజలు ఒక సంఘీభావ వాతావరణంలో మెలిగే అవకాశం కల్పించినట్లుగా కూడా వుంటుంది.

అనేక తెగలలో వలె తృత్సు తెగవారికి వర్ణవివక్ష లేదు. వారు అన్ని వర్ణాల మధ్య సమానత్వాన్ని ప్రోత్సహిస్తారు. వేదపారాయణ చేసే బ్రాహ్మణులైనా, జీవికకోసం యుద్ధాలుచేసే క్షత్రియులైనా, వ్యాపారం చేసే వణిజులైనా, అంతకన్న తక్కువ పనులు చేసేవారైనా అందరూ సమానులే. వీరు ప్రవేశపెట్టబోయే మురుగునీటి వ్యవస్థ వారి దైనందిన జీవితంలో రానున్న ఒక విప్లవం లాంటిది. ప్రతి ఇంటివారూ వారి మరుగుదొడ్లను వారే శుభ్రం చేసుకుంటారు. దీనికోసం నియోగింపబడిన ఉద్యోగులు మురుగును పరిష్కరించే పని మాత్రం చూసుకుంటారు. మరుగుదొడ్లు శుభ్రం చేయడానికి ఒక ఉపకులమనేది వుండే అవసరం వుండదు.

సుదాస్ దిగ్భ్రాంతి చెందినట్లుగా "గురుదేవ్! మన కొత్త నగరపు ప్రణాళిక నిజంగా ఒక విప్లవం లాంటిదని మనకి తెలుసు. ఒక్క విశ్వామిత్ర మహర్షికి ఎందుకు కష్టం దీనివలన? మన నగరాన్ని పునర్నిర్మించుకునే విషయంపై ఆయనకెందుకు కోపం?" అని ఒక్క నిమిషం ఆగి "మనం వర్ణాల మధ్య తేబోతున్న ప్రజాస్వామ్యం సమానత్వం ఆయన కోపానికి కారణమా?" అన్నాడు.

వశిష్ఠుడు కొండ మీద విశ్వామిత్రుడు తన దండంతో చేసిన సాలెగూడు వంటి పగులుని తడుముతున్నాడు. తరువాత ఆ పగులులో ఏర్పడిన రంధ్రంలోనికి తన వేలును గుచ్చాడు. ఆయన సన్నని వేలు ఒక కణుపు లోపలికి వెళ్ళడం గుర్తించాడు సుదాస్. "ఆయనకు కోపం తెప్పించినది మన ప్రణాళికలు కాదు, మన నగరమే" అన్నాడు వశిష్ఠుడు. అప్పటికీ అర్థం కాలేదు సుదాస్‌కి.

"ఈ ప్రణాళిక మా తాత కాలంనాటిది! దానినే నేనిప్పుడు ఆచరణలో పెడుతున్నాను. ఇది ఒక తెగ మొత్తానికి సంబంధించిన విషయం కనుక దీన్ని గురించి కొన్ని వందలసార్లు చర్చించాం. చర్చల తరువాత ఈ ప్రణాళిక సమితి సభల ఆమోదం కూడా పొంది, ఆఖరికి రాజముద్రకు వచ్చింది" అన్నాడు.

వశిష్ఠుడు తన చెయ్యి చాపి "ఒకసారి నీ ఖడ్గాన్ని ఇవ్వగలవా?" అన్నాడు.

తన నడుముకు వున్న ఒర నుంచీ కత్తిని తీసిచ్చాడు సుదాస్. "నేను చెప్పేదేమిటో మీకు అర్థం అవుతోందనుకుంటాను. ఇది రాత్రికి రాత్రి నేను కన్న కల కాదు" అన్నాడు.

"నువ్వన్నది నిజం సుదాస్! తృత్సు ప్రభువులూ రాణులూ ఎప్పుడూ స్వార్థపూరితమైన విలాసవంతమైన కలలు కనరు. మీరంతా ధర్మానికి కట్టుబడేవారు" అన్నాడు వశిష్ఠుడు.

తనొక ధర్మప్రభువునని సుదాస్ ఎపుడూ అనుకోడు. అట్లాగే తన వంశస్థులందరూ కూడా ధర్మానికి కట్టుబడేవారనీ కాదు. కానీ అది కాదు అసలు సంగతి. "అయితే మన నగర ప్రణాళికలో ఏ అంశం విశ్వామిత్రునికి కష్టం కలిగించింది?" మళ్ళీ అడిగాడు సుదాస్.

వశిష్ఠుడు అక్కడి రంధ్రంలోకి కత్తి మొనని దించి చూశాడు. అందులోనుంచి రాతిపొడీ, చిన్నచిన్న పాలరాతిముక్కలూ బయటికి వచ్చాయి. మాట్లాడుతూనే రంధ్రాన్ని మరింతగా తవ్వాడు.

"అదొక కోట సుదాస్! ఒక కోట అవుతుంది! మీ తాతలకు తెలిసినట్లే నీకూ ఆ సంగతి తెలుసు. రాతితో, ఇటుకలతో కట్టిన కోట అవుతుంది ఈ నగరం. బాణాలు, ఈటెలు, బల్లాలు, ఇంకా ఏ ఇతర ఆయుధాలూ చొరలేని నగరం అవుతుంది. ఆ కోటలో వున్న మీ జనం దాన్ని ఎన్నాళ్ళైనా శత్రువులనుంచీ రక్షించుకోగలరు. మురుగునీటి పారుదల కోసమూ నది, వరదనీటిని మళ్ళించడం కోసం తవ్వే కాలువలు, భూగర్భంలో దాచే ధాన్యపు పాతరలు ఈ మొత్తం నమూనాలో దాగివున్నది భవన నిర్మాణశాస్త్రం యొక్క మేధ. ఇటుకల గట్టిదనం ఈ రోజుల్లో మనకి ఒక గొప్ప రక్షణ కవచం. ఒకసారి గనుక ఈ నగర నిర్మాణం పూర్తయితే తృత్సులు ఎప్పటికీ అజేయులు కాగలరు. వారి మీదకు ఎవరూ దండెత్తి రాలేరు."

సుదాస్ నెమ్మదిగా తల ఆడించాడు. "అవును నాకు ఈ నగర నిర్మాణంలోని రక్షణ అవకాశాల గురించి తెలుసు. కానీ దానివలన ఇతరులకొచ్చిన నష్టం ఏమిటి? అది మనని మనం కాపాడుకోవడానికేగానీ ఎవరిమీదకీ దండెత్తడానికి కాదు కదా? మురుగునీటి వ్యవస్థతో ఎవరి మీదకీ పోముకదా మనం? నాకు తెలిసినంత వరకూ తృత్సు స్థావరం ఎప్పటినుంచో ఈ పంచనదుల సంగమంలోనే వున్నది. మనం దానిలో చెక్క ఇళ్ళు నిర్మించుకున్నా ఇటుకలతో కట్టుకున్నా దాని వలన మన శత్రువులకు తప్ప మరెవరికి నష్టం?"అన్నాడు.

"నీ శత్రువులే ఈ నిర్మాణానికి అడ్డుచెబుతున్నారు సుదాస్! వాళ్ళే నువ్వీ కోట కట్టడానికి ఇష్టపడడంలేదు. నువ్విది కడితే వాళ్ళకి ఇంకెప్పటికీ నీమీదికి వచ్చే అవకాశం వుండదు. అందుకనే నువ్వు నీ నగరాన్ని పునర్నిర్మించేముందే వాళ్ళు నీమీదికి రావాలనుకుంటున్నారు. ఇప్పుడు నువ్వు వారికి అందుబాటులో వుంటావు కదా?"

వశిష్ఠుడు కత్తి ఎత్తిపట్టుకుని రంధ్రంలోకి దూర్చాడు. అది పిడిదాకా దిగిపోయింది.

11

"నా న్నగారూ" అనే ఇంద్రౌత్ పిలుపు సుదాస్ ఆలోచనలను భగ్నం చేసింది. కొడుకూ కూతురూ ఆ ప్రాంతపు కొసన నిలబడి దక్షిణం వైపుగా చూస్తూ వుండడాన్ని గమనించాడతను. ఉత్తుంగ పైకి ఎక్కివచ్చే దారి దక్షిణ దిశగా వున్నది. వాళ్ళు కొండ దిగి పోతున్న విశ్వామిత్రుడిని చూస్తున్నారనుకున్నాడు సుదాస్. కానీ వాళ్ళు ఇంకా ముందుకు నది వైపుకు చూస్తున్నారు.

వాళ్ళని వెనక్కి పిలుద్దామనుకున్నాడు కానీ, గాలి ఉధృతి వలన మాట వినరాదనుకుని చేయెత్తి వాళ్ళని ఆగమన్నట్లు సైగ చేశాడు. ఇంద్రాణి సరేనన్నట్లు తల ఊపి అన్న చెవిలో ఏదో గుసగుసలాడింది. ఇంద్రౌత్ కూడా నెమ్మదిగా తల ఊపాడు. అతని చిన్నారి ముఖంలో విచారం కనపడింది సుదాస్‌కి. శారీరకంగా వాళ్లకి తల్లిపోలిక వచ్చినప్పటికీ స్వభావంలోనూ, ప్రవర్తనలోనూ వాళ్ళిద్దరికీ తన పోలికే! అతను మళ్ళీ పిల్లల మీద నుంచీ వశిష్ఠుని పైకి దృష్టి మళ్ళించాడు. ఆయన ఇంకా అక్కడ కత్తితో తవ్వుతూనే వున్నాడు. ఆ రంధ్రం పెద్దదవుతున్నది. విశ్వామిత్రుని దండపు దెబ్బకి ఆ రాయి బాగా పగుళ్ళు విచ్చింది. ఆయన కత్తితో తవ్వుతున్న కొద్దీ రాతిపొడి రంధ్రంలోకి పోతున్నది. తన సున్నితమైన శక్తివంతమైన కత్తిని ఆయన ఉపయోగిస్తున్న తీరుకు కనుబొమ్మలు చిట్లించాడు సుదాస్. స్వయంగా తన కత్తులన్నింటికీ పదును పెట్టుకునే అలవాటు అతనికి. ఒక మంచి క్షత్రియుడెప్పుడూ తన ఆయుధాలపట్ల తనే శ్రద్ధ తీసుకుంటాడు. తవ్వడానికి తన శక్తినంతా ప్రయోగిస్తున్న ఆ బ్రహ్మర్షిని చూస్తూ "గురుదేవా!" అని పిలిచి "మనం

కొత్త నగరాన్ని నిర్మించుకునే లోపుగానే మన మీదకి శత్రువు దండెత్తి వస్తాడని అనుకుంటున్నారా? అదేనా విశ్వామిత్రుని బెదిరింపు?" అన్నాడు సుదాస్.

వశిష్ఠుడు తన మొహంపైన పడిన వెంట్రుకలు పైకి నెట్టుకుంటూ, ఒక్క క్షణం చేసేపని ఆపి, సుదాస్ వంక చూశాడు. ఆయన మొహం సగం తెల్లని జుట్టుతోనూ మిగతా సగం కత్తి పట్టుకున్న చెయ్యితోనూ మూసుకుపోయి వుంది. కత్తిమొన ఇప్పటికే మొండిపడి తేజోహీనమైంది. కానీ ఏమీ అనలేదు సుదాస్.

'విశ్వామిత్రుడి బెదిరింపులు నువ్వు పట్టించుకోవద్దు. ఆయన ఎవరి పక్షాన మాట్లాడుతున్నాడో అది ఆలోచించు. ఎన్ని తప్పులు చేసినా ఆయన ఇంకా బ్రహ్మర్షే. వేదపండితుడే. ఆయన ఎవరి పక్షాన మనకి సలహా ఇస్తున్నాడో వాళ్ళు దురాశాపరులు. వాళ్ళు నీతో సంభాషణలు జరపరు. నిన్ను నాశనం చెయ్యడానికే చూస్తారు. విశ్వామిత్రుడు ఆ విధ్వంసాన్ని ఆపాలనుకుంటున్నాడు. దానికి కారణం కావద్దని నిన్ను బెదిరించడానికి కాదు" అన్నాడు వశిష్ఠుడు. గాలికి ఆయన జుట్టు మొహం మీద కదలాడుతున్నది.

సుదాస్ సందేహాస్పదంగా తల ఆడిస్తూ, "అయినప్పటికీ ఆయన నా గురువును నేను సహించలేని మాటలు అన్నాడు. మీరు కూడా ఆయన్ని అలా మాట్లాడనిచ్చి వుండకూడదు. అందుకు మీ కారణాలు మీకుండి వుండాలి" అన్నాడు.

వశిష్ఠుడు సుదాస్ వంక ఒక్కక్షణం తేరిపార చూశాడు. నెమ్మదిగా ఆయన పెదవుల మీద చిరునవ్వు వెలిగింది. కానీ అది ఆయన కళ్ళల్లో ప్రతిఫలించలేదు.

"నా శిష్యులందరిలోకీ నువ్వు వివేకవంతుడివి. నీమీద నాకు గొప్ప ఆశలున్నాయి, సుదాస్! ఆ విధ్వంసం ఎప్పటికైనా తప్పదని గుర్తుంచుకో! ఇవ్వాళ కాకపోతే రేపైనా తప్పదు. వాటిని మనం ఎట్లా ఎదురుకుంటామో

అన్నది మన గొప్పతనాన్ని తెలియజేస్తుంది. క్లిష్ట పరిస్థితి ఒకటి తారసిల్లినప్పుడు అది మన మంచికో చెడుకో కారణమౌతుంది. తెలివి కలవాళ్ళు ఎంత క్లిష్ట పరిస్థితినైనా తమని అనువుగా మార్చుకుంటారు. ఇటువంటి అత్యంత ప్రమాదకర పరిస్థితుల్లోనే మనిషికి తన శక్తిని ఉపయోగించుకునే అవకాశం దొరుకుతుంది" అన్నాడు ఆయన.

సుదాస్ ఆ వివేకాన్ని గురించి ఇంకా ఆలోచిస్తూ వుండగానే పిల్లలు మళ్ళీ పిలిచారు.

వశిష్ఠుడు వారివైపు చూస్తూ "వెళ్ళి పిల్లల సంగతి చూడు. వాళ్ళు తృత్సు వంశపు వారసులు. భారతజాతికి భవిష్యత్తు వాళ్ళే" అన్నాడు.

సుదాస్ ఇంకా ఏమో అడగాలనీ, చెప్పాలనీ కూడా అనుకున్నాడు. ఈ సమయం దాటితే ఈ అంశం గురించి మళ్ళీ గురుదేవునితో మాట్లాడ్డం కుదరదనిపించింది. వశిష్ఠుడికి ప్రతిదీ విప్పిచెప్పడం ఇష్టం వుండదు. తన శిష్యులు స్వంతంగా ఆలోచించాలనుకుంటాడు. అప్పుడప్పుడూ మాత్రమే సూచనప్రాయంగానో, నర్మగర్భంగానో వాళ్లని ఆశీర్వదిస్తూ వుంటాడు. చిన్నతనంలో కొంచెం ఇటువంటి ప్రస్తావన చిరాగ్గానే వుంటుంది. కానీ వయసు వచ్చి పరిణతి చెందుతున్న కొద్దీ సుదాస్‌కి అర్థం అయింది. ప్రతిదానికీ గురువుపైన ఆధారపడకుండా స్వతంత్రంగా నిర్ణయాలు తీసుకోవడం ఆయన తనకు నేర్పాడని అర్థం అయింది. మళ్ళీ వశిష్ఠుడు రంధ్రం తవ్వే పనిలో మునిగిపోయేసరికి ఆయన చెప్పదలచుకున్నది పూర్తయిందని అర్థం అయింది సుదాస్‌కి. తక్కిన విషయాలు తనే అర్థం చేసుకోవాలి. ఇంకా ఎక్కువ ప్రశ్నలు అడిగితే గురువుకు తన మీదున్న అభిప్రాయాన్ని అవమానించినట్లే అనుకున్నాడు. లేచి కొండకొన వైపు నడిచాడు. గాలి వేగంగా వీస్తున్నది. అతనికెదురు తంతున్నది. కాళ్ళు ఎడంచేసి గట్టిగా నేలమీద ఆనించి నడవాల్సి వస్తున్నది. ఇంత గాలిని ఇంద్రాణీ, ఇంద్రౌత్ ఎట్లా తట్టుకుంటున్నారో అని ఆశ్చర్యపడ్డాడు. కానీ వాళ్ళు బాగానే వున్నట్లు కనిపించారు. వాళ్ళు తన కన్న పొట్టిగా వుండడం వలననూ ముడుచుకుని

వున్నందుననూ గాలి ఉధృతిని తట్టుకుంటూ వుండవచ్చుననిపించింది. పైగా వాళ్ళు గాలికెదురుగా కొండ కొసన వున్నందువలన గాలి వాళ్లని వెనక్కు నెడుతూ వుంది. అయినప్పటికీ వాళ్లని అట్లా ప్రమాదపు అంచులో చూసి అతని పితృహృదయం తల్లడిల్లింది. గాలి వాలు అకస్మాత్తుగా మారినా, విశ్వామిత్రుడు తిరిగొచ్చినా, ఇంకా ఏమైనా వుందా?

"ఇద్దరూ వెనక్కి పదండి" అన్నాడు వాళ్లను సమీపించి. వాళ్ళూ వెంటనే వెనక్కి వచ్చారు. ఇంద్రాణీ సుదాస్ చెయ్యి పట్టుకుంది. ఆమె ముఖంలో ఆందోళన కనిపెట్టాడు సుదాస్. గురువులిద్దరి మధ్యా సంఘర్షణకి ఆమె బెదిరిపోయింది. కానీ సర్దుకుంది. ఆమె కూడా తృత్సు తెగకు చెందిన వ్యక్తే! యుద్ధాలూ, సంఘర్షణలూ వారి జీవితంలో భాగాలే.

కానీ గురువులు శిష్యుల పిల్లలకి వ్యతిరేకం కాకూడదు కదా! సమయానికి వాళ్ళని పక్కకి తప్పించకపోతే ఆ వృద్ధ బ్రాహ్మణుడు వాళ్లని కొండ కిందకి తోసి వుండును అనుకున్నాడు సుదాస్. గాలినుంచీ రక్షించుకోవడానికన్నట్లు చేతులను కళ్ళకు అడ్డం పెట్టుకు చూస్తున్న కొడుకుని "ఏమిటది" అనడిగాడు సుదాస్.

ఎండకి చెయ్యి అడ్డం పెట్టుకునే అవసరం లేదప్పుడు. తెల్లవారు ఝామున ముసిరిన మేఘాలు ఉదయాన్ని కాస్తంత చీకటి చేశాయి. క్రమంగా ముసురుకుంటున్న మేఘాల మధ్యనుంచీ ముక్కలు ముక్కలుగా ఎండ బయట పడుతోంది.

తండ్రి ఏమిటని అడిగిన ప్రశ్నకు ఇంద్రౌత్ వేలుతో దేనినో చూపించాడు. సుదాస్ చూశాడు. ఇంద్రాణి అరచెయ్యి తన చెయ్యి చుట్టూ బిగుసుకోవడం గమనించాడు. వాళ్ళు చూస్తున్నదేదో సమస్యలకు కారణం కానున్నదని ఆమె గ్రహించింది.

12

పిల్లలు గమనిస్తున్న కదలికను సుదాస్ తేలిగ్గానే గుర్తుపట్టాడు, పరుష్ణి నది తాలూకు ఉపనది ఉత్తుంగకు దక్షిణంగా వుండి తృత్సు భూభాగానికి సరిహద్దు వలె వున్నది. నదికి ఇరువైపులా పచ్చని కుశగడ్డి క్షేత్రం వున్నది. వర్షాల వలన గడ్డి మరింత పచ్చగా మెరుస్తున్నది. మేఘాల మాటునుంచీ తొంగిచూస్తున్న ఎండ ఏటవాలుగా క్షేత్రం మీద పడి గడ్డి లేత ముదురురంగుల చారికలుగా కనిపిస్తున్నది. గడ్డి అలలుగా కదులుతున్నట్లు కనిపిస్తున్నది. ఈ ముదురు లేత రంగుల గడ్డి మొలకల అవతలినుంచీ కొన్ని నీడలు వేగంగా కదులుతున్నాయి. ఇంత ఎత్తునుంచీ ఇంత దూరంనుంచీ చూస్తున్నప్పుడు ఆ కదలిక ఒక చిన్న ఈగంత వున్నది. కానీ ఆ చిన్న కదలికలాంటిదేమిటో అది ముందుకు వస్తున్న కొద్దీ సుదాస్ వెంటనే గ్రహించాడు. అది ఒక అశ్వికుడు. నదిలోనుంచీ తృత్సు భూభాగం మీదకు వస్తున్నాడు. అతను చాలా వేగంగా వస్తున్నాడు. ప్రాణం దక్కించుకోవడానికి పరిగెత్తుతున్నట్లుంది అతని కదలిక. ఇంద్రాణి తన చేతిని లాగుతున్నదని గ్రహించాడు సుదాస్. ఇంద్రాణి అతని వెనుక ఒక మైలు దూరంలో వున్న విషయాన్ని చూపించింది.

సుదాస్ చూశాడు.

నది మీద నుంచీ కీటకాల పెద్దగుంపు పైకి లేచి వస్తున్నట్లు కనపడిందతనికి. ఆ గుంపు పచ్చగడ్డి మీదకు కూడా వచ్చింది. అతనికి అర్థం అయింది. అదొక అశ్వికదళం. వేగంగా ఇటువైపు వస్తున్నది.

అశ్వికులు ఒక పద్దెనిమిది మందో ఇరవై మందో వుండొచ్చు.

వాళ్ళ వెనుక ఒక చతురస్రాకారపు వస్తువేదో నదిలో వున్నది. అది తాళ్ళతో లాగే బల్లకట్టు వంటిది. నది తాలూకు అతిసన్నని ప్రదేశంలో వున్నది. అక్కడినుంచీ నది దాటడానికి తృత్సు చట్టం అనుమతించదు. అందువలన ఆ చొరబాటుదారులను నిరోధించడానికక్కడ అశ్వికులను కాపలా వుంచుతారు. ఇంతవరకూ ఏ చొరబాటుదారుడిని గురించిన ఫిర్యాదుతో వాళ్ళు రాజు దగ్గరకు రాలేదు. ఇదంతా భారత భూభాగమే. అంతా మిత్రదేశాలే. ఇప్పుడు తను చూస్తున్నదేమిటో అర్థమయ్యాక అక్కడ కూర్చుని కళ్ళకు చేతులు అడ్డంపెట్టుకుని చాలా జాగ్రత్తగా నది పరిసరాలను పరిశీలించాడు. అక్కడనుంచీ నది ఆవలివైపు చెట్లతో, పొదలతో నిండి వున్నందున ఏమీ కానరాలేదు. కానీ అందులో కదులుతున్న నల్లని నీడల వలన కొంతమంది మనుషులు స్థావరమేర్పరుచుకుని వుండవచ్చని పించింది. వాళ్ళూ బల్లకట్టు తిరిగిరావడం కోసం ఎదురు చూస్తూ వుండి వుండవచ్చు. తరువాత ఇప్పటికే వచ్చినవారిని అనుసరించ వచ్చు. తృత్సు భూభాగం వైపుకు వచ్చినవారు స్పష్టంగానే కనపడుతున్నారు. వాళ్ళు తమ నది దగ్గర కాపలా వుంచిన అశ్వికులలో ఒకరిని వెంటాడుతున్నట్లు కూడా అర్థం అవుతున్నది అంటే వాళ్ళు శత్రువులు. మరింకెవరు మన కాపలాదారులను తరుముకొస్తారు? ఇంద్రాణీ అతని చేతికి అతుక్కుపోయింది. ఇప్పుడతను కూడా ఆమె వలెనే కూర్చుని వున్నాడు. ఆ ఎత్తులోనే వున్నాడు. తల్లిని అనుకరిస్తున్నట్లుగా ఆమె తన పెద్ద కళ్ళతో తండ్రి కళ్ళల్లోకి చూసింది.

"వాళ్ళెవరు నాన్నగారూ? ఎవరా అశ్వికులు?" అన్నది ఆమె కంఠస్వరం కూడా తల్లి కంఠస్వరంలాగే వున్నది.

ఏదో సంకట పరిస్థితి రాబోతున్నది అనుకున్నాడతను. విశ్వామిత్రుడు బెదిరించిన పరిస్థితిలాంటిదే కావచ్చు.

గురు విశ్వామిత్రుడు చేసిన హెచ్చరికను, ప్రాముఖ్యాన్ని చెప్పడం కోసం ఎవరో ఈ పనికి పూనుకుని వుండొచ్చు లేదా అంతకన్న సంకట పరిస్థితి రానున్నదని చెప్పడానికై వుండొచ్చు.

ఇందాక కూతురు వేసిన ప్రశ్నకి “నాకు తెలియదు ఇంద్రాణీ. కనుక్కుంటాను ఎవరో” అన్నాడు బయటికి.

అతని పిల్లలిద్దరూ ఎర్రబడ్డ ముఖాలతో అతనేదో చెబుతాడని చూశారు. వాళ్ల కళ్ళు ప్రకాశవంతంగానూ, అప్రమత్తంగానూ వున్నాయి.

సుదాస్ వశిష్ఠుడు ఇంకా అక్కడే కత్తితో తవ్వుతూ వుండడం చూశాడు. అతనికి గురువును ఇంకా ప్రశ్నించి సమయం వ్యర్థం చేసుకోవడం ఇష్టం లేదు. ఇప్పటికే క్లిష్ట పరిస్థితి వచ్చేసింది. అతను పిల్లలవైపు చూసి నెమ్మదిగా “మీరిద్దరూ నేను చెప్పేది జాగ్రత్తగా విని ఎలా చెప్పానో అలా చెయ్యండి” అన్నాడు. అతనికి ఒకసారి ఒక జ్ఞాని చెప్పిన విషయం గుర్తొచ్చింది. మనం ప్రకృతినీ, భగవంతుడినీ ఎదిరించి పోరాడలేము ఏదో ఒక ఉపాయంతో ఎదుర్కోవాలి తప్ప అని.

అతను చెప్పింది వాళ్ళు జాగ్రత్తగా విన్నారు.

కొన్ని క్షణాల తరువాత అతను క్రిందకు దిగడం మొదలుపెట్టాడు పిల్లలకు సాధ్యం కానంత వేగంతో. అతను వెడుతున్నాడు. ఒకవేళ వాళ్ళు ఆయన్ని అనుసరించాలన్నా ప్రమాదమే ఆ వేగం. అంత వేగంలో ఒకసారి అదుపుతప్పి క్రిందపడి ప్రాణం పోగొట్టుకునే స్థితికి వచ్చాడు, కానీ సంవత్సరాల అనుభవంతో అతను ఇటువంటివి ఎన్నో ఎదుర్కొని వున్నాడు కనుక క్షేమంగా సాగిపోతున్నాడు. అతని తల్లి ఎత్తైన కొండ ప్రాంతాలకు చెందిన వ్యక్తి వారందరికీ ఎత్తైన శిఖరాలమీద నివసించడం అలవాటు. ఆమె వూరిలో చిన్నచిన్న పిల్లలు సైతం కొండ కొసల మీద పరుగులు పెట్టి ఆడేవారు. గుర్రాలు కొండలు ఎక్కిదిగేవి. ఆమెకు వచ్చిన విద్యలన్నీ సుదాస్‌కు నేర్పడం వలన అతనికి ఎంతో లాభం చేకూరింది. ఎత్తైన కొండ అంచుల మీద కూడా నేలమీద నడిచినట్లే నడవడం నేర్పింది ఆమె. “పెద్ద తేడా ఏమీ వుండదు. ఇక్కడ నుంచీ ప్రపంచం కాస్త వొంగినట్లుంటుంది అంతే! దాన్ని గురించి ఆలోచించకుండా నడిచి పోవడమే” అనేది.

ఇప్పుడు ఆమె నేర్పిన నైపుణ్యాలన్నీ అతనికి ఉపయోగపడు తున్నాయి. తనూ తన మేనమామ పిల్లలతో ఆడుకున్న అనుభవాలు కూడా తోడ్పడుతున్నాయి. వాళ్ళు ప్రతి కొండ శిఖరం మీదా ఆడుకునే వారు. ఎన్నోసార్లు ఉత్తుంగ నుంచీ దిగుతూ ఆ నైపుణ్యాలన్నీ ఉపయోగించు కునేవాడు. అయితే అట్లా చేసి ఇపుడు ఒక దశాబ్దం దాటింది. ఇంద్రౌత్ పుట్టకముందు. కానీ ఇప్పుడు మళ్ళీ ఆ నైపుణ్యాలన్నీ తిరిగి మేలుకుంటు న్నట్లు అనిపిస్తున్నాయి. అతని మనసులో ఆ పాఠాలు పూర్తిగా జ్ఞాపకం లేకపోయినా శరీరం మాత్రం అన్నీ గుర్తుంచుకుంది.

కొన్ని క్షణాల తరువాత అతను పర్వత పాదానికి చేరినప్పుడు గుర్రాలు ఆశ్చర్యంతో సకిలించాయి. అదెందుకో అతనికి అర్థమైంది. యజమాని అలా దుమ్ముకొట్టుకుని తమ మధ్య దిగుతూ రావడం. వాటిని సముదాయించే సమయం లేనందున అతను అలవాటైన విధంగా వాటిని తట్టాడు. ఆయన నిజంగా మన యజమానే అని తృప్తిపడి అవి తమ ముట్టెలను అతని వైపు చాచాయి.

అతను నేర్పుగా సరయూను వదిలి మళ్ళీ దాని వీపు మీద కూచుని దౌడు తీయించాడు. అతను పర్వతం క్రింది అంచు సగందాకా వచ్చాడు. కానీ నడకదారి అంతా రాతిమయం. అక్కడ మట్టి అంతా వర్షాలకు కొట్టుకుపోయింది. సరయూ తన పాదాలను నిలదొక్కుకుని పరిగెత్తి వుండేది.

“పరిగెత్తు సుందరీ! చొరబాటుదార్లు మన కాపలవానిని పట్టుకునే లోగా మనం అతన్ని చేరాలి” అని సరయూ చెవిలో ఊదాడతను.

13

ఉత్తుంగ పర్వతం దిగి వచ్చాక అతనికి అక్కడి పరిస్థితి అర్థమైంది.

కాపలాదారు ఒక మైలు దూరాన వున్నాడు. అతను నగరానికి చేరే దిశగా వెడుతున్నాడు. అక్కడ ఆ రాతి గుట్టల దగ్గర అతన్ని పట్టుకోగలడు సుదాస్.

కానీ అతన్ని వెంటాడుతున్నవాళ్ళు అతనికి చేరువవుతున్నారు. కొండ శిఖరం పైనుంచీ చూసినప్పుడు వాళ్ళు అప్పుడే నది ఒడ్డుకు వచ్చారు. ఇంత వేగాన్ని సంతరించుకోలేదు. అదీకాక గుఱ్ఱాలెప్పుడూ మందలో పరిగెత్తినంత వేగంగా ఒంటరిగా పరిగెత్తలేవు. వాళ్ళు కూడా ఈ రాతిగుట్టల దగ్గరే అతన్ని పట్టుకుంటారనిపించింది సుదాస్‌కి. ఆ దారిలో వెడితే తను అతన్ని చేరలేకపోవచ్చు. ఇప్పటికే వాళ్ళూ బాణాలను ఎత్తిపట్టుకుని వున్నారు. బాణపు గురి అందే దూరానికి వెళ్ళడం కోసం చూస్తున్నారు వాళ్ళు. ఇంక మరో ఆలోచన లేకుండా అతను సరయూ తలను కొంచెంతిప్పి తన దిశ మార్చాడు. అట్లా అయితే తను వాళ్లకీ తన కాపలదారుకూ నడుమన తేలవచ్చు. ఆ విధంగా తను వాళ్లని వెళ్లగొట్టి అతన్ని రక్షించుకోవచ్చు.

అట్లా అయితే తను వాళ్ళను ఒంటరిగా ఎదుర్కోవాల్సి వస్తుంది, సాయుధులైనవాళ్ళూ, నిరాయుధుడైన ఒంటరి సుదాస్!

అతను నవ్వుకున్నాడు. ఇటువంటి కష్టాలను అదివరకు చాలా ఎదుర్కొని వున్నాడు తను!

కానీ అప్పుడు తను కేవలం ఒక తృత్సు క్షత్రియుడు. అవివాహితుడు.

ఇంకా రాజు కాలేదు. అప్పుడు తన ధర్మం యుద్ధం చెయ్యడం వీలైనంత మంది శత్రువులను సంహరించడం. ప్రాణాలకు తెగించి చేశాడు. అయినా నిలిచి బ్రతకడం ఒక ఆశ్చర్యమే!

ముప్పాతిక మైలు దూరం వుంది ఇంకా. కాపలాదారు ఎందుకో ఆగాడు. అతన్ని తిట్టుకున్నాడు సుదాస్. సరయూని త్వరగా పరిగెత్తమని అదలిస్తూనే "పదరా! మూర్ఖుడా!" అని ఆ మనిషిపై పళ్ళు నూరుకున్నాడు.

పాపం, సరయూ ఇప్పటికే తన శక్తివంచన లేకుండా అతనికి సహకరిస్తున్నది. బహుశా వెనక వస్తున్న గుర్రాలను పసికట్టిందేమో సరయూ మరికాస్త వేగం పెంచింది. సరయూది పోటీ మనస్తత్వం. కాకపోతే తను సరయూనే కాదు, ఆమె మెడ మీద గుండ్రంగా తన అరచేతిని రుద్దాడు సుదాస్. అది అతని సంతోషాన్ని తెలిపే చిహ్నం. ఒకసారి సకిలించి పరుగందుకుంది సరయూ.

కాపలాదారు ఎందుకో వేగం తగ్గిస్తున్నాడు. అట్లా ఎందుకో సుదాస్‌కి అర్థం కాలేదు. ఆ వరసనైతే తను చేరకముందే వాళ్ళు తప్పకుండా అతనిని పట్టుకుంటారు. అట్లా జరగకూడదు. ఇప్పటికే వాళ్ళు బాణాలు ఎక్కుపెడుతున్నారు.

ఇంతలోకే విపత్తు రానే వచ్చింది.

అతని గుర్రం ఒకటిరెండుసార్లు అటూఇటూ ఒరిగి గట్టిగా సకిలించి నేలపై పడిపోయింది. అతను గడ్డిలోకి దొర్లిపోయాడు.

"ఇంద్రుడి సాక్షిగా..." అనుకున్నాడు సుదాస్. కొంచెంసేపు గుర్రమూ రౌతూ కూడా కనిపించలేదు సుదాస్‌కి. గడ్డిలో కలిసిపోయారు.

"పిరికిపందల్లారా! ఒంటరివాడితోనా మీ పోరు? చేతనైతే అతనితో కత్తియుద్ధం చెయ్యండి. దూరంనుంచీ బాణాలతో కొట్టడం కాదు" అన్నాడు. వాళ్లకి వినపడదని తెలుసు. కానీ వాళ్ళు ఎందుకో అతని వైపు చూశారు. ముందున్నవాళ్ళు ఒకరితో ఒకరు మాట్లాడుకుంటున్నట్లు గ్రహించాడు సుదాస్. "అంటే కాపాలదారునికి ఏదో ఒక ముఖ్య

విషయం తెలిసివుండాలి. అందుకే అతన్ని చంపాలనుకుంటున్నారు వాళ్ళు. కనుక వాళ్ళతన్ని చంపేముందే నేను అక్కడికి చేరుకోవాలి" అనుకున్నాడు. అనుకుని సరయూను త్వరగా పొమ్మని ఆదేశించాడు ఆమె పరుగందుకున్నది.

ఇంకా అరమైలు దూరం కూడా లేదు. త్వరపడాలి.

అప్పటికే అతనికి అర్థం అవుతోంది. కాపలాదారు పని అయిపోయి వుండాలని. అతనూ అతని గుర్రమూ పడిపోయి మరి లేవని చోటికి వందగజాల్లోకి వచ్చారు అతన్ని వేటాడుతున్నవాళ్ళు. వాళ్ళు బాగా గాయపడైనా వుండాలి, స్పృహ కోల్పోయైనా వుండాలి లేదా చనిపోయైనా వుండాలి.

బాణాలు వెలువడుతూనే వున్నాయి మళ్ళీ మళ్ళీ.

ఒక గుర్రం బాణపు దెబ్బతిన్నదానివలె బాధగా సకలిస్తూ వుండడం వినిపించింది సుదాస్‌కి. గాలి చేస్తున్న శబ్దంలో అన్ని ధ్వనులూ కలిసి పోతున్నందువలన తను విన్నది నిజమో కాదో నిర్ధారించుకోలేక పోయాడు సుదాస్. అతను కుశ గడ్డి లోపలికి వెడుతూన్న కొద్దీ ఇందాకటి శబ్దం ఇనుమడిస్తున్నది. ఆ శబ్దం ఎట్లా వున్నదంటే మనిషి తన లోపలి ఆలోచనలను కూడా వినలేనంత. గురువు వశిష్ఠుడు తనని చిన్నప్పుడు బాగా ఎత్తుగా పెరిగిన ఈ కుశ గడ్డి మధ్య కూచోపెట్టి ధ్యానం చేయించేవాడు. ఈ ధ్వని తన మనసులో ఒక నేపథ్యంగా వుండి అనవసరపు విషయాలు అందులోకి చొరబడకుండా అడ్డుపడి ధ్యానానికి అనువుగా చేసేది. సుదాస్ ఇక్కడే మొదటిసారి ధ్యానంలో మునిగిపోయాడు. తరువాత తనంత తనే ఎన్నోసార్లు ఇక్కడికొచ్చేవాడు. ఎప్పుడు తనని అనుదిన సమస్యలూ బాధ్యతలూ వేధించినా ఉత్తుంగకో ఈ కుశక్షేత్రం లోకో వచ్చేవాడు. ఒకటి అతనికి ప్రశాంతంగా ధ్యానం చేసుకోనిచ్చేది. మరొకటి అతని భవిష్యత్తు ప్రణాళికలను గురించి ఆలోచించుకోవడానికి సహాయపడేది.

కానీ ఇప్పుడీ గడ్డి పాడే పాటే ఒక అవరోధంగా వున్నది. అది తనని ముఖ్యమైన శబ్దాలను ఆకళించకుండా చేస్తున్నది. అక్కడేం జరుగుతున్నదో తెలియనివ్వడం లేదు. అతను గడ్డి లోపలికి లోతుగా పోతున్నకొద్దీ కొన్నిచోట్ల అది మరీ పొడవుగా పెరిగి చొరడానికి వీలులేకుండా వుంది. ఆ గడ్డిలో ఒక ఏనుగు కూడా కనపడనట్లు వుంది. పైన నీలం రంగులో కొన్నిచోట్ల బూడిద రంగులో అక్కడక్కడా మబ్బులతో ఆకాశం తప్ప మరేమీ కనపడడం లేదు. చుట్టూ గడ్డిపోచలు అతని మొహానికి, బట్టలకీ తగులుతున్నాయి. ఆ గడ్డిపోచల్లో నిలిచిన వర్షపు నీరు అతని బట్టల్ని తడిపేసింది. ఇప్పుడతనికి తను ఒక సముద్రాన్ని ఈదుతున్నట్లే అనిపించింది. అతని స్వారీ వేగానికి గడ్డికొసలలోని నీటి బిందువులు అతని మొహం మీద చిమ్ముతున్నాయి. గడ్డి తప్ప మరేమీ కనపడడం లేదు. ఆ గడ్డి అతన్ని కమ్మేసింది. ఇక్కడ మొదటిసారిగా తను దోవ తప్పి నట్లనిపించింది. తనిక్కడ మునిగిపోయి మరెప్పటికీ దోవ కనుక్కోలేడని పించింది. ఆ గడ్డిలో సర్పాలు మొదలైన ఎన్నో ప్రమాదకర జీవులుంటా యని అందరికీ తెలుసు. కానీ అతనికి వాటి గురించిన భయమేమీ లేదు. ప్రస్తుతం అతనికి తన కాపలాదారుని వేటాడుతున్న మానవులను గురించే చింతగా వున్నది.

ఒక వందగజాలకన్న ముందు అతను తను ఏ మాత్రం శబ్దం చెయ్యకుండా తలవంచుకుని సరయూ జూలుపై తల ఆనించాడు. అతను తనని వేలాడుతున్న వాళ్లను ఎదుర్కోవడానికి సిద్ధంగా వున్నాడు.

14

అక్కడ చిక్కగా పొడవుగా పెరిగిన గడ్డి సుదాస్‌కు ఎటువంటి పరిస్థితి కల్పించిందో అతని శత్రువులకు కూడా అదే పరిస్థితిని కల్పించింది. అదృష్టంకొద్దీ అతను ఒక్కడే కానీ వాళ్ళు గుంపుగా వున్నారు. వాళ్ళు ఒకర్నొకరు సంప్రదించుకునే క్రమంలో ఏదో ఒక శబ్దం చెయ్యక మానరు. ఆ విషయం అర్థమై కాపలాదారు వుండొచ్చని ఊహించిన చోట గుర్రం దిగాడు. అలసిపోయిన సరయూని ఒకసారి నిమిరి అక్కడే చప్పుడు చెయ్యకుండా తనకోసం నిరీక్షిస్తూ వుండమని చెప్పాడు. అది అతని బాహుమూలలలో తన ముట్టె దూర్చి తరువాత అతని వీపుమీద కూడా ఆనించి అతన్ని సాగనంపింది. అతను ఒకసారి వెనక్కి చూసి నవ్వాడు. సరయూ చుట్టూ వున్న గడ్డిపోచలు ఆమె తలకన్న ఎత్తుగా వుండడం అతనికి సంతోషం కలిగింది.

తన విల్లులో ఒక బాణాన్ని సంధించి అతను ముందుకు సాగాడు. గడ్డి మీదుగా రేగుతున్న తీవ్రమైన గాలి ఇంకా శబ్దం చేస్తూనే వుంది. ఇతర ధ్వనులను మింగేస్తున్నది. అప్పుడప్పుడూ అతనికి ఏదో ఒక మాట వినపడుతున్నది.

థప్.

అది ఒక బాణం, దగ్గర్నుంచీ దూసుకువచ్చిన చప్పుడు. అది మంచి సంకేతమే. వాళ్ళు ఇంకా బాణాలు వదులుతున్నారంటే అర్థం అతన్ని ఇంకా చంపలేదన్నమాట. ఇంకా అతను వాళ్లకి దొరకలేదన్న మాట. గాయపడిన గుర్రాన్ని కనిపెట్టడం తేలిక. కానీ మనిషి మాత్రం నేల మీద నిశ్శబ్దంగా పడుకుని తనను కనిపెట్టకుండా చూసుకోగలడు.

అతన్ని చూడకుండా ఒక అడుగు దూరంనుంచే వెళ్ళిపోవచ్చు. కాకపోతే వాళ్ళూ క్రిందికే సూటిగా చూసుకుంటూ వుండకపోతేనే అది సాధ్యం. కానీ ఈ కుశ సముద్రంలో అట్లా కిందకి చూస్తూ పోవడం బహు ప్రమాదకరం. జాగ్రత్తగా లేకపోతే ఈ గడ్డి పోచలు కళ్ళు పెరికేస్తాయి. వాటి కొసలలోని నీటి బిందువులే కళ్ళకు మసకలు కమ్మేలా చేస్తాయి. సుదాస్ తన రెండు చేతులతోనూ విల్లును తలపై పెట్టుకుని తల వంచుకుని నడుస్తున్నాడు.

థప్

ఈసారి మరింత దగ్గరగా పదిపదిహేను గజాలకన్న తక్కువ సమీపంలో! అతను ఆ శబ్దం వచ్చిన దిశగా బాణాన్ని ఎక్కుపెట్టి నిరీక్షిస్తున్నాడు.

థప్

ఇపుడు తెలిసిపోయింది. దక్షిణంవైపుగా నైఋతి దిశగా...

అతను బాణం వదిలి వెంటనే అక్కడనుంచీ కదిలాడు. పరిగెత్త కుండా పెద్ద పెద్ద అడుగులు వేస్తూ తీరుబడిగా నడుస్తున్నాడు. తన మొహాన్నీ కళ్ళని కాపాడుకోవడానికి. అంతేకాక తనపై బాణం గురి పెట్టడానికి కూడా అది కష్టం అవుతుంది. అంతలోనే ఒక మనిషి కేక ధ్వని వినిపించిందతనికి. అది గాలి తీవ్రతని కూడా తట్టుకుని వినబడింది. తన బాణం తగిలి ఒకడు పడిపోయాడు! ఇపుడతనికి చెదురుమదురుగా మాటలు వినపడుతున్నాయి. విషసర్పాలతో కూడిన గడ్డి నుంచీ బయటికి పోతున్న గుర్రాల సకిలింపులు, అసహనంగా కోపంగా అయోమయంగా కొందరు మనుషుల మాటలు వినపడుతున్నాయి. ఆ మాటలు వినపడు తున్న దిశలో అతను మరొక బాణం విడిచాడు. ఇందాకటివలే నడుచు కుంటూ పోతున్నాడు. ఒక ఆరేడు గజాలు నడిచాడో లేదో మరొక మనిషి కేక వినిపించింది. అంతలో ఒక గుర్రం బెదిరి అరవడం వినిపించింది. రౌతు పడిపోయినప్పుడు గుర్రం చేసే ధ్వని అది.

ఇద్దరు పోయారన్నమాట!

సగం కమ్మిన మబ్బుల్లోనుంచీ బయటకొస్తున్న ఎండనీ దూరంగా కనిపిస్తూన్న ఉత్తుంగ పర్వతాన్నీ చూసుకుంటూ తన స్థానాన్ని నిర్ణయించుకుంటూ బాణాలు వదులుతూ కదులుతున్నాడతను. తను ఒక వృత్తంలా వున్న శత్రువులను లోపలినుంచీ సంహరించుకుంటూ వస్తున్నానని తెలుసుకున్నాడు. అయితే తన బాణాలలో ఒకటి ప్రమాద వశాత్తూ తన మనిషినే చంపే అవకాశం వుందని కూడా అనుకున్నాడు. కానీ ఇప్పుడు తనేం చెయ్యలేడు. అట్లా అనుకుంటే అతనూ తనూ కూడా చనిపోవచ్చు. తమ శరీరాలు కూడా దొరకవు. అందుకని సాహసం తప్పదు. ఎటు చూడాలో తెలియని పరిస్థితిలో సైనికులు కూడా ఒక పద్ధతంటూ లేకుండానే వెతుకుతారు. వాళ్ళు దొరికితే అదృష్టమే.

ఇప్పుడు తన కర్తవ్యం వాళ్లను వెతికి పట్టుకోవడం కాదు సంహరించడమే. అదే తన విధి. క్షత్రియుడుగా తన కర్తవ్యం. కొన్ని క్షణాల్లోనే అతను గ్రహించాడు. తన బాణాలు పన్నెండు మందికి తగిలాయని అందరూ చనిపోకపోయి వుండచ్చు. అంత దగ్గరగా తగిలిన తరువాత కనీసం అశక్తులై వుండొచ్చు. అతని మీదకు కూడా బాణాలు దూసుకువచ్చాయి. అయితే అవి అతను అప్పటికే వదిలేసిన చోటికి వచ్చాయి. అతను బాణం వదలగానే అక్కడినించీ పారిపోయాడని వాళ్ళు గ్రహించగలిగినా అతను ఏ దిశగా వెళ్ళాడో కనుక్కోలేకపోయారు. అతనందుకే ఒకే దిశలో నడవలేదు. అనేక కోణాలలో ఒక్కొక్కసారి వెనక్కీ ముందుకీ పరిగెత్తాడు. ఒక్కొక్కసారి అతని ముందునుంచీ వంద గుర్రాలు పరిగెత్తుకుంటూ పోయాయి. రౌతులు గట్టిగా తిట్టుకుంటూ పోయారు. క్రిందికి చూసినట్లయితే అతను వాళ్లకి దొరికి వుండేవాడు. కానీ గడ్డి పుణ్యాన అతన్ని చూడకుండానే ముందుకు పోయారు. ఒక గుర్రం తాలూకు తెల్లటి పెద్ద కన్ను అతన్ని చూసినట్లూ దాని ముక్కుపుటాలు అదిరినట్లూ అతనికి తెలుసు. అతను దాని వీపు తట్టేటంత దగ్గరగా వచ్చింది అది.

అప్పుడు వచ్చిన ధ్వనులను బట్టి అతని వ్యూహం అర్థమై వాళ్ళు తగిన చర్య తీసుకుంటున్నారనిపించింది. తరువాత గుర్రాలవి గానీ, మనుషులవి గానీ మరే శబ్దాలూ వినరాలేదు. అంటే వాళ్ళు కూడా గుర్రాలు దిగి నడుస్తూ తనకోసం వెతుకుతున్నారన్నమాట. ఇతర ధ్వనులు లేనందున ఆ కుశ సముద్రంలో గాలి చేస్తున్న అలజడి మాత్రం బాగా వినపడుతున్నది. వాళ్ల కదలికలెట్లా వున్నాయో అతనికి అర్థం కావడం లేదు. ప్రమాదవశాన వాళ్ళు తనని ఢీకొట్టవచ్చు లేదా తన కాపలాదారును కనుక్కుని చంపవచ్చు. అతను తనకు చెప్పదలిచినది ఇదే కావచ్చు తన ప్రాణానికి ముప్పు వుందని. అతనూ, అతని గుర్రమూ నేలకి ఒరిగిన దిశగా అతను కదిలాడు. ఎండ కొంచెం పైకి వచ్చింది. అక్కడ ఎత్తైన కొండల గుట్టల గుర్తులేవీ లేవు. అయితే కొన్ని తరాల వేటకాడి రక్తం అతనిలో ప్రవహిస్తున్నందున అతని అంతరాత్మ ఉత్తరంగా కానీ ఈశాన్య దిశగా కానీ వెళ్ళమన్నది.

అప్పుడతను ఒక మనిషి కాళ్ళకి తగిలి తూలిపడబోయాడు. అతనే తన కాపలాదారు. అక్కడ బాణాఘాతానికి గురై పడి వున్నాడు. ఒక బాణం అతని కణతకి గుచ్చుకుని రక్తం కారుతున్నది. తలలో ఒక భాగం తెగిపోయి వున్నది ఎర్రటి గాయం నిండా మట్టి అతుక్కుని వున్నది. తలకు తగిలే గాయాలన్నిటివలే అది కట్టుకట్టే వరకూ అట్లా రక్తమోడుతూనే వుంటుంది. కానీ అతని తలకు కట్టుకట్టాలనే కోరికని అణచిపెట్టుకున్నాడు సుదాస్. ఇప్పుడా మనిషి చికిత్స స్థాయి దాటిపోయాడు.

15

శత్రువు తన సమీపంలోనే వున్న గుర్తుగా అతనికి గడ్డిపోచలను కోస్తున్న కత్తి శబ్దం వినిపించింది. అది వినిపించీ వినిపించనంత చిన్న శబ్దం కానీ అతను దానికోసమే, ఒక బాణం గడ్డిని కోసుకుంటూ వచ్చే ధ్వని కోసమే చూస్తున్నందున వినిపించింది. అది గాలి సవ్వడికి విరుద్ధం కాని శబ్దం. కానీ అది మరింత లోతుగా ఒక లోహపు శబ్దం వలె వున్నది. అది ఒక గండుకోయిల కూతకూ మరొక పిట్ట చిరుకూతకూ గల తేడా అంత స్పష్టంగా వున్నది.

అతను ఆ శబ్దం వచ్చినచోటినుంచీ ఒక నిపుణుడైన నర్తకునివలే గిరుక్కున తిరిగి తన కత్తి పట్టుకున్నాడు. ఇప్పటివరకూ అతను తన కత్తిని క్రిందికీ వెనక్కీ మార్చుతూ అటువంటి శబ్దం రాకుండా చూసుకున్నాడు. ఇప్పుడతను దానిని పైకెత్తి ఆ ధ్వని వచ్చినవైపే వెళ్ళాడు. ఇదంతా ఎవరూ అతని కంటికి కనపడకముందే. శత్రువు సుదాస్ వెనకనుంచీ తన కత్తిని ఝళిపించినప్పుడు అయిన శబ్దం అది. అతను సుదాస్‌పై అకస్మాత్తుగా దాడి చెయ్యాలనుకున్నాడు. సుదాస్ వెనక్కి తిరిగి అతనిపై దాడి చేస్తాడని ఊహించి వుండడు. సుదాస్ అతన్ని కత్తితో గట్టిగా కొట్టాడు. అతను నడుస్తూనే శత్రువుతో. మరొకసారి అతని చేతిపై కొట్టాడు. అతను అరుస్తూ నేలకొరిగి ప్రాణాలొదిలాడు. అతని ధమనుల నుండీ వెలువడిన రక్తం గడ్డిలో అనేక ఆకృతులు దాల్చింది.

మరికొంతమంది శత్రుసైనికులు సమీపంలోనే వున్నారు. సుదాస్ బాగా క్రిందకు వంగి ఆ గడ్డిలో ఎవరూ ధైర్యం చెయ్యలేనంత వేగంగా ముందుకు పరిగెత్తుతున్నాడు. ఆ క్రమంలో తన కళ్ళకు గడ్డి కొసలు

తగలకుండా చూసుకుంటూ తల వంచుకున్నాడు. అప్పుడతను ఒక గజం దూరం కన్న ముందుకు చూడలేదు. అయినా ఫరవాలేదు ఆ గడ్డి అతన్ని కప్పేసి వుంది. అది అతనికి అత్యంత లాభదాయకంగా వున్నది. అప్పుడతనికి ఇద్దరు శత్రువులు తటస్థపడ్డారు. వాళ్ళలో ఒకరిని తన బాకుతోనూ, మరొకర్ని పిడికత్తితోనూ ఎదుర్కున్నాడు. ఒకర్ని కుడివైపు పక్కటెముకలమీదా, మరొకర్ని పొత్తికడుపులోనూ పొడిచాడు. అప్పుడు వాళ్ళు అతని వెనక వున్నారు. అతను ముందుకు సాగాడు. వాళ్ళ ఆక్రందనలు అతన్ని వెంబడించాయి.

అప్పుడతను మళ్ళీ అర్ధవృత్తాకారంగా తిరిగి తన దిశ మార్చాడు.

మరొక సైనికుడు గడ్డినుంచీ బయటికి కనిపించాడు. అతనికి తన తోటివారి ఆక్రందనలు వినిపించి వుండాలి. సుదాస్ అతన్ని ఎదుర్కున్నాడు. ఒకేసారి రెండు కత్తులతో రెండుసార్లు పొడిచి నేలమీద పొర్లి మళ్ళీ పరిగెత్తసాగాడు. అతను గడ్డిమీద వుండే మంచుతో తడిసిపోయాడు. కొన్ని గడ్డిపరకలు అతని నోట్లోకీ, ముక్కులోకీ పోయాయి. అవి అతని చెవిలో దురదపెట్టడం మొదలుపెట్టాయి, కానీ యుద్ధసమయంలో అతను ఇవేవీ పట్టించుకోడు. ప్రాణాలు తియ్యడం తన ప్రాణం కాపాడు కోవడం రెండే లక్ష్యాలుగా వుంటాడు. యుద్ధంలో ఆ రెండూ సమాన ప్రాముఖ్యత గలవే.

ఈసారి మరొక సైనికుడు అతని దాడికి సంసిద్ధుడైవున్నాడు. దాడి చెయ్యడానికి కూడా సిద్ధంగా వున్నాడు. సుదాస్ ఎగిరి అతని కత్తివేటు తప్పించుకుని అతని మెడ మీద ఒక వేటు వేశాడు. అతని వెచ్చని రక్తం సుదాస్ మొహం మీద చిందింది. గడ్డిలోని మంచు చల్లదనాన్ని అనుభవిస్తున్న సుదాస్‌కి ఈ రక్తం వేడిగా అనిపించింది. గడ్డిపోచల కన్న ఎత్తులో పరిగెత్తుతున్న సుదాస్‌కి మరి ముగ్గురు మరొకచోట కనిపించారు.

అతను మళ్ళీ నేలమీదకు అర్ధవృత్తాకారంగా దొర్లి తనకోసం వెతుక్కుంటూ వెడుతున్న వాళ్లపై దాడిచేశాడు. ఒకతని కాళ్ళూ, మెడా

నరికివేశాడు. రెండో అతన్నీ మూడో అతన్నీ కూడా త్వరగానే అంత మొందించాడు. రెండోవాడిని గొంతులో కత్తి దించి సంహరించాడు. మూడో అతను సుదాస్ పైకి గొడ్డలి పట్టుకొచ్చాడు. వాడికి తెలివి వుంటే దాన్ని సుదాస్ మీదికి విసిరివుండేవాడు. కానీ వాడు పరిగెట్టుకుంటూ సుదాస్‌ని సమీపించాడు, దానితో సుదాస్‌ని నరికివెయ్యాలనుకున్నాడు. కానీ సుదాస్ వంగి ఆ గొడ్డలివేటు తప్పించుకుని అతని చేతినే ఉత్తరించాడు. వాళ్ళిద్దరు ఒక్కసారి పరిగెత్తడంతో సుదాస్ కత్తి అతని చేతిని వెంటనే నరికేసింది. మాంసఖండాలూ, రక్తమూ సుదాస్ మొహం మీద చింది అతనిని కాసేపు అంధుడిని చేశాయి. అతను కాలుజారి గడ్డిలో పడిపోయాడు. కత్తి శత్రువు ఎముకలో నిక్షిప్తమై పోయింది. అందువలన అతను బ్రతికిపోయాడు.

సుదాస్‌కి కనపడకుండా మరి ఇద్దరు గడ్డిలో వున్నారు. వాళ్ళు తెలివైనవాళ్ళు. సుదాస్ కోసం రాకుండా అతను ఏ దిశనుంచీ వస్తాడో చూసుకుంటూ అతనికోసం నిరీక్షిస్తున్నారు. కానీ సుదాస్ నేల మీదుగా వాళ్ళ కత్తులకి అందనంత క్రిందుగా వాళ్లని సమీపించాడు. అతను ముందు వాళ్ళ కాళ్లు పట్టుకుని పడేశాడు. వాళ్ళు ఇంద్రాణీ ఆడుకునే మట్టిబొమ్మల్లాగా నేలమీద పడిపోయారు. ఒకతను పడి మెడ విరగొట్టు కున్నాడు మరిక లేవలేదు. రెండవవాడు మళ్ళీ లేచాడు. వాడు కత్తితో తన మీదకు వస్తున్నట్లు గ్రహించాడు సుదాస్. అతను వున్నచోటే కదలకుండా వుండిపోయాడు ఒక రాయిలాగా. కత్తిదెబ్బ తప్పించు కోవడానికి సుదాస్ కదిలి వస్తాడనుకున్నాడు అతను. అప్పుడు అతన్ని పొడవవచ్చునని ఆశించాడు. సుదాస్‌లో కదలిక లేకపోవడాన అతను నెమ్మదిగా నడుస్తున్నాడు. అప్పటికే అతను సుదాస్ దాపునకు వచ్చేశాడు. సుదాస్ తన కత్తితో అతని ఛాతీలో మూడుసార్లు పొడిచాడు. అతను సుదాస్‌ని కత్తితో పొడవడానికి వచ్చాడు కానీ గురితప్పింది. సుదాస్ గభాలున తన అరచేతితో అతని చేతిమీద కొట్టాడు. అప్పుడా సైనికుడు అతని కత్తి కూడా గడ్డిలో పడిపోయారు. సుదాస్ ఒక గజం దూరం వెనక్కి వెళ్ళాడు. అతని దగ్గర మరొక ఆయుధం వుండొచ్చు లేదా అతను మళ్ళీ

తనపైకి లంఘించవచ్చు అని. కొన్ని క్షణాలు నిరీక్షించి ఇంక ఎవరూ బ్రతికి లేరని నిర్ధారించుకున్నాడు.

ఆ తరువాత అతనికి కొంతదూరంలో ఒక ముదురు గోధుమ వర్ణంలాంటిది కనిపించింది. అతను దానిని సమీపించాడు. అక్కడ ఒక ఇరవై గుర్రాల గుంపు. అవన్నీ అసహనంగా, భయంగా వున్నాయి. వాటినిబట్టి తను ఎంతమందిని చంపాడో తెలిసింది. ఇరవై గుర్రాలంటే ఇరవైమంది మనుషులు. కొద్ది నిమిషాల్లోనే!

తను గాయపరిచి కావాలని చంపకుండా వదిలిపెట్టిన చివరి వ్యక్తి దగ్గరకు వచ్చాడు సుదాస్. అతను అక్కడనుంచీ వెళ్ళిపోవడానికో, తన గుర్రం కోసమో గడ్డిలో పాకుతున్నాడు. అతని రక్తంతో గడ్డి ఎర్రగా మారుతున్నది. ఆ గడ్డిని వంచడానికి ఒక మనిషి బరువు చాలదు. అతను పాకి పక్కకు వెళ్ళగానే అది లేచి నిలబడుతున్నది. సుదాస్ వెనకనుంచీ అతని దుస్తులు పట్టుకుని తనవేపు తిప్పుకున్నాడు. అతను యువకుడు. బాగా పెరిగిన గడ్డం. అతను ఏ తెగవాడో చెప్పడం కష్టం.

"ఎవరు, నువ్వు? ఎందుకు తృత్సు చట్టాన్ని ధిక్కరిస్తున్నావు?" అన్నాడు.

అతను సుదాస్ వంక ధిక్కారపూరితంగా చూశాడు. అతని పెదవుల మీద రక్తం బుడగలు వస్తున్నాయి. సుదాస్ కత్తి అతని ఊపిరితిత్తులలోకి దిగింది. రక్తం నురగలుగా బయటికి వస్తున్నది. అతని తలని గట్టిగా నేలకేసి కొడుతూ "చెప్పు" అన్నాడు సుదాస్.

ఆ మనిషి సుదాస్‌ని చూసి నవ్వాడు, తరువాత ఏదో గొణిగాడు. అది ఒక తిట్టులాగా వుంది. సుదాస్ అతనికి దగ్గరగా వంగాడు. అతని చేతులమీద మోకాళ్ళనించి నిలబడ్డాడు. అతను మూలిగినతీరు బట్టి ఇంకా ఎక్కువసేపు బ్రతకడని అర్థమైంది.

"అదేమిటి, దస్యా?" కావాలని పొగరుగా అడిగాడు సుదాస్.

దస్య అనేది ఒక తెగ పేరు. కానీ అది "దాసుడు" అనే అర్థం కూడా

వచ్చే పదం. ఈ పదాన్ని భరతభూమిలో ఒక శ్లేషగా ఎవర్నైనా అవమానించడానికి వాడుతూ వుంటారు.

ఆ మనిషి కళ్ళు ఎరుపెక్కాయి. సుదాస్ వాగ్బాణం సూటిగా తగిలినట్లు. ఇందాక గొణిగిన తిట్టే మళ్ళీ తిట్టాడతను. ఈసారి అది గాలి అలజడిలో కూడా సుదాస్‌కి స్పష్టంగా వినిపించింది.

వెంటనే అతని నోటినుంచీ రక్తం కారసాగింది. అది అతని మొహం మీదుగా, మెడ మీదుగా భూమిలోకి ఇంకసాగింది. అతను చివరిసారి ఊపిరి వదిలాడు. సుదాస్ ముందు ఇప్పుడూ కుశ గడ్డీ అతను చనిపోయే ముందు అన్నమాటా మిగిలాయి.

"దశరాజులు"

పదిమంది రాజులు.

16

మనసు అన్యాక్రాంతంగా ఉన్నప్పటికీ తను చెప్పిన విధంగా పొదల మాటున వున్న ఇంద్రాణీ ఇంద్రౌత్‌లను చూడగానే అతనికి సంతోషం కలిగింది. వాళ్ళు గుడ్లు మిటకరించుకుని బెదురుచూపులు చూస్తున్నప్పటికీ చేతిలో విల్లంబులు పట్టుకుని ఎవరినైనా ఎదుర్కోవడానికి సిద్ధంగా వున్నారు. తను మలుపు తిరుగుతుండగా వాటిని తన మీదకే ఎక్కుపెట్టారు.

అతన్ని చూసి ఇంద్రాణి ధనస్సు దించి కొంచెం కోప్పడుతున్నట్టు, "నేను చెప్పానా?" అన్నది. ఇంద్రౌత్ ఏ భావమూ లేని మొహంతో తన విల్లుని కింద పెట్టేసి, "మనం చాల గుర్రాల తాలూకు సకిలింపులు విన్నాం కదా? ఎవరైనా కావచ్చు" అన్నాడు.

"కానీ నేను చెప్పాను, నువ్వు వాళ్ళ గుర్రాలను తీసుకొస్తావని. అసలు మనకి గుర్రాలూ, ఆవులూ, ఎద్దులు విలువైన సంపద కదా. ఈ ప్రపంచంలో" ఇంద్రాణి కాస్త దురుసుగా అన్నది. తరువాత తన స్వరం మార్చి, "నాన్నగారూ! మీకు గాయాలయ్యాయా?" అని అడిగింది.

మంచు నీళ్ళు తనపై చిందిన రక్తాన్ని చాలావరకూ కడిగేసి నప్పటికీ ఇంకా మిగిలిన రక్తపు మరకల వలన తను వాళ్లకి గాయపడిన వాడిలా కనిపిస్తున్నానని అనిపించి తల ఆడిస్తూ, "ఇదంతా నా రక్తం కాదు. నాకేమీ గాయాలు కాలేదు" అన్నాడు.

తండ్రిని అభిమానిస్తున్నట్లు ఒకసారి తన క్రింది పెదవి కొరుక్కుని "అమ్మో! నువ్వొక్కడివే నలభై మందిని వధించావా?" అన్నాడు.

"మట్టిబుర్ర! అది నలభై కాదు ఇరవయ్యే కదా నాన్నగారూ!" అంది ఇంద్రాణి.

సుదాస్ తల ఊపి "మనం వేగంగా ఇంటికి చేరాలి ఇప్పుడు. నేను మీకన్న వేగంగా పోవచ్చు, కానీ నన్ను అందుకోవడానికి వీలైనంతగా ప్రయత్నించండి" అన్నాడు.

"మీ పక్కనే పరిగెడతాం మేము" అన్నాడు ఇంద్రౌత్ విశ్వాసంతో.

సుదాస్ తలూపి పర్వతం వైపు చూస్తూ "గురువుగారు ఉత్తుంగ మీదే ఉన్నారా?" అన్నాడు.

"అవును. ఆయన ఇంకా అట్లా తవ్వుతూనే వున్నారు. తరువాత అక్కడ తను కనిపెట్టిందేదో ఆయనకు సంభ్రమం కలిగించింది. కానీ ఆయన శిఖరం మూలం వరకూ మాతో వచ్చి మమ్మల్ని మా గుర్రాల మీద ఎక్కించి వెళ్ళారు. మమ్మల్ని గుర్రాల మీద పోనిచ్చేముందు మీరు చేస్తున్న పోరాటాన్ని కూడా కొంత చూశారు. తరువాత మమ్మల్ని ఇక్కడ మీరు చెప్పిన చోటికి పంపించారు" అంది ఇంద్రాణి.

అంటే తను ఈ రోజు ఇరవైమందితో పోరాడి వారిని వధించడం తన పిల్లలు చూశారన్నమాట. తన పిల్లలు ఇదంతా చూడాలని తను కోరుకుని వుండలేదేమో! వాళ్ళెంత క్షత్రియులైనా, ముందుముందు ఎన్ని పోరాటాలు చేయవలసివుండినా ఇప్పుడు మాత్రం పిల్లలకుండే అమాయకత్వాన్ని కోల్పోకూడదు. యుద్ధం వారి మనస్సులోకి ఇంకే వరకూ ఇంకొన్నాళ్ళు వాళ్ళు శుద్ధంగా వుండాలి. కానీ వాళ్ల తప్పు కానిదానికి వాళ్లని విమర్శించడంలో అర్థం లేదు కదా! వాళ్ళు అక్కడ వుండడం సంభవించిన దానికి ఇప్పుడు చెయ్యగలిగిందేమీ లేదు.

సరయూను ఇంటివైపు మళ్ళిస్తూ, "నాతో రండి" అన్నాడు పిల్లలతో.

అతని కంఠస్వరమూ దిశానిర్దేశనం చాలు సరయూకి ఇంకేమీ చెప్పక్కర్లేదు. పిల్లలు అందుకోలేనంత వేగంగా ఆమె పరిగెత్తడం

మొదలుపెట్టింది. వాళ్ళెక్కిన గుర్రాలు చాలామంది ధనికులు తమ పిల్లలకిచ్చేలాంటివి కాదు. అవి మామూలు పెద్ద గుర్రాలు.

తను శత్రువుల దగ్గర్నుంచీ సేకరించిన గుర్రాల గుంపు వాళ్ల వెనకే వస్తున్నది. ఒకదానిమీద కాపలాదారు శరీరం కట్టబడి వుంది. మరొక దానిమీద శత్రువు శరీరం వుంది. కాపలావాని గుర్రం పడిపోయిన కారణం తెలియడం లేదు. కానీ తెలుసుకోవడం ఇప్పుడు అనవసరం కూడా. ఇంటికి వెళ్ళి శత్రువు అన్న చివరి గూఢమైన మాటకి అర్థం కనుక్కోవాలి అంతే.

గురువులైన వశిష్ఠ విశ్వామిత్రుల సంవాదం నేపథ్యంలో ఈ మాటకి కొంత అర్థం తెలుస్తున్నది. కానీ దాన్ని ఇంకా ధృవీకరించుకోవాలి. తను దేన్ని గురించి సందేహిస్తున్నాడో అది సంభవించకముందే వేగంగా ఇంటికి వెళ్ళడం ముఖ్యం. గుర్రపు వేగాన్ని హెచ్చించాడు. ఆమె ఒకసారి సకిలించి పరుగందుకున్నది. ఇంటికి వెళ్ళేటప్పుడెప్పుడూ ఆమె వేగంగానే పరిగెత్తుతుంది. నగరంలోకి ప్రవేశించకముందే ఏవో ప్రమాద సంకేతాలు అందాయి అతనికి. నగర ప్రవేశంలో వుండే పొలాల్లోని ఇళ్ళల్లో ఎవరూ లేరు. అంతా బయటే వున్నారు. కొందరు దిక్కుతోచనట్లు అటూఇటూ తిరుగుతున్నారు. మాట్లాడుకుంటూ, వాదించుకుంటూ వున్నారు. కొందరి చేతిలో ఆయుధాలున్నాయి. మొత్తం రాజ్యమంతా వార్త వ్యాపించిందని తెలుస్తోంది. అందులో వింతేమి లేదు. తృత్సు తెగ అంతా ఒకరికొకరికొకరు అతుక్కునే వుంటారు. ఒక తరం ముందు అంతా కలిసి ఒక నగరంలోనే వుండేవారు. వృత్తి వ్యాపారాల వలనా, పెరుగుతున్న జనాభా వలనా కొంతమంది వలసలు పోయారు. ఇతర ప్రాంతాలలోని వనరులను కనుక్కుని ఉపయోగంలోకి తెచ్చుకోడానికి. కానీ వీళ్ళంతా దగ్గరగానే వుంటారు. ఒకనాటి గుర్రపు స్వారి చాలు ఎక్కడికైనా చేరడానికి. కొంతమందికి పూర్వంలా అంతా ఒకేచోట ఒకే గ్రామంగా వుండడం ఇష్టం. ఎవరికేం జరిగినా వెంటనే తెలుసుకోవచ్చు. ప్రమాదఘంటిక మోగగానే చర్య తీసుకోవచ్చు.

చాలామంది సుదాస్‌ని చూశారు. కొంతమంది చెయ్యి ఊపారు. కొంతమంది కేకేసి పిలిచారు. వాళ్లని నగరానికి రమ్మన్నట్లు సైగ చేశాడే కానీ అతని వేగాన్ని తగ్గించలేదు. నగరం బయట వున్నవారితో మాట్లాడితే సమయానికి ఇంటికి చేరలేడు. ఈ రోజు తృత్సు భూభాగంలో జరుగుతున్న కుట్రకు కేంద్రం నగరమే కావచ్చు. అక్కడికి ముందు చేరుకోవాలి. ఈ కుట్ర వెనక వున్నది ఎవరో కూడా అతనికి ఖాయంగా తెలిసిపోయింది.

అతను వేగంగా ముందుకు పోతుంటే జనం అతనివైపు ఆదుర్దాగా చూశారు. చాలామంది కళ్ళల్లో ధిక్కారం కోపం కన్నీళ్ళు కూడా వున్నాయి. ఎవరూ తమ దైనందిన కార్యక్రమాల్లో లేరు. అంటే పరిస్థితి ఎంత క్లిష్టమైనదో తెలుస్తోంది. ఇందులో ఎంతమందికి నిజం తెలుసో, ఎంతమంది వదంతులను నమ్ముతున్నారో తెలియదు. తన సభలో సమితిలో తన వెనక జరిగే ఈ కుట్ర గురించి తెలిసీ తననుంచీ దాచిన వారెందరో కూడా తెలియదు. ఏదో జరుగుతున్నదని తెలుసు కానీ అది ఇప్పుడేననీ దానికొక పథకం ఉన్నదనీ తెలీదు. ఇట్లా అనీ ఇప్పుడేననీ తెలియదు. వాళ్ళు తనని చంపడానికి వస్తున్నారని ఆ ఇరవైమందీ భరత తెగవారినీ చంపకపోతే ఇదంతా జరుగుతున్నదని తెలియదు తనకి.

నగర వాతావరణం కూడా విచారగ్రస్థంగా వున్నది. ఆ విషయం ప్రవేశద్వారం వద్దే తెలిసిపోయింది. ద్వారపాలకులు ఏదో వాదించు కుంటూ ఆగిపోయారు. అతను రాగానే అంతా ఆగిపోయారు. కానీ ఒక రాజుని చూసినప్పుడు కూడా వారి పద్ధతి మారలేదు. వాళ్ల కళ్ళు తనని నిందాపూర్వకంగా చూస్తున్నట్లు కనుగొన్నాడు. ఇంద్రాణీ ఇంద్రౌత్ తనకి సమీపంలో వున్నారో లేదో అని ఒకసారి చూసుకున్నాడు. వాళ్ళు ఎవరి వంకా చూడకుండా తలవంచుకుని వస్తున్నారు. అటువంటి సమయాలలో ఒక చూపూ ఒక మాట కూడా అపార్థాలకి తావిస్తాయి.

సుదాస్ హృదయం తన భార్యా పిల్లలకోసం పరితపించింది. ఈ విపత్తు వలన వారి జీవితాలు నాశనం కాకూడదు. చివరికి కొంత బాధ

కలిగినా, యుద్ధాలూ ఘర్షణలూ తలెత్తినప్పుడెప్పుడూ అంతే. అది సాధారణమే.

చివరికిప్పుడు భరత తెగలన్నీ తమ విభేదాలను మర్చిపోయి సామరస్యంగా వుంటున్నారు. గత వారం రోజులుగా జరిగిన వివాహ వేడుకలు ఈ విషయాన్ని ధృవపరిచాయనుకున్నాడు సుదాస్. కానీ విందు వినోదాలూ ఆప్యాయతలూ కౌగలింతలూ అంతా మోసం అని అర్థం అవుతోంది. తెరవెనుక జరుగుతున్న కుట్రను దాచిపెట్టే నాటకం అన్న మాట.

భవన సముదాయపు ముఖద్వారాలు తను రాగానే మూసి వేస్తున్నారు. అక్కడ ఒక గుంపు జనం వున్నారు. వాళ్లంతా అరాచకంగా ప్రవర్తించబోయే క్షణం సమీపిస్తున్నది. వాళ్ల దగ్గర ఆయుధాలున్నాయి. వాళ్ళు చాలా అసహ్యంగా బెదిరిస్తున్నారు. అతను ముఖద్వారంలో నుంచీ లోపలికి వెడుతుంటే ద్వారపాలకులు వంగి ప్రణామం చేసి తన వెనుకే తలుపులు మూసేశారు, అక్కడే. జనం తన పేరు చెబుతూ ఏదో అపశకునాలు పలుకుతున్నారు. కానీ అవేవీ వారు హృదయపూర్వకంగా అనడంలేదనీ అతనికి తెలిసినా, అతని మనసు గాయపడింది.

రాజరికం పోతే పోయింది. తను ఎవరికీ చెడుపు చెయ్యకుండా ఎవరినీ నొప్పించకుండా తన ప్రజలకి మంచి చెయ్యాలనుకున్నాడు. కానీ ఇటువంటి క్లిష్ట పరిస్థితిలో ఎప్పుడూ పై అధికారినే నిందించడం జరుగుతుంది. ఇప్పుడీ పరిస్థితిలో తనని! రాజైన తనని.

17

కుక్కలన్నీ అదే పనిగా మొరుగుతున్నాయి. ప్రాంగణమంతా అది ప్రతిధ్వనిస్తున్నది. అవన్నీ ఇంకా ఉత్తరపు సావడిలోనే కట్టివేసి వున్నాయి. వాటికింకా రాబోయే ప్రమాదం గురించి తెలియదు. వాటిని బహుశా ఒంటరిగా బంధించి వుండొచ్చు. అవి అట్లా వుండడానికి ఇష్టపడవు.

కొంతమంది సారథులూ గుర్రాలను చూసేవారూ దక్షిణంలో వుండే సావడిలో తిరుగుతున్నారు. వాళ్ళు ప్రధాన సావడివైపు చూస్తున్నారు. వీళ్ళూ మరికొంతమంది పనివాళ్ళూ తప్ప రాజభవన సముదాయమంతా నిర్జనంగా వుంది.

అతను గుర్రం దిగి పక్కనున్న వానికి జీను అందించాడు. అతను తడబడుతూ అయోమయంగా అందుకుని ప్రణామం చేశాడు. ఏదో ఒక పనిచేసినందుకు ఊపిరి పీల్చుకున్నాడు.

సుదాస్ ప్రధాన సావడి వైపుకు నడిచాడు. ఉత్తరపు సావడి దాటుతుండగా కుక్కల అరుపులు తాత్కాలికంగా ఆగిపోయాయి. సరమ అతని వాసన పసిగట్టిందని తెలిసిందతనికి. వెళ్ళి దానిని సముదాయించే సమయం లేదతని దగ్గర. అతను గబగబ ముఖ్య సావడి మెట్ల దగ్గరకు వెళ్ళాడు. తలుపులు దగ్గరకు వేసి వున్నాయి. గడియపెట్టి లేవు. అతను వాటిని కాలితో తన్నాడు. అవి లోపల మనుషులకు తగిలినట్లున్నాయి. ఎవరో మోటుగా గొణిగారు. అట్లా చొచ్చుకువచ్చిన అతన్ని చూసి అతను అను తెగ మనిషి. చేతిలో గొడ్డలి ధరించి వున్నాడు. అతను సుదాస్‌ని

గుర్తించి దారికి అడ్డు రాబోయినాడు. సుదాస్ తలవంచి ఏమాత్రం నిదానించకుండా అతని మీదకు వెళ్ళగానే అతను తప్పుకుని పక్కవాడితో ఏమో అనగా ఆ పక్కవాడు, గొడ్డలివాడూ నవ్వారు.

ముఖ్య సావడి అంతా జనం నిండి వున్నారు.

తాగుతూ, తింటూ ఆయుధాలు పట్టుకునివున్నవాళ్లని తోసుకుంటూ వెళ్ళాడు. అందులో కొందరు ఉడికీ వుడకని మేక మాంసాన్ని చీల్చుకు తింటున్నారు. అక్కడ అనేక తెగలకు చెందిన మనుషులున్నారు. అదేమీ వింత కాదు ఎందుకంటే వివాహ వేడుకలకు అన్ని తెగలకు చెందిన అతిథులు వచ్చి వున్నారు. అక్కడ అతను యయాతి, పురు, యదు అను దృహ్యు, తుర్వాషా వంశాలకు చెందిన అయిదురకాల వ్యక్తులను చూశాడు. ఇంకా అన్ని ముఖ్య తెగలకు చెందినవారు కూడా వున్నారు. మత్స్యలు, దాసులు, పాణిలు, బలనలు, భృగులేకాక కాస్త తక్కువజాతి వారైన షివాలు, పక్తులు, విసానిన్లు, అలీనులు, అనవులు, సిగ్రులు అజాలేకాక ఇరువురు వైకర్ణులు కూడా వున్నారు. వీరిద్దర్నీ ఒకేచోట చూసి చాలా కాలమైంది. ఒకరి గొంతులొకరు పట్టుకోకుండా ఇట్లా కలిసిమెలసి వుండడం విచిత్రమే.

ఏ తెగకూ చెందని భూస్వాములు కూడా వున్నారు. అనేకమంది తమకు అనువైన ప్రాంతాలలో గ్రామాలను ఏర్పరుచుకుని తెగలుగా ప్రకటించుకున్నా, వీరికి పాత పద్ధతులే ఇష్టం. ఇంకా భేడా, షిమ్యూ, కసవా కాక బాగా గడ్డాలు పెంచిన ఇద్దరు విదేశీయులు కూడా వున్నారు. వీళ్ళను తరచు అనుతో చూసిన జ్ఞాపకం. అంతా కలిసి ఆ కక్ష్యలో వందమందిదాకా ప్రముఖులూ, వారి భార్యలూ వున్నట్టు గుర్తించాడు సుదాస్, ఈ దృఢకాయుల బరువుతో భవనపు చెక్క కిర్రుమని చప్పుడు చేస్తున్నట్లు వున్నది. స్త్రీలు కూడా సకలాలంకార శోభితంగా వున్నారు. ఆర్య సంప్రదాయం ప్రకారం వాళ్ళు కూడా ఆయుధాలు ధరించి వున్నారు.

అను రాజు సింహాసనంపై అధిష్ఠించి వున్నాడు.

తన ప్రధాన కక్ష్యలోనే జరుగుతున్న అమర్యాదకర సంభాషణా, తిండీ, త్రాగుడూ అంతా ఇంకా సుదాస్ బాగా గమనించలేదు. అక్కడి వారంతా సంభాషణల్లో తలమునకలై వుండీ అతన్ని గమనించలేదు. ఒక ప్రేక్షకునివలె నిలబడి పరికిస్తున్నాడు సుదాస్. అక్కడ చాలా తెగలు, చాలా మతాలు వున్నాయి. వాళ్లందరూ ఒకరికొకరు శత్రువులు. సభల్లోనూ, సమితి సమావేశాల్లోనూ వాళ్ళని కత్తిమొనతో బెదిరించి పోట్లాడుకోకుండా ఆపవలసి వచ్చేది. ఇప్పుడు ఒకరితో ఒకరు మర్యాదగా మాట్లాడు కుంటున్నారు. కత్తులను ఒరలలో వుంచుకుని ఎడంగా వుండి మాట్లాడు కుంటున్నారు. గొప్ప పరిణామమే.

సుదాస్ అంతకుముందు ఎగువ దిగువ సభల్లో ఎప్పుడూ చూసి వుండనివారు కూడా చాలా అన్యోన్యంగా సంభాషించుకుంటున్నారు. వాళ్లంతా వివాహవేడుకల్లో స్వేచ్ఛగా తిని తాగినట్లే ఇక్కడ కూడా తిని తాగుతున్నారు. ఇందులో కొంతమంది వేడుకలకి రాలేదు కూడా. వాళ్ళు ప్రత్యేకంగా ఈ సమావేశానికే వచ్చినట్లుంది. కానీ అసలు ప్రతి సభ సమితి సమావేశాలు సుదాస్ ఏర్పాటుచేస్తేనే జరుగుతాయి. కానీ ఈ రోజు తనేమీ ఏర్పాటుచేయలేదు.

అక్కడ తప్పట్లు కొట్టినా వినపడని తారస్థాయిలో సంభాషణ జరుగుతున్నది. ఒక బాన పొట్ట, పెద్ద గడ్డం మనిషి పానపాత్రలో మద్యం అయిపోగా అతను దాన్ని గోడకేసి కొట్టాడు. అది పగిలి ముక్కలైంది కానీ ఏ శబ్దమూ వినపడలేదు. అక్కడి సంకీర్ణ ధ్వనులు అన్ని శబ్దాలనూ మింగుతున్నాయి. ఆ రాక్షసాకారం కసవ అనే వానిది. అతనికి మదిరా మానినీ మాంసమూ అన్నీ వ్యసనాలే. యుద్ధం కూడా వ్యసనమే, అయితే అది అతని చిత్తవృత్తి మీద ఆధారపడి వుంటుంది.

సుదాస్‌కి చిన్నప్పటినుంచీ సభల్లోనూ, సమితి సమావేశాల్లోనూ నిశ్శబ్దంగా వుండి అక్కడ జరిగేవన్నీ అంచనా వేయడం అలవాటు. అతని తండ్రిది పెద్ద గొంతు. ఆడంబరమైన వక్త. అన్ని సభల్లోనూ అతని స్వరానిదే ఆధిపత్యం. పిజావన్‌దే ఆకర్షణ. అయితే సుదాస్‌కి తన తండ్రి

ఛాయలో వుండడమే ఇష్టంగా వుండేది. అక్కడ జరిగేవి వింటూ గమనిస్తూ వుండడం బాగుండేది. పెద్దవాళ్ళ సభలో ఒక పిల్లవాడు శునకంలాంటివాడు. అతను ఎవర్ని పరిశీలిస్తున్నాడో ఏమి వింటున్నాడో ఎవరూ పట్టించుకునేవారు కాదు. రాజుగా వుండడం అంటే ఏమిటో అతను తండ్రి పక్కనుండి అన్నీ గమనిస్తూ నేర్చుకున్నాడు. తరువాత తన సందేహాలన్నింటినీ వశిష్ఠుడిని అడిగి తెలుసుకునేవాడు. తెగలూ, జాతులూ, కుటుంబాలూ, సామంతులమధ్య సమతూకం ఎట్లా సాధించాలో ఒక్కొక్కప్పుడు కుటుంబసభ్యులమధ్య కూడా, అన్నీ ఆయనను సంప్రదించేవాడు.

అనువంశికంగా, సిద్ధాంతపరంగా భరతులంతా ఒకే జాతి. కానీ వాళ్లంతా ఇప్పుడు చెదురుమదురైన తెగలుగా విడిపోయారు. ఇతర తెగలతోనూ, జాతులతోనూ కలిసిపోయారు. "వీళ్ళంతా మనువు విసిరిన పాచికలు" అనేవాడు పిజావన్ అప్పుడప్పుడు. సుదాస్ వున్న ఒక సభలో ఆయన ఒకసారి ఇలా చెప్పాడు, "శక్తిశాలురైన స్త్రీపురుషులకు తమ రాజ్యాలను పాలించడం సులభం. సింహాసనం విడిచి పొగరుబోతులను తరిమేకంటే దగ్గరున్నవారిని చెప్పుచేతల్లో పెట్టుకోవాలి" అనేవాడు. పూర్వం ఒక రాజు తన ప్రజలకు తనపట్ల ప్రేమా, గౌరవం, భయం, భక్తి, అభిమానం వుండేలా చూసుకునేవాడు. అతని అధికారాన్ని ధిక్కరించినవారు గ్రామం విడిచిపోయేవారు. బయట విశాల ప్రపంచం వుండగా రాజుతో తగాదా ఎందుకు?

ఇప్పుడిక్కడ చేరి ఒకరితో ఒకరు సామరస్యంగా వున్న ఈ రాజులందరికీ కొన్ని తరాలకు సరిపడ వనరులున్నాయి. వీరెవరికీ భారతజాతి భవిష్యత్తు గురించిన బాధేమీ లేదు. బాధ్యతా లేదు. వాళ్లందరిలో చాలామందికి వాళ్ళిష్టమొచ్చినట్లు జీవించడమే ప్రధానం.

ఉన్నట్లుండీ సభలో రణగొణ ధ్వని అణిగింది. అక్కడివారి చిత్తంలో మార్పేదో వచ్చింది. తన పక్కనున్నవారూ మరికొంతమందీ తనవైపు

చూడ్డం గమనించాడు సుదాస్. అతను తల ఎత్తి చూస్తే కళ్లన్నీ తన మీదే వున్నాయి.

సంభాషణ నిలిచిపోయింది. కుక్కల అరుపులే దూరంగా వినిపిస్తున్నాయి. అతనిచుట్టూ వున్న గుంపు తప్పుకున్నది. ఎదురుగా తన స్థానంలో సింహాసనం మీద కూర్చున్న వ్యక్తి అతన్ని చూసి నవ్వాడు.

"స్వాగతం తృత్సు రాజా! సుదాస్! మేము నీకోసమే చూస్తున్నాం," అన్నాడు రాజా అను.

18

సుదాస్‌ను సింహాసనం దగ్గరకు వెళ్ళనివ్వడానికి జనం దారిచ్చారు. కానీ అక్కడి మనుషుల మొహాలలోని భావాలు మాటల్లో చెప్పలేనివెన్నో చెప్పాయి సుదాస్‌కి. తమ రాజునో లేదా తమకు సమానమైన వ్యక్తినో పలకరిస్తున్నట్లు లేవు ఆ మొహాలు. ఎవరో ఒక ఆర్యుడినో, ఒక సాధారణ క్షత్రియుడినో చూసినట్లు వున్నాయి. కొంతమంది బాహాటంగానే తమ అసహ్యాన్ని ప్రకటించారు. అతను సింహాసనంవైపు వెడుతుంటే కసవతో పాటు భేడా, షిమ్యు తమ శత్రుత్వాన్ని దాచుకోకుండా అతని భుజాలని రాసుకుంటూ పోయారు కూడా. అటువంటి ప్రవర్తనకు స్పందించకూడదని అతనికి తెలుసు. కానీ ఈ రోజు ఉదయం వరకూ ఎవరినైతే తనకు మంచి స్నేహితులుగా భావించాడో వారే తనను చూసి మొహం తిప్పుకోవడం చూసి కూడా ఆశ్చర్యపోలేదు.

"కనుక నన్ను అందరినుంచీ వేరు చేశారు! ఒంటరి జంతువును వధించడానికి సన్నాహాలు చేస్తున్నారు!"

అతను చెక్కతో చేసిన వేదిక ముందుకు వచ్చాడు. అక్కడ తృత్సు రాజా రాణీల సింహాసనాలున్నాయి.

సుదాస్ కూర్చోవాల్సిన సింహాసనం మీద అను కూర్చుని వున్నాడు. అతని పక్కనున్న సింహాసనం మీద అనుకు చెల్లెలూ సుదాస్‌కు భార్యా అయిన సుదేవి కూర్చున్నది.

ఆమె ముఖంలో ఏ భావమూ లేదు. కొంతమందికిలాగా ధిక్కారం గానీ, కొంతమందికిలా అహంకారం గానీ, కొంతమందికిలా అయోమయ

స్థితి గానీ లేని మొహం అది. ఆమె తన సోదరుని వంక చూస్తూ అతను చెప్పేది శ్రద్ధగా వింటున్నది.

"నా సోదరుడు చెప్పేది జాగ్రత్తగా విను" అని సుదాస్‌కు సూచిస్తున్నట్లు వున్నది.

సుదాస్ అను వంక చూసి, "నువ్వు నా స్థానంలో కూర్చున్నట్లు న్నావు" అన్నాడు.

ఆ మాటలు అతను చాలా మామూలుగా వాతావరణం గురించి మాట్లాడినట్లు ఎటువంటి ఉద్వేగమూ లేకుండా అన్నాడు. కొన్ని వందల కళ్ళు తన వెనక నుంచీ తనను గుచ్చుతున్నాయని గ్రహించాడు. అదేమీ తనను ప్రభావితం చెయ్యకుండా చూసుకున్నాడు.

అను పళ్ళు ఇకిలించినట్లు నవ్వాడు.

"నిన్ను చూసినందుకు సంతోషం, సుదాస్! ఇప్పటిదాకా ఎక్కడున్నావు? మళ్ళీ గుర్రాలతో కలిసి స్నానం చేస్తున్నావా? పోనీ ఈసారి కుక్కలతోనా?" అని రాజసంగా అక్కడున్నవాళ్లని చూస్తూ, "ఇవాళ పొద్దున దాదాపు నిన్న రాత్రి మన మిత్రుడు సుదాస్‌ని పశువుల సాలలో గుర్రాల కుడితితొట్టెలో పొర్లడం చూశాను. బహుశా అతని గురువు బోధనేమో! కొత్త వశిష్ఠయోగంలో భాగమేమో, అవునా సుదాస్!" అన్నాడు.

అక్కడివాళ్లంతా భళ్ళుమని నవ్వి అతన్ని ప్రోత్సహించారు.

ఈ అవమానానికి సుదాస్ ఏ మాత్రం ప్రతిస్పందించలేదు. భరత తెగలన్నీ పూర్వం ఒకే గురువును ఆశ్రయించేవి. కానీ కాలక్రమంలో బ్రాహ్మణుల మధ్య వచ్చిన తాత్వికపరమైన విభేదాలు వీరిలో చీలిక తెచ్చాయి. తృత్సు తెగకు సలహాదారూ, గురువూ వశిష్ఠుడు కాగా అను తెగకు గురువు విశ్వామిత్రుడయ్యాడు. తక్కినవాళ్లకి ఎవరి గురువు వారికే. వీళ్ళిద్దరూ వయోవృద్ధులు, జ్ఞానవృద్ధులు కూడా. వాళ్ళిద్దరికీ పాతకాలపు విరోధాలున్నాయి. అయినప్పటికీ వశిష్ఠుని మీద ఇట్లా

చతురులు విసరడం భారత తెగకు చెందిన అనుకు శోభస్కరం కాదు. అది అతని అల్పబుద్ధిని సూచిస్తుంది. అయినా దానిని లక్ష్యపెట్టదలుచు కోలేదు సుదాస్. తనను వశిష్ఠుని సమర్థించేలాగా రెచ్చగొట్టాలనేది అను ఉద్దేశం అని సుదాస్‌కు తెలుసు. అట్లా రెచ్చగొడితే తను విశ్వామిత్రుడి పక్షాన మాట్లాడవచ్చుని అతని ఉద్దేశం.

ఈ విధమైన వాదనలో దిగడం సుదాస్‌కి ఇష్టం లేదు. ఎవరి నమ్మకాలు వాళ్లవి. మరొకరిని తనవైపు తిప్పుకోవాలనే కోరిక అతని కెప్పుడూ లేదు. అట్లాగే ఎదుటివాళ్ళు కూడా తన నమ్మకాలని గౌరవించా లని అతని ఉద్దేశం.

సింహాసనానికి కుడివైపున ఇతర సభాముఖ్యులకు వేసిన కుర్చీల వరసను చూపిస్తూ "నీ స్థానంలో కూర్చోవచ్చు కదా?" అన్నాడు అను.

అను తెగకు రాజుగా అతను కూడా సభలో ఒక ముఖ్యమైన మంత్రి వర్యుడు. అను రాజధానిలో అటువంటి స్థానమే సుదాస్‌కు కూడా వున్నది. అవి కేవలం ఒక సంప్రదాయం కోసమే కానీ ఎప్పుడూ అందులో ఎవరూ కూర్చోకపోయినా వాటి గౌరవం వాటికున్నది. భరత తెగలు ఒకదానికొకటి ఇచ్చుకునే గౌరవానికి గుర్తు అది.

తన సహచరులవంకా భజనపరుల వంకా చూసి వ్యంగ్యంగా నవ్వాడు అను. అతని పక్కన కూర్చున్న సుదేవి అతని మొహాన్నే పరీక్షగా చూస్తున్నది. ఆ మొహాన్ని వివరంగా జ్ఞాపకం పెట్టుకోవాలన్నంత దీక్షగా. ఇప్పటివరకూ ఆమె సుదాస్ కళ్లల్లోకి చూడలేదు.

"నాకీ స్థానమే బాగా ఇష్టం" అన్నాడు మళ్ళీ అను సుదాస్ వైపు తిరిగి. అతను చాలా పొగరుగా సింహాసనం వెనక్కి ఆనుకుని సింహాసనం చేతిమీద చెయ్యి ఆనించి విలాసంగా కూర్చున్నాడు.

"అంతేకాదు. నువ్వు కనుక నీ ధర్మాన్ని ఆచరిస్తూ వుంటే నేనివ్వాళ ఇక్కడ కూర్చుని నిర్ణయాలు తీసుకునే అవసరమే లేకపోయేది" అన్నాడు.

"నా ధర్మం ఆచరించడమా? నీ ఉద్దేశంలో నేనెక్కడ ధర్మం తప్పాను అనూ?" అన్నాడు సుదాస్.

అను భుజాలు ఎగరేసి చెయ్యెత్తి అరచేతిని అడ్డంపెట్టాడు. అంటే ఆ ప్రశ్నే అసందర్భం అన్నట్లు. "తన ప్రజల్ని కాపాడి వారి మనుగడకు బాధ్యత వహించడం రాజు ధర్మం కదా?" అన్నాడు మళ్ళీ.

"అంతేకాదు. తన ప్రజల్ని కాపాడి రక్షించడం ఒకటే కాదు ఒక మంచి రాజు వాళ్ల అభివృద్ధిని కూడా కోరాలి. కనీసావసరాలు చూస్తే చాలదు. ఆశించినదానికన్న ఎక్కువ చెయ్యాలి" అన్నాడు సుదాస్.

ఆ స్పందనను అభినందిస్తున్నట్లు గడ్డానికి చెయ్యి ఆనించి, "బాగా చెప్పావు. చాలా తెలివిగా చెప్పావు కూడా నీకు ఎప్పుడూ బాగా మాట్లాడే నేర్పు వుంది" అన్నాడు అను. అతనింకా ఏదో అనబోతూ వుండగా సుదాస్ అందుకుని, "నేను నీ అంత ధారాళంగా మాట్లాడలేనేమో! అయినా, అనూ! అసలు విషయానికి వద్దాం. ఈ రోజిక్కడ రాజులూ సామంతులూ ప్రముఖులూ ఎందుకు సమావేశమైనట్లు? నేను సభనీ సమితినీ సమావేశానికి పిలవలేదే? అంతేకాక నువ్వు నా స్థానాన్ని ఎందుకు ఆక్రమించావు? నీ స్థానం నీకు కేటాయించి వుంది. నువ్వు దయచేసి అందులోకి వెళ్ళి కూర్చో. ఇక్కడ మాట్లాడే పని ఏమైనా వుంటే వినడానికి సంతోషమే నాకు. నువ్వు లేచి నా స్థానం నాకిచ్చాక చెప్పు వింటాను" అన్నాడు సుదాస్.

19

అను తృత్సు సింహాసం మీద కూర్చునే వున్నాడు.

"నువ్వు మర్చిపోయావు, సుదాస్! ఇది నా సింహాసనం" అన్నాడు.

సుదాస్ కళ్ళు చికిలించాడు. ఇదేం కొత్త వ్యూహం? లేక ఏమైనా కొత్త రకమైన హాస్యమా? "ఏమనుకుంటున్నావు, అనూ! ఇది తృత్సు రాజు సింహాసనం. నేను రాజును. నేనే కూర్చోవాలి అక్కడ" అన్నాడు. అక్కడున్న వాళ్ళు కొందరు ఆగ్రహపూరితమైన గొంతులతో "కాదు" అని అరిచారు.

ఒకరెవరో బాగా తాగేసి ముద్దముద్దగా "అది నీ స్థానం అనూ. నీ ఇష్టం వచ్చినట్లు చేసుకో" అని అరిచాడు.

ఆ మాటలకు అందరూ నవ్వారు.

ఇప్పుడేమంటావన్నట్లు సుదాస్ వంక చూసి, తరువాత సుదేవి వైపు తిరిగి, "నువ్వేమంటావు, నా ప్రియతమ సోదరీ! ఇది నా హక్కా కాదా?" అన్నాడు.

సుదేవి ఒక్క క్షణం మౌనంగా వుండిపోయింది. సుదేవిని ఇట్లా అడగడం ద్వారా అతనాడే ఆట ఏమిటి? అనుకుని తన భృకుటి ముడిచాడు సుదాస్. అసలు ముందు ఆమె అతని పక్కన కూచుని ఏం చేస్తున్నది? అని ఆశ్చర్యపడ్డాడు. ఆ ప్రధాన కక్ష్యలో అడుగుపెట్టినాక మొదటిసారి అతనికి కోపం వచ్చింది.

"నీకు హక్కుంది అన్నా" అన్నది సుదేవి మెల్లగా.

అను చేతులు దాచి సంతోషంగా నవ్వుతూ, "చూశావా, నా సోదరి కూడా అంగీకరించింది. నేను నాకు సరైన స్థానంలోనే కూర్చున్నాను. ఈ స్థానం నీది కాదు, సుదాస్! ఇది నాది. నువ్వు నీకు నచ్చిన స్థానంలో కూర్చోవచ్చు. ఇది నీ ఇల్లుగా భావించి స్వేచ్ఛగా వుండు" అన్నాడు.

వెక్కిరింపులతో కూడిన వీలలూ, కేకలతో గదంతా ప్రతిధ్వనించింది.

సుదాస్ వెన్ను బిరుసెక్కింది. ఇది చాలాదూరం వెళ్ళేలా వున్నదను కున్నాడు. తన భార్యవైపు చూస్తూ "నా పిల్లల తల్లీ! దయచేసి నీ ఉద్దేశం ఏమిటో చెప్పు. నీ సోదరుడు మాట్లాడే పద్ధతి నాకు అర్థం కావడం లేదు. ఈ రకమైన సంభాషణకు ఒక పద్ధతీ, మర్యాదా వుంటాయి. దయచేసి నాకీ పనిచేసిపెట్టు. తృత్సు సింహాసనం అనూది ఎట్లా అయిందో తెలియ పర్చు" అన్నాడు.

సుదేవి కళ్ళు దించుకుని మాట్లాడింది. ఇప్పుడామె మృదుల అయిన భార్యలా లేదు, తన చర్య ద్వారా తన మనోభావాన్ని వివరించింది.

ఆమె తన సోదరుడు చెప్పిన దానితో అంగీకరించడం లేదు. ఇట్లా చేసినందుకు అతణ్ణి క్షమించను కూడా లేదు. కానీ అతనిపై వుండే విశ్వాసం వలన బలవంతంగా ఇట్లా చేయవలసి వచ్చింది.

అయినా అతనికి కోపం వచ్చింది. అది సుదేవి మీద కాదు. అతనికి ఆమెపై వచ్చిన ఒత్తిడి అర్థమైంది. తన సోదరిని ఇట్లా బహిరంగంగా తన భర్తను అవమానం చేసే సభలో పాల్గొనచేసినందుకు అనూ మీదే కోపం వచ్చింది. ఈ కార్యక్రమం అంతా తృత్సు రాజు సుదాస్‌ను తద్వారా అతని తెగ మొత్తాన్ని అవమానించడానికే అని అర్థం అవుతున్నది. తృత్సులు అను కన్న అన్నివిధాలా గొప్పవారని నిరూపణ అయినందుకు ఈ విధంగా కక్ష తీర్చుకుంటున్నాడన్నమాట. గుర్రపు స్వారీలోనూ, కుక్కలను తర్ఫీదు చెయ్యడంలోనే కాక లోహపు పనిలోనూ, రహదారుల నిర్మాణంలోనూ, గృహనిర్మాణంలోనూ, మురుగునీటి వ్యవస్థ నిర్మాణం లోనూ కూడా తృత్సులు అందరికన్న నిపుణులు. ముఖ్యంగా యుద్ధంలో ఆరితేరినవాళ్ళు. అదే అనుకు కంపరం ఇప్పుడు.

ఆ గదిలో అందరూ వింటూండగా సుదేవి మెల్లగా మాట్లాడడం మొదలుపెట్టింది. ఆమె మాటలు వినడం కోసం అందరూ మౌనం దాల్చారు.

"మనది మాతృస్వామ్య సమాజం అని నీకు తెలుసు కదా సుదాస్! భరత న్యాయచట్టం ప్రకారం, భూమిమీద అధికారం, వారసత్వమూ, తక్కిన అన్ని ఆస్తులూ ఆ వంశంలోని తల్లికే వస్తాయి. మీ అమ్మ లేదు కనుక ఆమె స్థానంలో అవి నాకు చెందుతాయి. నేను నీ ఇంటికి మాతృ స్వామినిని. ఇప్పటివరకూ నువ్వు ఈ రాజ్యాన్ని నా తరఫున పాలించావు. నా అనుజ్ఞతో పాలించావు. ఇది నీకు బాగా తెలుసు. నీకు న్యాయమూ, చట్టమూ బాగా తెలుసు. వాటిని ఆచరణలో పెట్టడమూ బాగా తెలుసు. అయితే కొన్ని ప్రత్యేక పరిస్థితుల్లో నేను మాతృస్వామినిగా అధికారాన్ని వినియోగించుకుంటున్నాను. ఆస్తులన్నింటినీ స్వాధీనం చేసుకుంటున్నాను. నా హక్కుగా నా సోదరుడిని నాకు సహాయపడమని అడుగుతున్నాను. అతడిని నా ప్రతినిధిగా నియమిస్తున్నాను. నా అనుమతి పొందిన నా సోదరుడు ఏం చేస్తే అది న్యాయం. అతనికి కూడా నాకిచ్చే గౌరవం ఇవ్వవలసిందని ప్రార్థిస్తున్నాను. అతనికి కూడా విధేయంగా వుండండి. నేటి నుంచీ అన్ని అధికారాలతో అనుయే తృత్సు రాజు."

ఈ ఉపన్యాసం అంతా ముందే చదువుకుని వచ్చిన పద్ధతిలో ఆమె అప్పగించింది. అది చెప్పడానికి ఆమెలో వున్న అయిష్టత, బలవంతంగా చెప్పవలసిరావడమూ స్పష్టంగా తెలిసిపోతున్నాయి. ఆవిడ ఎంత నిర్లిప్తంగా ఈ మాటలు చెప్పిందో దానికి పూర్తిగా వ్యతిరేకమైన రీతిలో ఆ గది హర్షధ్వానాలతో మార్మోగింది. గది గోడలూ పైకప్పు కూడా ప్రతిధ్వనించాయి.

"సాధు, సాధు" అని అందరూ తమ ఆమోదం తెలియజేశారు.

మద్యంతో మందమైన నాలుకతో ఒక మోటు గొంతు "భరతులకు రాజైన అను వర్ధిల్లాలి" అని అరిచింది.

ఆ అరిచిన మనిషెవరో వెనుతిరిగి చూడాలనిపించినా ఆ కోరికను నిగ్రహించుకున్నాడు సుదాస్. అతనికి తెలుసు ఆ అరిచిన మనిషి భేదా తప్ప మరెవరో కాదని. మరొక సామంతుడూ అనుకు స్నేహితుడూ అతను.

ఈ అట్టహాసానికి కేంద్రమైన మనిషి కుతూహలంగా చూశాడు సుదాస్‌ని.

"చూశారుకదా బావగారూ! ఇది తప్పకుండా నా స్థానమే. న్యాయ ప్రకారమే నేనిక్కడున్నాను. నా సోదరి తరఫునా, చట్టప్రకారమూ కూడా" అని సుదాస్‌కేసి చెయ్యి చూపిస్తూ, "మీరిపుడొక స్థానం వెతుక్కుని కూర్చొని కాళ్ళనెప్పులు పోయేలా అలుపు తీర్చుకోండి. వచ్చే రోజుల్లో మీకు ఆలోచించుకోవడానికి చాలా వుంటుంది. ఇది మీ రాజ్యపు బాధ్యతల నుంచీ పొందిన విశ్రాంతి అనుకోండి. మా రాజ్య సభ ఆతిథ్యం స్వీకరించి కాస్త సోమరసం పుచ్చుకోండి. ఎవరైనా అమ్మాయితో ఆనందించండి. మీ భృత్యులకు ఎప్పుడూ పని, కర్తవ్యం, ధర్మం, త్యాగం వంటి విషయాల గురించే చింత. మీరు మీ పరిధి విస్తరించుకుని కొన్నాళ్ళు సుఖించండి."

20

సుదాస్‌కి చాలాకాలం నుంచి అను గద్దముక్కు మీద ఒక గుద్దు గుద్దాలని వుంది. చాలాసార్లు నిగ్రహించుకున్నాడు. దాన్ని చితక్కొట్టాలని వుంది కానీ "నువ్వు అపార్థం చేసుకున్నావు" అన్నాడు.

అను అతని వంక ఆశ్చర్యంగా చూసి "నువ్వే అపార్థం..." అంటూండగా, "నోర్ముయ్ అనూ," అని చాలా నెమ్మదిగా వేదిక మీద వారికి మాత్రమే వినపడేలా అన్నాడు సుదాస్ "నేను నీ సోదరితో మాట్లాడుతున్నాను."

మొదటిసారి సుదేవి తల ఎత్తి చూసింది. ఆమె ఉలిక్కిపడి బలహీనంగా "నాతోనా సుదాస్" అన్నది. ఆమె మామూలుగా మాట్లాడడం విని ఊపిరి పీల్చుకున్నాడు సుదాస్.

ఉపోద్ఘాతాలేమీ లేకుండా అతను కొనసాగించాడు, "నువ్వు అపార్థం చేసుకున్నావు. నువ్వు చెప్పిన చట్టం ఆ మాతృస్వామినికి ఆస్తులని చూసుకోడానికి భర్త గానీ, అతని సోదరుడు గానీ లేనపుడే అన్వయిస్తుంది. నేనింకా బ్రతికే వున్నాను. రాజ్యపాలన, తృత్సు ప్రజల బాగోగులూ చూసే శక్తి వున్నది. నువ్వు నన్ను ఇట్లా వదిలిపెట్టలేవు."

ఆమె మొహంలో వెలుగు రావడం గమనించాడతను "నిజమా" అన్నది.

అతను వేదిక ఎక్కి ఆమె కూర్చున్న సింహాసనం దగ్గర మెట్లపైకి వచ్చాడు. ఆమె లేచి నిలబడింది. అది భర్త పట్లనో రాజు పట్లనో చూపే గౌరవంతో కాక కూర్చుని అతని మొహం చూడ్డం సాధ్యం కాక.

ఆమె చేతులను తన చేతుల్లోకి తీసుకుని ఆప్యాయంగా నిమిరాడతను. "నువ్వు కులాసాగా వున్నావా?" అని గుసగుసగా అడిగాడు.

ఆమె మౌనంగా తల ఆడించి, గట్టిగా, "అదేమిటో వివరించండి" అన్నది.

"నువ్వు చెప్పిన చట్టం, న్యాయం దానికి వ్యతిరేకంగా ఉపయోగించడానికోసం చెయ్యబడ్డాయి" అన్నాడు. ఆమె కనుబొమ్మలు ముడివేసి, గొంతు పెంచి చాలా గట్టిగా "ఏమిటి మీరు చెప్పేది?" అన్నది నమ్మలేనట్లు గొంతు పెట్టి అక్కడున్నవారంతా వినాలన్నట్లుగా. అతను తగ్గట్టుగానే ఉచ్చైస్వరంతో, "తృత్సు ఆస్తులు పొందడానికి నాకు తల్లి గానీ, అమ్మమ్మ గానీ, పిన్ని గానీ, అక్కచెల్లెళ్ళు గానీ లేనందువలన నువ్వు ఖచ్చితంగా ఇంటికి మాతృస్వామినివే. కానీ మొదటగా నువ్వు ఏ తెగకు మాతృస్వామినివి" అన్నాడు.

"నా తెగకా?" అడిగింది ఆమె ఆశ్చర్యంగా.

"అవును, నీ అను తెగకి. నువ్వే ఇప్పుడు జీవించివున్న అను స్త్రీలలో పెద్దదానివి, అవునా?"

"అవునూ" అన్నది ఆమె చాలా మామూలుగా.

"అప్పుడు నువ్వు చాలా తేలికగా నీ సోదరుడిని తప్పించి అను సింహాసనాన్ని పొందవచ్చు. అతని ఆస్తులన్నీ తీసుకోవచ్చు. ఇక్కడ ఒక ప్రకటన చేస్తే చాలు. నువ్వు కావాలంటే నన్ను నీ ప్రతినిధిగా ప్రకటించుకోవచ్చు అను రాజ్యానికి. అను నీ తమ్ముడు కనుకనూ పైగా నీ సవతి తమ్ముడూ కూడా కదా?" అన్నాడు.

"అవును" అన్నది తన సంతోషాన్ని దాచుకోకుండా.

"అంతేకాదు అతను నీ అంత సమర్థంగా పాలించలేడని నువ్వు అనుకుంటే అతన్ని తప్పించే హక్కు నీకుంది నీ ప్రతినిధిగా అను రాజ్యాన్ని పాలించేందుకు నీ భర్తని కూడా నువ్వు నియమించుకోవచ్చు."

ఆమె కళ్ళు మెరిసాయి. "నిజంగానా?" అన్నది.

"మీరు నన్ను అలా చెయ్యమంటారా, ప్రియతమా?" అన్నది కూడా.

అను ఒక్క గంతులో లేచి నిలబడి, "చాలించండి" అని అరిచాడు. రెండడుగులు ముందుకు వేశాడు. అతని మొహంలో క్రోధం కొట్ట వచ్చినట్లుంది సుదేవి జుట్టు పట్టుకుని ఈడ్చిపడెయ్యాలన్నంత కోపం. కానీ సుదాస్ ఆమె పక్కనే వున్నాడు. వాళ్ళు ఒకరివంక ఒకరు తీక్షణంగా చూసుకున్నారు. ఎవరి ఆయుధాలు వారు విసిరిపారేసి పరుగెత్తిపోయే పరిస్థితి అది. అను తన కోపాన్ని వ్యక్తం చెయ్యడానికన్నట్లు మళ్ళీ కూర్చున్నాడు.

"న్యాయాన్ని ఇట్లా వ్యాఖ్యానించడంతో నేను ఏకీభవించను. అది తప్పు" అన్నాడు.

"అయితే నీ దృష్టిలో ఏది సరైన వ్యాఖ్యానం?" అన్నాడు సుదాస్ ప్రశాంతంగా. అతను సుదేవిని పక్కకు జరగమని చెబుతున్నట్లు ఆమె చెయ్యి పట్టుకున్నాడు. అది అర్థం చేసుకుని ఆమె చాలా సహజంగా పక్కకు జరిగింది.

అను కాసేపు తొట్రుపడి, తరువాత పిడికిలి బిగించి సుదాస్ మీదకు వచ్చాడు. "మా అక్క ఇందాక చెప్పిందే సరైనది" అని అరిచాడు.

"అవునా?" అంటూ అక్కడ కూచున్న అనేకమందిని చూడడానికి వారివైపు తిరిగాడు. ద్వేషంతో, కోపంతో తనపైకి దూకేవారెవరన్నా వున్నారా అని చూశాడు. కానీ కొందరు తన మీద సానుభూతితోనే కనీసం తటస్థంగానో కనపడ్డారు. అను అనుకున్నంత తేలిగ్గా జరగబోయే ముట్టడి కాదది.

అను చాలా త్వరితంగా రాజ్యాన్ని స్వంతం చేసుకోవచ్చను కున్నాడు. చట్టం తనకి అనుకూలంగా వుంటుందనే తప్పుడు నమ్మకంతో! ఈ తప్పుడు నమ్మకం చట్టాలను గురించి తెలిసినవారెవరో అతనికి కలిగించి వుంటారు. అనుకి చట్టాలను గురించి ఏమీ తెలియదు. పెద్ద తెలివి కలవాడూ కాదు. తనిందాక చూసిన ఒక పొడుగు గడ్డం మనిషి

అనుకి ఈ సలహా ఇచ్చి వుండొచ్చు. అయితే ఇదే ఆర్య న్యాయం. రెండో వైపున కూడా ఉపయోగించుకోవచ్చని అతనికి తెలియదు. అప్పుడు ఎవరికి దగ్గర రక్తసంబంధం వుందో వాళ్ళు గెలుస్తారు. ఈ సందర్భంలో అను వంశంలో బ్రతికివున్న పెద్దదానిగా సుదేవికే ఆ హక్కు వున్నది. ఇక్కడ సుదాస్ భార్యగా ఆమె హక్కు బలహీనమైనది. అయితే తను సుదేవితో వివాహం తెగతెంపులు చేసుకుంటే తనకి ఇక్కడ ఏ హక్కులూ వుండవు. తను అట్లా చెయ్యడు కానీ అది న్యాయంలో భాగం. అను ఇంట్లో ఆమె హక్కు రక్తసంబంధమైనది, ఎవరూ కాదనలేనిది. అయితే ఇప్పుడీ సమస్య ఎంత వాదవివాదాలు కొనసాగినా తేలేది కాదు. అందుకని సుదాస్ "ఈ విషయాన్ని సభ ముందుంచుదాం. ఎవరు దీనికి అనుకూలంగా స్పందిస్తారో, ఎవరు వ్యతిరేకులో లెక్కిద్దాం" అన్నాడు.

అను మౌనంగా వుండిపోయాడు కొద్దిసేపు. అతని దగ్గర దీనికి తగ్గ సమాధానంలేదని తెలిసిపోయింది సుదాస్‌కి. సభలోని పెద్దల ముందు ఈ విషయం పెడితే తేల్చడానికి వాళ్ళు కొన్ని రోజులు తీసుకుంటారు. అది సుదాస్‌కి అనుకూలంగా వచ్చి తీరుతుంది. అప్పటి కప్పుడే రాజ్యాన్ని ముట్టడించడం అను వ్యూహం. దానికి ఒక చట్టబద్ధత కూడా వస్తుందని ఆశపడ్డాడు. గౌరవమర్యాదలకీ, న్యాయానికీ, చట్టానికీ ఏ మాత్రం విలువ ఇవ్వని వ్యక్తి అను అని సుదాస్‌కి తెలుసు. ఇదంతా గురువైన విశ్వామిత్రుని ఆదేశాల మేరకు జరుగుతున్నది. చట్టబద్ధతను ఒదిలిపెట్టి తను చేసే పని చెయ్యాలనుకున్నాడు అను. ఇప్పుడతని నిజమైన స్వభావం బయటపడాలి.

పడింది.

అతను పెదవులు బిగించాడు. కళ్ళు చల్లగా అయినాయి. అన్ని మర్యాదలూ, చనువులూ పక్కకు తప్పుకున్నాయి. అతను తన కత్తిదూసి సుదాస్ గొంతుమీద పెట్టి, "మనం న్యాయాన్యాయాల గురించి ఒక రోజుకి సరిపడ వాదించుకున్నాం. మనం మన పాత పద్ధతిలోనే ఈ విషయం తేల్చుకుందాం. నేను అన్ని తృత్సు భూములనూ, ఆస్తులనూ నావిగా ప్రకటిస్తున్నాను. నన్నెవరు ఆపగలరో చూస్తాను" అన్నాడు.

21

తరువాత అక్కడంతా నిశ్శబ్దం. అప్పుడు అను నవ్వాడు. ఎవరూ మాట్లాడకపోయినా నవ్వాడు. అక్కడ లోహపు శబ్దాలు వినపడు తున్నాయి సుదాస్‌కి. కత్తులు దూసి చేతిలో పట్టుకుంటూన్న ధ్వనులు. కనీసం ఒక వంద పదునైన కత్తులైనా పోరుకు సిద్ధంగా వున్నాయి అక్కడ. ఇట్లాంటి స్థలంలో అందరూ అతిసమీపంగా వున్నప్పుడు రక్తపాతం తప్పదు. ఆ సంగతి తెలుసు కనుక అను నవ్వుతున్నాడు.

"ఇవాళ పొద్దునే నువ్వు గొంతు మీద కత్తి పెట్టిన విషయం గుర్తుందా, సుదాస్" అన్నాడు పళ్లన్నీ బయటపెట్టి బావగారి వంకచూస్తూ. "ఇపుడు కత్తి నా చేతిలో వుంది. నీ కుత్తుక ప్రమాదంలో వుంది. ఎట్లా అనిపిస్తోంది నీకు?"

చాలా ప్రశాంతంగా అక్కడున్నవారికి మాత్రమే వినిపించేటట్లుగా "పిరికితనం అనిపిస్తోంది" అన్నాడు సుదాస్.

అను నవ్వు మాయమైంది. పెదవులు మూతపడ్డాయి. కళ్ళు చికిలిస్తూ, "నన్ను పిరికివాడంటున్నావా?" అన్నాడు.

"అవును అన్నాను. ఒక పిరికివాడూ, ద్రోహీ మాత్రమే తన బంధువుల మీదకి అతని సభాభవనానికి సాయుధుల్ని తీసుకువస్తాడు. నిజమైన క్షత్రియుడు యుద్ధభూమిలో బహిరంగయుద్ధం చేస్తాడు. తన ప్రత్యర్థికి పోరాడే అవకాశం ఇస్తాడు" అన్నాడు సుదాస్. అను కళ్ళల్లో విషం చిమ్మింది.

"ఇప్పుడు నాతో యుద్ధం చెయ్యి ఈ సభాభవనం కూడా యుద్ధ

భూమిలాంటిదే. పూర్వం ఇట్లాగే తగాదాలు తీర్చబడ్డాయి. బహుశా నువ్వే పిరికివాడివి సుదాస్!" అన్నాడు.

ఆసక్తికరమైన విషయమేమిటంటే అనుని అటు సమర్థిస్తూ కానీ ఇటు వ్యతిరేకిస్తూ కానీ ఎవరూ మాట్లాడలేదు. ఆ కలహం ఎటు పరిణమిస్తుందో అని అక్కడున్నవాళ్ళు ఎదురుచూస్తున్నట్టుగా వున్నది. దాని ప్రకారం ఎటు మొగ్గాలా అని ఆలోచిస్తున్నట్లున్నది. అంటే వాళ్ళింకా అనును సమర్థించే విషయం నిర్ణయించుకోలేదు అనుకున్నాడు సుదాస్.

అతనొక సాహసమైన, ప్రమాదకరమూ, ప్రాణాంతకమూ అయిన నిర్ణయం తీసుకోవడానికి నిశ్చయించాడు. అతను తన వీపును అను కత్తి మొనకి ఆనించాడు. సభాభవనంలో వున్న వారివైపుకు తిరిగి చేతులెత్తి తన ఉద్వేగాలని నిగ్రహించుకుంటూ అందరినీ ఉద్దేశించి పెద్దగా ఇట్లా అన్నాడు.

"పిరికివాడెవడైనా ఇట్లా చేస్తాడా? పిరికివాడెవరైనా తన శత్రువుకి వీపు పెట్టి నిలబడతాడా? వెనకనుంచీ వచ్చే కత్తిపోటుకు సిద్ధపడతాడా? తన స్వంత భవనంలో తన క్రింద వుండే వెయ్యిమంది యోధులతో వందమంది శత్రువులను ఎదుర్కొనే వీలు వదులుకుని బహిరంగ పోరాటానికి సిద్ధపడతాడా?" అన్నాడు. కొన్ని కోపపు మొహాలు మూతి ముడిచాయి. కొంతమంది కాండ్రించి ఉమ్మేశారు. కొంతమంది తల వూపారు. సుదాస్‌కి తెలిసిన ఒక తెల్లగడ్డం మనిషి అతని వంక ఏదో ఆశిస్తున్నట్లు చూశాడు. అతని వంక చూస్తూ, "భృగు తెగకు చెందిన రాజా అంగీరసా!" అన్నాడు సుదాస్. తనని పిలుస్తాడని అతను అనుకోలేదు. అతను కదిలివస్తున్నాడు. మాతృస్వామిని వ్యూహంతో ఈ ఘట్టం ముగిసిందనుకున్నాడు కానీ కత్తులు దూసుకునేదాకా వస్తుందనుకోలేదు అతను. "చెప్పండి" అన్నాడు.

"మీరు నాకన్న అను కన్న పెద్దవారు. మీరు మా నాన్నగారు పిజవాన్‌కి స్నేహితులు. మీకు మా తాత దివోదాస్ కూడా తెలుసు. మీరు లెక్కలేనన్ని కలహాలూ, ఘర్షణలూ, వివాదాలూ చూసి వున్నారు. పూనుకుని

వాటిని వివిధ రకాలుగా పరిష్కరించారు. మీరెప్పుడైనా ఆర్యులు సమావేశ భవనంలోకి ఆయుధాలు తేవడం చూశారా? అట్లా తెచ్చి తోటి ఆర్యుల రాజ్యాన్ని బలవంతంగా ముట్టడించడం చూశారా?" అన్నాడు సుదాస్.

అందరూ అంగీరసుని వంక చూశారు. భృగు రాజు సందేహంగా చుట్టూ చూశాడు. వచ్చే చిరునవ్వుని ఆపుకున్నాడు సుదాస్. ఈ రోజు ఇట్లా జరుగుతుందని అంగీరసుడు ఊహించలేదు. ఇప్పుడతను ఒక సందిగ్ధావస్థలో చిక్కుకుపోయాడు. అయోమయస్థితిలో వున్నాడు. సుదాస్ ప్రశ్నకి సమాధానం చెప్పడం మర్యాద. అది అనుకి అసమ్మతి అయితే తమిద్దరి మధ్య వున్న సయోధ్య చెడిపోతుంది. తను ఒక కఠోరమైన అబద్ధం చెప్పి అనుకి వొంగి వుంటే అది తన పిరికితనమూ, అనార్యపద్ధతీ అవుతుంది. ఎవరి నైతికతా, న్యాయమూ ముందుంటాయో ఎవరి ప్రవర్తన ఉన్నతంగా వుంటుందో వారే ఆర్యులనతగ్గవారు. అంగీరసుడు ఒక మాటే సమాధానంగా చెప్పాడు.

"కాదు" అన్నాడు క్లుప్తంగా. అనవసరమైన అక్షరం ఒక్కటికూడా వాడవద్దనుకున్నాడు.

కానీ సుదాస్ వదలలేదు. "ఎందుకు కాదు? ఇక్కడ అను తను బలవంతంగా ఏదైనా తీసుకోవచ్చనుకుంటున్నాడు తను న్యాయసమ్మతంగా తీసుకోలేనిది కూడా. కాబట్టి నన్ను వెనకనుంచీ వధించి నా ఆస్తులు హింసాత్మకంగా లాక్కుంటే మాత్రం తప్పేముంది?"

అంగీరస సుదాస్ వంక తీక్షణంగా చూశాడు తనని అటువంటి పరిస్థితిలో ఇరికించినందుకు. "అది అనార్య పద్ధతి. క్షత్రియ ధర్మానికి వ్యతిరేకం" అన్నాడు మళ్ళీ క్లుప్తంగానే.

పిరికితనం అనడంకన్న క్షత్రియధర్మం అనార్య పద్ధతి అనడం మరీ హీనమైనవి. ఏ ఆర్య క్షత్రియుడినైనా అట్లా అనడం పరమ అవమానం. అంగీరసుడు అనుని అనార్య అని గానీ, అధర్మ క్షత్రియ అని గానీ అనలేదు. కానీ ఇపుడు అను దురుసుగా ప్రవర్తించి రాజ్యం లాక్కుంటే అది అధర్మమే అవుతుంది.

అక్కడ కలకలం చెలరేగింది. ఒకేసారి ఒక వంద గొంతులు మాట్లాడుతున్నాయి. కొన్ని అరుస్తూ, కొన్ని తిడుతూ, కొన్ని తీవ్రంగా వాదిస్తూ.

ఆ కలకలాన్ని అణచడానికి సుదాస్ ఏ ప్రయత్నమూ చెయ్యలేదు. అతను పక్కకు జరిగి అను వంక చూశాడు. అను కత్తి దించినట్లు కనిపించింది. అయితే కళ్లకే కత్తిలా దూసుకుపోయే శక్తి వుంటే అతని కళ్ళు ఈపాటికి సుదాస్‌ని సంహరించి వుండేవి.

"సరే! నా ప్రియమైన భార్యకు తమ్ముడా! నువ్వు పిరికివాడివని తేలిపోయింది. ఆ విధంగా నువ్వు రాజ్యాన్ని పొందడానికి చూస్తున్నావా? చట్టవ్యతిరేకమైన అనార్య పద్ధతిలో పిరికివానిలాగా?" అన్నాడు సుదాస్ అనుని మాత్రమే ఉద్దేశించి. అక్కడంతా ఇంకా కలకలంగానే వున్నది. అను సుదాస్‌ను పొడిచేటంత దగ్గరగా వచ్చాడు. సుదాస్ అను చేతుల వంక కాక మొహం వంక చూస్తూనే కదలకుండా అక్కడే నిలబడ్డాడు. గంటనుంచీ తన తర్కంతోనూ, మాటలతోనూ బ్రతికి వున్నాడు. ఇది కూడా చూద్దాం అనుకున్నాడు. అంతేకాక గౌరవమర్యాదలను మంటగలిపి తనను చంపాలనుకుంటే ఈపాటికి అను తనని చంపి వుండేవాడు.

"నువ్వు మాటలు నేర్చినవాడివి సుదాస్!" అన్నాడు అను తన ద్వేషాన్ని ఏమాత్రం కప్పిపుచ్చుకోలేని కంఠంతో. "కానీ యుద్ధభూమిలో నా సమఉజ్జీవి కాదు. మాకు సరి ఉజ్జీవి కాదు" అన్నాడు మళ్ళీ తన పొడవాటి మెడ తిప్పుతూ. సుదాస్ తల ఊపాడు.

"బహుశా కావచ్చు కాకపోవచ్చు. అంటే అను తెగ తృత్సుకి వ్యతిరేకంగా యుద్ధానికి వస్తున్నట్లా?" సుదాస్.

"అను తెగ ఒకటే కాదు అందరూ" అన్నాడు అను నవ్వుతూ.

సుదాస్ హృదయం గడ్డ కట్టినట్లయింది "అందరూనా?" అన్నాడు.

అను మళ్ళీ తల ఎగరేస్తూ "అంతా నాతో వున్నారు నీకు వ్యతిరేకంగా వున్నారు. నిన్ను ఒక ఏనుగుపాదం క్రింద పిల్లకూనని

తొక్కినంత తేలిగ్గా తొక్కిపారేస్తాం."

అతను వేదిక మెట్లు దిగి నడవసాగాడు. "మనం వెళ్ళిపోతున్నాం" అని అతని మద్దతుదార్లకు ప్రకటించాడు. తరువాత సుదాస్ వంక చూస్తూ అందరూ వినేలాగా "మనం ఇక యుద్ధభూమిలోనే కలుద్దాం సుదాస్. అక్కడ నువ్వు పదునైన కత్తులతో తలపడాలి. నువ్వు న్యాయభాష మాట్లాడితే అక్కడే నీ నాలుక తెగిపోతుంది. అక్కడ నీ రక్తాన్నీ, పేగులనీ చూస్తాను."

అంటూ సభాభవనాన్ని విడిచివెళ్ళాడు అను.

22

సుదాస్ సభాభవనంలో వున్నప్పుడే ఆకాశం తేజోవంతమైంది. దీపాల వెలుగులో వున్న భవనం నుంచీ బయట మధ్యాహ్నపు ఎండలోకి రాగానే కళ్ళు చిట్లించాడతను. గుర్రపుశాలలనుంచీ పనివారు గుర్రాలను తెస్తుండగా అతిథులు వాటిని అధిరోహిస్తున్నారు. కొంతమంది ఇంకా తిట్లూ, శాపనార్థాలు విసురుతున్నారు. మరికొంతమంది గుర్రాలపై పోతూ గుప్పెళ్ళు బిగిస్తున్నారు. సుదాస్ ఈ తిట్లను లెక్కచెయ్యడు. తన సభాభవనంలో రక్తపాతం జరగకుండా చేసుకున్నందుకు అతనికి తృప్తిగా వున్నది. తన ప్రాణమూ, తనకు ప్రియమైనవారి ప్రాణాలు మాత్రమే కాపాడాలని అనుకోలేదు అతను, భరత జాతీయులందరి గౌరవాన్నీ కాపాడాలనుకున్నాడు. ప్రశాంతమైన సంభాషణలకోసం, చర్చలకోసం నియోగించబడిన స్థలంలో భరతజాతివారు ఒకరితో ఒకరు కలహించు కున్నారని తెలిస్తే భవిష్యత్తు తరాలు ఏమనుకుంటాయి? ధర్మం, గౌరవం హేతువు మొదలైన విషయాలకు తమ పిల్లలు ఏం విలువ ఇస్తారు? ఇవ్వాళ పొద్దున తమ విభేదాలను కేవలం రచ్చ చేసుకుని పరిష్కరించు కున్నారని తెలిస్తే వాళ్ళు ఏమనుకుంటారు?

తను ఒక ప్రాణాంతకమైన తప్పు చెయ్యనందుకు అతనిలోని ఒక భాగం సంతోషించింది. అతను తన లోపల అనుకున్నది నిజం. తను, అను అతని మిత్రపక్షాలతో యుద్ధం చేయాల్సి వస్తే దానికనుకూలమైన స్థలమూ, కాలమూ కూడా ఇదే.

అతను వెనక్కి చూస్తే ఇంద్రాణీ ఇంద్రౌత్ సభాభవనపు ప్రవేశ ద్వారం వద్ద నిలబడి వున్నారు. వారి చుట్టూ తన దగ్గర వుండే అత్యంత

నిపుణులైన విలుకాళ్ళు వున్నారు. కత్తులు పట్టుకున్నవాళ్ళూ, ఈటెలు విసిరేవాళ్ళూ కూడా వున్నారు. అతను పిల్లలతో తన అంగరక్షకులను సర్వసన్నద్ధంగా వుండమని కబురుచేశాడు. ఒక అంగరక్షకుడు సుదాస్ వెనకే సభాభవనంలోకి వెళ్ళి అతన్ని ఒక కంట కనిపెట్టి వున్నాడు. సుదాస్ యొక్క ఒక్క చేతి సైగ మాత్రాన అతని మనుషులు భవనంలో చొరబడి శత్రువులందరినీ ఎక్కడ నిలబడ్డవాళ్లని అక్కడ సంహరించి వుండేవాళ్ళు. అతిభయంకరమైన కత్తివీరుల్ని గొడ్డలి పట్టినవారినీ కూడా అతని విలుకాళ్ళు మట్టుబెట్టి వుండేవాళ్ళు. విలుకాళ్ళూ, ఈటెలు విసిరేవాళ్ళూ ప్రమాదకరమైన శత్రువులను సంహరించినాక కత్తియుద్ధం చేసేవాళ్ళు లోపలికి ప్రవేశించి తక్కినపని పూర్తిచేసేవాళ్ళు. ఆ సభాభవనం మొత్తం అతని శత్రువుల శవాలతో, క్షతగాత్రులతో నిండిపోయేది. ఆ ముట్టడి అక్కడికక్కడే శాశ్వతంగా అణిగిపోయేది. తను భరతజాతికి సామ్రాట్ అని ప్రకటించుకునేవాడు. తనకి తెలిసిన ప్రపంచానికంతా తనే సామ్రాట్ అయేవాడు. తనని వ్యతిరేకించే శక్తివంతుడైన సేనానాయకుడంటూ మిగిలేవాడు కాదు. అను తనని చట్టబద్ధంగా పదవీచ్యుతుడిని చెయ్య గలిగితే జనం అతన్ని ఎంత తేలిగ్గా అనుసరించేవారో అప్పుడు తననీ అంత తేలిగ్గానూ అనుసరించేవారు.

"ఇదంతా నేను ఇక్కడే ఇపుడే ముగించి వుండేవాడిని" అనుకున్నాడు సుదాస్ కత్తి పిడి చుట్టూ పిడికిలి బిగించి, అప్పుడే దానిని ఒరలో పెట్టుకుని వున్నాడు.

కానీ తను మంచిపనే చేశానని తనకు తెలుసు. అదే తనకూ అనుకూ వున్న తేడా. తనకి మాట నేర్పు వున్నది. కానీ అదే సమయంలో సమస్యల పరిష్కారానికి ముందు చర్చించడం అందులో హేతువూ, బుద్ధీ ఉపయోగించడం అవసరమని కూడా తనకి తెలుసు. బుద్ధిహీనులూ, పిరికివాళ్ళూ మాత్రమే ముందుగా హింసామార్గాన్ని ఎంచుకుంటారు.

'*అదీకాక నేనెంత తెలివైనవాడిని! నేనెలాగైనా ఇపుడు యుద్ధంచెయ్యక తప్పదు. నాకక్కడ వాళ్లకు తెలియని లాభముండింది. కానీ ఇపుడిక నేనెన్ని కష్టాలు ఎదుర్కోవాలో ఇంద్రుడికే తెలుసు.*"

మొట్టమొదట తను తెలుసుకోవలసింది తను ఎంతమందితో యుద్ధం చెయ్యాల్సి వుంటుంది? ఎంత సైన్యాన్ని ఎదుర్కోవలసి వుంటుంది.

అను గుర్రాన్ని అధిరోహించి ఒకసారి వెనక్కి తిరిగి సుదాస్‌ని చూశాడు. అతను సుదాస్ భుజాల మీదుగా చూశాడు. అతనికి ఇంద్రౌత్ సభాభవనం పక్కనుంచీ విలుకాళ్ళతో రావడం కనిపించింది. దాని అర్థమేమిటో తెలివైన అను గ్రహించాడు.

అతను తన గుర్రాన్ని కదంతొక్కించి సుదాస్ వైపుకు నడిపించాడు. సుదాస్‌ని అను నుంచున్నచోటే గుర్రంతో పడగొట్టాలనుకున్నాడు. తన పక్కన ఇంద్రాణి ఒక కేక వెయ్యడం విన్నాడు సుదాస్. ఆమెను ఆగ మన్నట్లు చెయ్యి చూపించాడు సుదాస్. ఆమె ఆగింది కానీ ఆమెలో ఆదుర్దా సమసిపోలేదు. తన మేనమామ తన తండ్రిని ఎప్పుడైనా చంపచ్చనే ఊహ ఆమెకు వచ్చి వుండకూడదనిపించింది సుదాస్‌కి. అయితే సుదాస్‌ని అప్పుడు పడదొయ్యడం అను పద్ధతి కాదు. సుదాస్ అన్నట్లు అతను పిరికివాడు కాదు.

సభలో అతను మోటుగా ప్రవర్తించి వుండొచ్చు కానీ యుద్ధంలో అతను మహావీరుడు. వీరులలోకెల్ల వీరుడు.

"నువ్వొక వెర్రివాడివి సుదాస్! ధర్మం, గౌరవం, మర్యాద వంటి కాలం చెల్లిన సూత్రాలకి ఎక్కువ ప్రాముఖ్యమిస్తావు. అవి ఎప్పుడో నీ ప్రాణాలు తీస్తయి. బహుశా అది ఈ రోజే కావచ్చు" అన్నాడు అను గుర్రాన్ని నిలిపి.

సుదాస్ జవాబు చెప్పదలుచుకోలేదు కానీ అను గుర్రం కదలక ముందే సుదేవి వచ్చి గుర్రంపైకెక్కే చెక్కను పట్టుకుని ఆపింది. సుదేవి "అనూ నిన్ను వేడుకుంటున్నాను. ఈ పనిచెయ్యకు. సుదాస్ నీ బంధువు. నా బిడ్డలు నీ రక్తబంధువులు. సభ సమితిలో చర్చించి సమస్యలు పరిష్కారం చేసుకో" అన్నది.

అను నవ్వి పళ్ళు కొరుకుతూ "ఇది సభ, సమితి. నువ్వు నా అక్కవు.

కనక నీ భర్తతో న్యాయపూర్వకంగా మాట్లాడాను. అతని వాడి అయిన నాలుకా, చురుకుతనమూ నేను శాంతియుతంగా చేయబోయిన పనిని పాడుచేశాయి. ఇప్పుడు తృత్సులతో యుద్ధం చెయ్యడం తప్ప నాకు మరొక మార్గం లేదు" అన్నాడు.

"కానీ యుద్ధం ఎందుకు? నేనెప్పుడూ మన తండ్రి ఆస్తులలో భాగం అడగలేదే! నీకున్నదంతా నీకొక్కడికే స్వంతం. ఇప్పటికే నీకు చాలా అధికారం వున్నది. సంపద వున్నది. మరి ఎందుకు చేస్తున్నావీపని?" అన్నది సుదేవి.

అను భుజాలు ఎగరేస్తూ "పురుషులంతా యుద్ధాలు ఎందుకు చేస్తారు? మరింత అధికారం కోసం, మరింత సంపద కోసం. తృత్సు తెగ ఆధునిక పద్ధతులు ప్రవేశపెట్టాలనుకుంటున్నది. రాయితో, ఇటుకలతో పెద్ద పెద్ద నగరాలను నిర్మించాలనుకుంటున్నది. భరతజాతినంతా భూమికి అతుక్కుపోయేలా చెయ్యాలనుకుంటున్నది. మనం సంచార జీవులం. ఎక్కడికైనా స్వేచ్ఛగా కోరినచోటికి వెళ్ళిపోతాం. ఇష్టం వచ్చినట్లు దోపిడీ చేస్తాం, మనకి కావలసినది తీసుకుంటాం. మేం ఎవరికీ జవాబుదారీ కాము. ధర్మమూ లేదు, మర్యాదా లేదు. మేం అను తెగ వాళ్ళం. మ్లేచ్ఛులతో పొత్తు పెట్టుకున్నాం" అని కొంచెంసేపు తటపటాయించి "స్నేహితులైన విదేశీయులతో పొత్తు పెట్టుకున్నాం. ఆర్యవ్రతంలో స్వేచ్ఛావిపణి ద్వారా వాళ్ళు మాకు బాగా ముట్టచెబుతారు. ఇటువంటి లాభదాయకమైన ఒప్పందాలను తృత్సులు ఒప్పుకోరు. మనందరికీ సంపద చేకూర్చే ఇటువంటి ఒప్పందాలను ఎప్పుడూ తృత్సులు అంగీకరించరు" అన్నాడు.

సుదాస్ ఇంక ఊరుకోలేదు. "నువ్వు చెప్పే స్నేహితులైన విదేశీయులకు ఏ విధంగా అయినా లాభాలు కావాలి. భరతజాతీయుల ప్రాణాలనూ, ఆత్మగౌరవాన్నీ పణంగా పెట్టి అయినా సరే! వాళ్ళు జంతువులనూ, లోహాలనూ మారకం చేసినట్లు మనుషులను మారకం చేస్తారు. బానిస వ్యాపారం చేస్తారు. మన స్వయంపాలనను వాళ్ళు

గౌరవించరు. మన నీతినియమాలనూ, మన సభ సమితీ, మన హేతు బద్ధమైన చర్చలనూ వాళ్ళు గౌరవించరు. వాళ్లకు ఎప్పుడు ఏమి కావాల్సి వస్తే అది పొందడానికి హింసకు పాల్పడతారు. మనకు జీవమిచ్చే నదులను కలుషితం చేస్తారు. పంటలు పండించరు. గోవులను వధించి వాటిని తింటారు. స్త్రీలను హీనంగానూ వస్తువులవలెనూ చూస్తారు. నిజం చెప్పాలంటే ఆ శ్వేతచర్మధారులు ఒట్టి అనాగరికులు. మన ఈ పెద్ద ఖండాన్ని వారొక ఖజానాగా భావిస్తున్నారు. దీన్ని దోచుకుని వారి స్వప్రయోజనానికి వాడుకుంటారు. వారికి ప్రాణం, మర్యాద, గౌరవా లక్కర్లేదు" అన్నాడు.

"మరి ఈ భూమిని నువ్వెట్లా చూస్తున్నావు, సుదాస్! దీని వలన నీకు మాత్రం లాభం కలగడం లేదా? ఈ భూమినీ, అందులోని వనరులనూ ఉపయోగించుకుని నువ్వూ, నీ ప్రజలూ లాభపడాలను కోవడం లేదా?" అన్నాడు అను.

ప్రకాశవంతంగా వున్న నీలాకాశం క్రింద నిలబడిన అనుని చూస్తూ, "నేను దీనిని నా స్వగృహంలాగ చూస్తున్నాను. ఆ విధంగా గౌరవిస్తున్నాను. నేను ఏమి పొందినా అది నా ప్రజలందరితో పంచు కుంటాను. ఇది దోచుకోవడానికీ, లాభాలు చేసుకోవడానికీ కాదు అనూ! ఇదీ మన ఇల్లు, ఇది భరతవర్షం" అన్నాడు సుదాస్.

భరతవర్షం అనే మాట వారివారి దృక్పథాలను బట్టి, కొందరు ప్రజల గుండెల్లో గొప్ప గర్వాన్నో, మరికొందరిలో గొప్ప అసహ్యాన్నో కలిగిస్తుంది. తృత్సులకూ, సుదాస్‌కూ అదొక గర్వంతో కూడిన ఆదర్శం. సముద్రంనుంచీ సముద్రం వరకూ, పర్వతాలనుంచీ పర్వతాల వరకూ అది భరతభూమి. యుద్ధంలో మరణించడానికైనా తగినది.

అను తల ఊపి "అట్లాగే కానీ. ఇక్కడే ఇప్పుడే మరణించు ఇంట్లోనే" అంటూ గుర్రాన్ని తిప్పుకుని వెళ్ళిపోయాడు అను.

23

సభాభవనంలో పెద్ద గొంతులతో జరుగుతున్న చర్చను ఆపడానికన్నట్లు సుదాస్ చెయ్యి ఎత్తాడు. అయిష్టంగా అయినా అంతా మౌనం దాల్చారు. కొన్ని గంటల క్రిందట ఇదే చోట సమావేశమైన గుంపుకన్న ఇది భిన్నమైనది. తేడా స్పష్టంగా తెలుస్తున్నది. ఇప్పుడున్న వారంతా కలిసి ఇందాకటివారిలో అయిదోవంతు కూడా లేరు. వీరంతా సుదాస్ అంగరక్షకులు, ఇతర పరివారమూ, అతని భార్యాపిల్లల తాలూకు దాసదాసీజనం కూడా వెనకాల మౌనంగా నిలబడ్డారు. వాతావరణం విచారకరంగా వున్నది.

నా స్నేహితులనుకున్నవాళ్ళూ, నా మిత్రపక్షాలవాళ్ళూ, ఎవరి అవసరాలకైతే నేను ఆదుకున్నానో వారు, అందరూ నాకివాళ ఎదురు తిరిగారు, ఎందుకు?

"ఇక నాతో వున్నది మీరే అనుకుంటాను" అన్నాడు.

సుదాస్‌కు సన్నిహిత మిత్రుడూ, అత్యంత విశ్వసనీయుడూ అయిన అంబరీష్ "వాళ్ళంతా మనకు నమ్మకద్రోహం చేశారు. వాళ్ళు దేశ ద్రోహులు. వారికి మరణదండన విధించు సుదాస్! అదే సరైన న్యాయం!" అన్నాడు.

విచారంగా నవ్వి, "అందువల్ల ఒరిగేదేమిటి, నేస్తం. నువ్వెప్పుడూ నీ మేధస్సుతో కంటే హృదయంతోనే మాట్లాడతావు. నిజమే. వాళ్ళు మనకి నమ్మకద్రోహం చేశారు. అవును! వాళ్ళు దేశద్రోహులు. అయితే వాళ్ళని శిక్షించినంత మాత్రాన నాకు ఒరిగే మేలు ఏమిటి? వాళ్ళింకా

భరతులే. అందులో కొందరు మన బంధువులే!" అన్నాడు సుదాస్. తరువాత ఉచ్చైశ్రవ వైపు చూసి "ఉచ్చాస్! నీ భార్య పురువంశానికి చెందిన గాంధారి కదా? మరి అధర్వా! నువ్వు యాదవులకు చెంది ఇక్కడ స్థిరపడి క్షత్రియుడవైనావు. ఇక దహా! నీ తెల్లని శరీరఛాయ లేతరంగు కళ్ళూ నువ్వొకప్పుడు దస్యుడివి. మమ్మల్ని ఇష్టపడి మాతో వుండిపోయి మాలో కలిసిపోయావు. సాళ్వా! నీ అక్కచెల్లెళ్ళు పర్శు తెగవారిని పెళ్ళి చేసుకుని బెహిస్తానీ పర్వతఛాయలోని పర్శులో వుంటున్నారు. బోలన్! నువ్వు భలన తెగకు చెందినవాడివి. ఆ తెగవారు మాతో యుద్ధం చేసి ఓడిపోయారు. అందరూ పోగా పసివాడివైన నువ్వొక్కడివే బ్రతికావు. నిన్ను మా దాదులు పెంచారు. ఇప్పుడు పెద్దవాడివై మాలో ఒక తృత్సుగా మారిపోయావు. థ్యాంగ్, రవి వేద, కవి, కురుక్, అథర్వ, పరని, అస్సిర్, ద్రహ్యు అలేన, మనందరం రక్తసంబంధం వలననో, వివాహబంధాల వలననో బంధువులమయినాం. అసలు ఆర్య మ్లేచ్ఛ అనే పదాలు కూడా కొన్ని కొన్ని సందర్భాలలో మన నివాసాలనుబట్టి మారుతుంటాయి. పర్శులకు తృత్సులు మ్లేచ్ఛులు. అలీనలకు పురూలు కూడా మ్లేచ్ఛులే. ఈ ప్రపంచంలో ఇద్దరు సోదరులున్నంతకాలం వాళ్ళు ఎందుకో ఒకందుకు పోట్లాడుకుంటూనే వుంటారు. చిన్నదానికో పెద్దదానికో! ఒక పండుకోసమో, ఒక మేలుజాతి గుర్రం కోసమో, లేదా అందమైన స్త్రీ కోసమో! పురుషులు పోట్లాడుకుంటారు. వాళ్లకి సరైన కారణం అక్కర్లేదు. చివరికి నా భార్య ఆఖరిసారిగా అతన్ని బ్రతిమిలాడింది. అప్పుడూ అను ఏమన్నాడో తెలుసా? అతను మనతో యుద్ధానికి వచ్చి మన ఆస్తులు తీసుకుంటాడట. ఎందుకంటే అతను మన ఆస్తులను కోరుకుంటున్నాడట. అదే అతని కారణం."

"ఆ కారణం చేతే అను లాంటివారిని నాశనం చెయ్యాలి. అంబరీష్ చెప్పిందే సబబు. మనం వాళ్ళందర్నీ అంతమొందించాలి. స్త్రీలు పిల్లలతో సహా" అన్నాడు థ్యాంగ్. మినుకుమనే దీపపు వెలుగులో అతని కళ్ళు మరణాన్ని కోరుతున్నవానివలె వున్నాయి.

అక్కడున్నవాళ్లంతా "అవును" అని అరిచారు. సుదాస్ తల అడ్డంగా ఊపి ఆ చెక్క నేలమీద అటూ ఇటూ నడుస్తూ, అతనింత వరకూ సింహాసనం మీద కూర్చోలేదు. వేదికపైకి కూడ ఎక్కలేదు. అతనిప్పుడూ వారి రాజులాగా కాకుండా వారిలో ఒక మనిషిగా మాట్లాడుతున్నాడు. వేదిక ఖాళీగా వున్నది. సింహాసనాలు బోసిగా వున్నాయి.

అతని భార్యా పిల్లలూ పై అంతస్తులో కూచున్నారు. వారి మొహాలలో ఆందోళన దాచినా దాగడంలేదు. కుక్కలన్నీ భవనం చుట్టూ కూర్చున్నాయి. గదుల్లోనుంచీ బయటపడి స్వేచ్ఛగా వున్నందుకూ తమ యజమాని సన్నిధిలో వున్నందుకూ అవి తృప్తిగా వున్నాయి. సరమ అతని పక్కనే వున్నది. అతనికి కాపలా కాస్తూ అతన్నే చూస్తున్నది. వెలుతురులో అన్ని జంతువుల కళ్ళు మెరిసినట్లే దాని కళ్ళూ మెరుస్తున్నాయి. అందుకే అవి చీకట్లో కూడా చూడగలవు. అతన్ని తడి కళ్ళతో ఆరాధనగా చూస్తున్నట్లు కనిపిస్తున్నది సరమ.

"మనం వాళ్ల పసిపిల్ల బాలాదినీ చంపాలనుకుంటున్నాం. మరి అందులో నీ భార్యా, ఆమె కుటుంబం వుండవా, ఉచ్చైశ్రవా? నీ మాటేమిటి, అథర్వా? మనం యాదవులందర్నీ చంపాలంటావా, దహా? మేం ఆర్యులం నల్లగా వుంటాం. నువ్వు తెల్లగా వుంటావు అందుకని నిన్ను పిల్లలు "పండూ" అనడం చాలాసార్లు విన్నాను. మరి మనం వెళ్ళి తెల్లగా వుండే మ్లేచ్ఛులందర్నీ చంపాలంటావా? మనం పర్శాకు పోయి వారినందర్నీ మట్టుపెట్టాలంటావా, సాళ్వా? అక్కడి దేవాలయాలలోని పవిత్రమైన అగ్నిహోత్రాన్ని ఆర్పివెయ్యాలంటావా? ఒకసారి మొదలు పెడితే ఎక్కడికి తేలుతాం, మనం? అందువలన ప్రయోజనం ఏమిటి? మన శత్రువులనూ, శత్రువుల మిత్రులను, వారి బంధువులనూ, మళ్ళీ వాళ్ళ స్నేహితులనూ ఇట్లా చంపుకుంటూపోతే కొంతకాలానికి మనం మన కుమార్తెలనూ, కుమారులనూ, అక్కచెల్లెళ్లనూ, అన్నతమ్ములనూ, వారి భార్యలనూ చంపివేసినట్లు తెలుసుకుంటాం" అన్నాడు సుదాస్. అట్లా అని తన భార్య సుదేవి వైపు చూసి "వాళ్ళ శరీరం రంగు, వారి

శరీరాల్లో పారే రక్తం, వారి వర్ణం, వారే నది ఒడ్డున ఉంటున్నారో ఆ ప్రదేశం, వారి జాతీయ పతాకం రంగుబట్టి చంపుకుంటూ పోతే ఆ మారణకాండ వచ్చీవచ్చీ మన గుమ్మంలోనే ఆగుతుంది. హింసకు ప్రతిఫలం హింసే. చంపడానికి ప్రతిఫలం మన చావే. అది అనంతం. మనం హింసకి పాల్పడిన ప్రతిసారీ మనకి కొత్త శత్రువులు వస్తారు. మనం చిందించిన రక్తం మనమీద ప్రతీకారానికి సిద్ధమౌతుంది. మన మారణకాండ పెరిగినకొద్దీ వాళ్ల ప్రతీకారేచ్ఛ పెరుగుతుంది. అది మన అంతంతోనే ముగుస్తుంది" అన్నాడు.

సుదేవి వెంటనే అతను విస్మయం చెందేలా, "అయితే కానీ! మన బాధకి మన స్వంతవాళ్ళే కారణమయినప్పుడు మనం వాళ్లమీద కత్తి ఝళిపించాల్సిందే! మనం మారణకాండకి తలపడాల్సిందే. మనమో వాళ్ళో ఎవరో ఒకరు నాశనం అయ్యేదాకా పోరాడదాం, సుదాస్" అన్నది.

సుదాస్ ఆమెతో విభేదిస్తున్నట్లు నెమ్మదిగా తల ఊపాడు, "కాదు ప్రియా! నువ్వు కోపంతో మాట్లాడుతున్నావు. నీ స్వంత రక్తమే నీకు ద్రోహం తలపెట్టిందన్న కోపంలో వున్నావు. నాకు ద్రోహం చెయ్యలేదా? మనందరికీ జరిగింది. మన భవిష్యత్తును నాశనం చేసే ఆ పనివల్ల మనకేమిటి తృప్తి? ఇవాళ నీ తమ్ముడిని చంపి, రేపు నీ పిల్లకేమని చెబుతావు? మనలో మనం యుద్ధాలు చేసుకుని ఒకర్నొకరం చంపు కున్నామని మన భావితరాలకు చెబుదామా? ఆ విధంగా వాళ్లని కూడా చంపుకుంటూ పొమ్మని చెబుదామా? అది తరాలకొద్దీ సాగుతూ వుంటుంది అప్పుడు" అన్నాడు.

అతను చెప్పిన మాటలను ఆలోకిస్తున్నట్లుగా అక్కడ మౌనం నెలకొన్నది.

తన ఉత్తరదేశపు యాసలో ద్రహ్యూ మాట్లాడడం మొదలుపెట్టాడు. "నువ్వు చెప్పింది నిజం. రక్తసంబంధీకుల మధ్య కక్షలు రక్తంతోనే ముగుస్తాయి. కానీ ఇప్పుడు మనం చేసేదేముంది? అందరూ మనకి ఎదురుతిరిగారు. ఇప్పటికే మన సరిహద్దుల దగ్గర వాళ్ళు సైన్యాన్ని

మోహరించినట్లు తెలుస్తున్నది. ఈరోజు ముగిసేలోగా వాళ్ళు మనమీద దండెత్తి వచ్చి మనందర్నీ చంపాలనుకుంటున్నారు. మనం వారిమీద అట్లాంటి చర్యే తీసుకోక చేసేదేముంది, సుదాస్? అదొక్కటే మనకి మిగిలిన గౌరవప్రదమైన మార్గం."

సుదాస్ తన మాటలను నొక్కి చెబుతున్నట్లుగా చెయ్యి ఎత్తి, "వాళ్లు మనకి నమ్మకద్రోహం చేశారు కనుక మనం యుద్ధం చేస్తున్నాం. మన నమ్మకాలనూ, మన ఆస్తులనూ కాపాడుకోవడం కోసం యుద్ధం చేస్తున్నాం. వాళ్ళే దురాక్రమణకి వస్తున్నారు కానీ మనం కాదు. మనం మన సరిహద్దులనూ, మన భూములనూ కాపాడుకుందాం. మనం వాళ్ళ హింసకు బదులు చెబుదాం. అంతేకానీ మనం హింసను ప్రచారం చెయ్యవద్దు. ఈ యుద్ధం తరువాత మనం ఇంకా ఈ వృత్తాన్ని కొనసాగించవద్దు. ఇపుడేమైనా జరగనీ. విజయమో వీరమరణమో, గెలుపో ఓటమో ఇక్కడే సమాప్తం. మన కోపాన్ని యుద్ధభూమిలోనే వదిలిపెట్టి ఇంటికొచ్చి ప్రశాంతచిత్తంతో సుఖంగా నిద్రిద్దాం. లేదా యుద్ధభూమిలోనే శాశ్వతంగా నిద్రిద్దాం. కానీ అందరూ గుర్తుపెట్టుకోండి, ఇప్పుడు మనం యుద్ధం చెయ్యవలసి వచ్చింది కనుక చేస్తున్నాం, చెయ్యాలని చెయ్యడంలేదు. మన కోరికని, మనకలని, మన ఆదర్శాన్ని కాపాడుకోవడానికి చేస్తున్నాం. మన కల ఒక ఐక్య భరతవర్షం. అందుకే మనం కొత్త నగరాన్ని నిర్మిస్తున్నాం. ఆ కారణంగానే వాళ్ళు మనకి ఎదురుతిరిగారు. మనని నాశనం చెయ్యడం ద్వారా వాళ్ళు మన కలలను నాశనం చేద్దామనుకుంటున్నారు. అది తప్పు. మనుష్యులను చంపవచ్చు, కానీ కలలకు మరణం లేదు. అవి ఒకతరంనుంచీ మరొక తరానికి చేరతాయి. మన భరతవర్షపు కలను నిలిపివుంచుకోవడానికే ఇప్పుడు మనం యుద్ధం చేస్తున్నాము. మనం ఉన్నా పోయినా మన కల వుంటుంది. వాళ్ళు అధికార దాహంతో యుద్ధం చేస్తున్నారు. అదే వాళ్ళకు మనకూ తేడా. ఈ విషయాన్ని మీలో ఎవరూ మర్చిపోవద్దు."

అతను నిట్టూర్చి అందరి వంక చూశాడు. వాళ్లలో కొంత ఆవేశం అణిగినట్లు కనిపించి సంతోషించాడు.

"ఇప్పుడు మనకి యుద్ధం చెయ్యడానికి మిగిలివున్న కొన్ని వనరుల గురించి ఆలోచించుకుని, వాళ్ళెంత సన్నాహంతో వస్తున్నారో చూద్దాం" అన్నాడు.

24

ఈ రెండు ప్రశ్నలకు సమాధానాలు చాలా సులువైనవి. ఏమీ లేదు అని ఒకటి, అంతా అనేది ఇంకొకటి.

వివాహసంబంధాలూ, దగ్గర బంధుత్వాలూ వున్నవాళ్ళు, తమని తాము భృత్యులమని చెప్పుకునేవాళ్ళూ కూడా ప్రత్యర్థివర్గం వైపుకు వెళ్ళిపోయారు. వాళ్లని ఏమీ అనలేము. వాళ్లకి కనిపిస్తున్న అవకాశాలు అటువంటివి. వాళ్ల సంఖ్య కూడా మహత్తరమైనది. వాళ్ళ దృష్టిలో ఇదొక యుద్ధమే కాదు.

సుదాస్ తన ఉత్తరపు గుర్రాల సాలకు వెళ్ళాడు. అక్కడున్న గుర్రాలను స్వారీకి తయారుచేసేలోగా కొంతసేపు వాటితో గడపాలని. ఇట్లా స్వయంగా వాటిని పరామర్శించడం అతనికి అలవాటు. మనుషులను ఎంత ప్రేమిస్తాడో జంతువులనూ అంతే ప్రేమిస్తాడతను, గౌరవిస్తాడు. శ్రద్ధ వహిస్తాడు. ఇట్లా పరామర్శించడంలో అతని ఉద్దేశం అవి తనను సేవించడం ఇదే చివరిసారి కావచ్చుననిపించి. ఈ యుద్ధంలో అవి చనిపోవచ్చు. అశక్తం కావచ్చు. ఈ జంతువులు సైనికులకన్న తక్కువవి కావు. తన ప్రేమకూ, గౌరవానికీ అంతే పాత్రమైనవి. అతను తన కుక్కలను కూడా ఇట్లాగే పరామర్శించాడు. అవి కూడా యుద్ధంలో పాల్గొనబోతున్నాయి. సమర్థులైన యోధులు కావాలిప్పుడు. తన బంధువులకన్న ఈ జంతువులే తనకిప్పుడు ఎక్కువ విశ్వసనీయంగా వున్నాయి. అందుకోసం తను వాటికి తన ప్రేమను ప్రకటించాలి.

పరిస్థితులు వణుకు పుట్టిస్తున్నాయి. సభాభవనంలో వాదవివాదాల

తరువాత అను అతని అనుచరులు నగరంలోనుంచీ గుర్రాలమీద వెళ్ళారు. ఆ రోజు అక్కడ జరిగిందంతా తృత్సు అయిన ప్రతి మనిషికీ తెలియచేశారు. తమవైపు అధికసంఖ్యలో నగరవాసులను తీసుకు పోయారు.

శత్రువుకు తన ఆధిక్యం మీద బాగా విశ్వాసం వున్నది. వెళ్లిపోయే ముందు తమ బలాన్ని గురించి సుదాస్ మనుషులకు చెప్పి కూడా వెళ్ళారు.

శత్రువు మిత్రపక్షాలందరిదీ కలిపి మూడువందల ముప్పై వింశతి సైనికబలం. మామూలుగా చెప్పాలంటే ఆరువేల ఆరువందల అరవైమంది అన్నమాట.

ఈవేళ ఉదయం గడ్డిలో మరణించిన వ్యక్తి చెప్పింది ఖచ్చితంగా సరిపోయింది.

దశరాజన్!

పదిమంది రాజులు.

అను, పాణి, అలీన, పురు, మత్స్య, భృగు, పర్శు, దస్య, షక్య, భలన అందరూ తృత్సులమీద యుద్ధం ప్రకటించారు.

వాళ్ల సంఖ్య మూడువేల వింశతులు అంటే అరవైవేలు.

వీళ్లకు మద్దతు నిలిచేవారు కొంతమంది స్వతంత్రులు దేశ దిమ్మరులు బందిపోట్లు. మ్లేచ్ఛులు స్వయంప్రకటిత రాజులూ, రాజకుమారులు. ఈ పదిమంది రాజులూ తృత్సులను నాశనం చేసి వారి భూమిని పశుసంపదను కైవసం చేసుకుని పంచుకోవాలనుకుంటున్నారు. అందరిలోకీ సింహభాగం అనురాజు అందుకుంటాడు. మిగిలివాళ్ళు తృత్సులను చంపి వారి స్త్రీలపై అత్యాచారాలు చెయ్యాలనుకుంటున్నారు.

వారి లక్ష్యం పూర్తి వినాశనం.

అందుకు వారు ఎంచుకున్నరోజు ఈ రోజు.

ఎంచుకున్న ప్రదేశం పరుష్ణి నదీతీరం. తృత్సు భూభాగానికి దక్షిణంగా, తమ కావలివాడు పరిగెత్తుకుంటూ వస్తుండగా అతడిని తరుముకుంటూ ఇరవైమంది సైనికులు వచ్చిన ప్రదేశం అది. బహుశా తమ కావలివాడు అక్కడ సైనికుల మోహరింపు గురించిన వార్త తెస్తూ వుండవచ్చు. అందుకే అతన్ని వాళ్ళు వెంటాడి చంపి వుండొచ్చు.

సుదాస్ ఆ కావలివానిని చూసి వుండకపోతే అతనూ అతని పిల్లలు ఆరోజు ఉత్తుంగపర్వతంపై వుండిపోయి తన భవనంలోని సభావేదిక మీద జరుగుతున్న కుట్రని కనుక్కోలేకపోయేవాడు. తన రాజ్యాన్ని అను ఆక్రమించుకుని వుండేవాడు. సుదాస్‌కు విశ్వాసపాత్రులైన కొందరు వారితో తలపడేవారు. వారిని శత్రువులు అక్కడికక్కడే చంపివుండేవారు. తనూ పిల్లలు ఇంటికొచ్చేసరికి అంతా అయిపోయి వుండేది.

కానీ అట్లా జరగలేదు.

అయినప్పటికీ అంత క్లిష్టపరిస్థితిలోనూ సుదాస్ తలవంచలేదు. తన తలవంచినా అను ఎప్పటికీ తృప్తిచెందడు. సుదాస్, అతని బిడ్డలూ అతన్ని దేబిరిస్తూ అడుక్కుంటూ చిత్రహింసలు అనుభవించి చివరికి చనిపోవడమే అనుకి కావాలి. అతను వాళ్ళకి విధించిన శిక్ష అది. ఎవరైతే సుదాస్ తల తెచ్చి తనకు సమర్పిస్తారో వారికి కానుకగా సుదాస్ భార్యా, అతనికి అక్కా అయిన సుదేవిని ప్రకటించాడు. ఆమె చనిపోయేవరకూ విజేతలకొక ఉంపుడుగత్తెగా అవమానాలు భరిస్తూ వుండాలి.

సుదాస్ తన గుర్రాలకు దాణా పెట్టి, వాటిని నిమిరి తన అస్త్రాల మీద దృష్టి సారించాడు. అవన్నీ బాగా సానపెట్టి ఉపయోగానికి సిద్ధంగా వున్నాయి. క్షణాలలో అంతా సిద్ధమై పోయింది. అప్పుడతను తీరికగా ముందేమి జరగనున్నదో అని ఆలోచించాడు. తనకు విశ్వాసపాత్రమైన సైనికుల సంఖ్య కేవలం మూడువందల వింశతులు అంటే కేవలం ఆరువేలు. అంటే శత్రుసైనికులలో పదోవంతు. అందులో యుద్ధాను భవంకల వీరులు, స్త్రీలు ఎన్నడూ యుద్ధానికి పోని యువకులు వున్నారు.

ఇప్పుడు తనకున్నది ఒకటే కర్తవ్యం. యుద్ధం చెయ్యడం. విజయమో వీరమరణమో తేల్చుకోవడం. యుద్ధంలో ఓడిపోయి బ్రతకడమంత హీనం మరొకటి వుండదు కనుక అందరం చనిపోవలసినదే. తమకి ఆ హీనత్వం రావాలనే అను కోరుకుంటాడు. సుదాస్‌కి మరణమన్నా, గాయాలన్నా భయం లేదు. అది క్షత్రియుల భవితవ్యం. అందుకు తను సంసిద్ధంగానే వున్నాడు. కానీ తన స్వంత బంధువులు, తన జ్ఞాతులు, చివరికి తృత్సులలో కొందరు తనకు శత్రువులు కావడం అతనికి బాధగా వుంది. తన కళ్ళల్లో నీళ్ళు వస్తూండడానికి సిగ్గుపడుతూ తల విదిల్చాడతను. కన్నీళ్ళు సహజమైనవి. అవి మానవతాచిహ్నాలు. తోటి మానవులను చంపడం వారిని బానిసలుగా చేసుకోవడం వంటివి మానవతాచిహ్నాలు కావు. అవి అమానుషాలు, అమానవీయాలు. వద్దన్నకొద్దీ వస్తున్న కన్నీటిని ముంజేత్తో తుడుచుకుంటుండగా ఒక కన్నీటిచుక్క అతని గడ్డం మీదకు దొర్లింది. దాన్ని తుడుచుకున్నాడు.

సరమ అతన్ని సమీపించి అతని గడ్డంపై వున్న ఉప్పటి నీటిచుక్కని నాకేసింది. అతను దానిని కౌగలించుకుని జూలుని ముద్దుపెట్టుకున్నాడు. అది నెమ్మదిగా మొరిగి తన కాలుని అతని తొడమీద పెట్టింది.

వాళ్ళిద్దరూ చాలాసేపు అట్లాగే వుండిపోయారు.

25

సుదాస్ తన అశ్వాన్ని అధిరోహిస్తూ వుండగా ఒక రౌతు పరిగెత్తుతూ రాజభవనం దగ్గరకు వచ్చాడు. అతను యుద్ధంలో చేరడానికి పేరు నమోదు చేసుకున్న యువకుల్లో ఒకడు.

"రాజా!సుదాస్!" అంటూ రొప్పుతూ ఎర్రబడిన మొహంతో నేలమీద మోకాళ్ల మీద కూలబడ్డాడు. సుదాస్ అతన్ని లేవమని సౌంజ్ఞ చేశాడు.

"గురువు వశిష్ఠుడు!! నేను కుశక్షేత్రంలో నక్కుతూ శత్రువుల జాడ వెతుకుతూ వచ్చాను. ఆ గడ్డిలో చూడ్డం సాధ్యం కాక ఉత్తుంగ పర్వతం వైపు వెళ్ళాను. నేను ఎదుటివారికి కనపడకుండా జాగ్రత్తగా గడ్డిలోనుంచీ పొదలమాటునుంచీ వెళ్ళాను."

"సరే చెప్పు! గురువు వశిష్ఠుడు అన్నావు అదేమిటి?" అన్నాడు సుదాస్.

"హఠాత్తుగా ఎక్కడనుంచో నాముందు ఆయన దండంతో ప్రత్యక్ష మయ్యారు. నన్ను గుర్రం దిగి తన సమీపానికి రమ్మని సైగ చేశారు. నేను అలాగే వెళ్ళాను."

పూర్తిగా చెప్పమని సైగ చేశాడు సుదాస్.

"ఆయన నేరుగా నన్ను మీదగ్గరకు పొమ్మన్నారు. పోయి ఒక ప్రత్యేకమైన పనికోసం మీరు ఎంతమందిని పంపగలరో అంత మందిని పంపమని చెప్పమన్నారు. ఇది చాలా ముఖ్యమైన పని అనీ అన్నిటికీ సారాంశభూతమనీ మీకు తెలియచెప్పమన్నారు. ఆ పని వెనువెంటనే

కొన్ని గంటలలోగా చెయ్యాలనీ, సూర్యాస్తమయానికి ముందుగా చెయ్యాలనీ చెప్పమన్నారు. ఇది మీకూ యావత్ భరతవంశానికీ గురువుగా ఆయన ఆజ్ఞ అని కూడా చెప్పమన్నారు. అంతేకాక మీ నాన్న గారికీ, వారి నాన్నగారికీ ఆయన చూపించిన విశ్వాసానికి గౌరవంగా కూడా ఈ పని చెయ్యమన్నారు."

తను వింటున్నది నిజమేనా అన్నట్టుగా అతని వంక నిశితంగా చూశాడు సుదాస్. ఆ పిల్లవాడు ఉద్రేకంతో చెబుతున్న మాటలు సుదాస్ చుట్టు వున్నవాళ్ళు కూడా విన్నారు. వాళ్ళు కూడా అతనివంక ఆశ్చర్యంగా చూశారు.

"మనం యుద్ధానికి పోబోతున్నామని వశిష్ఠులవారికి తెలుసా? పొద్దున జరిగినవన్నీ ఆయనకు తెలుసా??

ఆ అబ్బాయి గట్టిగా తల ఊపాడు. "అవును రాజా! తెలుసు. నేను ఆయనకు అన్నీ చెప్పాలని ప్రయత్నించాను. ఆయన నన్ను మొదట్లోనే ఆపి, తనకన్నీ తెలుసనీ అందువల్లనే నేను తీసుకువెళ్ళే సందేశం అత్యవసరమైనదనీ. ఆయన మీకప్పజెపుతున్న పని తప్పనిసరి అయినదనీ క్లిష్టమైనదనీ అన్నారు. అది తప్పకుండా చెయ్యాలనీ ఎంతమందిని వీలైతే అంతమందిని ఆ పనికి పంపమనీ చెప్పారు. అన్నిటికన్నా సమయమే ముఖ్యమని కూడా నొక్కి చెప్పారు."

సుదాస్ తన నుదురు రుద్దకుంటూ "సమయం ముఖ్యమని తెలుసు. కానీ ఇంతకి ఏమిటి ఆ పని?"

ఆ అబ్బాయి చెప్పినది విన్నప్పుడు సుదాస్‌కి అపనమ్మకమూ వ్యాకులత కలిగాయి. భయమనిపించింది.

"ఈ పని చెయ్యడానికి నా సేనలో మంచి పోరాటయోధులను పంపమన్నాడా ఆయన? అందులో ఇప్పుడు? మనం యుద్ధానికి పోబోతున్నామని ఆయనకి తెలుసని నిజంగా నీకు తెలుసా?"

ఆ అబ్బాయి విచారంగా తల ఊపాడు.

"ఆయనకు అంతా తెలుసు రాజా! తను చెప్పినట్లు చెయ్యకపోతే మీరు యుద్ధంలో ఎప్పటికీ గెలవరని కూడా ఆయన అన్నారు."

సుదాస్‌కి ఆశ్చర్యం అనిపించింది. ఈ రోజు ప్రపంచం మొత్తానికే పిచ్చెక్కిందా అనిపించింది. గ్రహాలు గతితప్పి ఇలా జరుగుతోందేమో అనుకున్నాడు.

"యుద్ధంలో గెలవడమనేది విషయం కాదు" అన్నాడు సుదాస్.

"అదే అసలైన విషయం" అన్నాడు ఆ కుర్రవాడు.

అందరూ అతనివంక చూశారు.

ఆ అబ్బాయి అయోమయంగా చూశాడు.

ఆ కుర్రవాడికి తొమ్మిదేళ్ళుంటాయేమో! నున్నటి మొహం. ఇంద్రౌత్ కన్న చిన్నవాడు. అతని పేరు రఘునో, భర్గునో అయి వుండాలి. భర్గునే కావచ్చు.

"అంత గట్టిగా చెప్పడంలో నీ ఉద్దేశం ఏమిటి భర్గూ!" అన్నాడు సుదాస్.

ఆ పిల్లవాడు సిగ్గుతో తల వంచుకుని "క్షమించండి రాజా! ఆయన అలా చెప్పమని నన్ను ఆజ్ఞాపించారు. మీరు యుద్ధం గెలవడం అసలు విషయం కాదని వాదిస్తారనీ, కానీ నేను అదే అసలు విషయమని అరచి చెప్పాలనీ ఆయన నన్ను ఆజ్ఞాపించారు. నాకు మీమీద ఎటువంటి అగౌరవమూ లేదు రాజా!" అన్నాడు.

"సరేలే!" అని చెయ్యి ఊపి "ఇంకేమన్నారు? వశిష్ఠులు" అన్నాడు సుదాస్.

"అంతే మహారాజా! కానీ మీరు ఈ పనికి వెంటనే పూనుకోకపోతే మీకు మళీ జ్ఞాపకం చెయ్యమన్నారు, సమయం అన్నిటికీ..."

"సారభూతమైనది, నాకర్థమైంది" అని చుట్టూ చూశాడు. అందరూ అన్నీ వినే పరిధిలోనే వున్నారు. గురువుగారి ఈ ఆజ్ఞపట్ల అందరికీ

అయోమయంగానే వుంది. మరి ఇప్పుడేం చెయ్యాలి. ఆ పనిలో అర్థం లేదు. కానీ వశిష్ఠుని దూరదృష్టీ, వివేచనా సుదాస్ అవగాహనకు మించినవి. అంతేకాక ఈ పిల్లవాడు చెప్పిన మాటలోని ఉధృతి అతని లోపలికి తాకింది. ఆ మాటలు తనకు బాగా తెలిసినవి.

అవును, ఈ మాటలే పిజావన్ కూడా చెప్పేవాడు. ఆయన సలహాదార్లు ఆయనకు యుద్ధంలో గెలుపోటములు ముఖ్యం కావని చెప్పినప్పుడు ఆయన కూడా అదే ముఖ్యం అనేవాడు.

ఇప్పుడు తనేం చేసినా మిగతా రోజులో ఏ మార్పూ రాదు. కానీ ఈ పని తెలివితక్కువది పిచ్చిగా కనపడవచ్చు. తన సైనికులు అయిదువేలైనా పదివేలైనా పదిహేనువేలైనా శత్రువు అరవైవేల ఆరువందల అరవై ఆరుగురి ముందు ఎంత? పైగా వశిష్ఠుడు అడిగిన వస్తువులతో ఏం చేస్తాడో తనకి తెలియదు. ఒకటి మాత్రం నిజం. ఆయన ఏదో వినోదం కోసం అట్లా అడగడు. ఏదో ఒక పథకంతోనే అడిగివుంటాడు. ఏదో ఒక అసాధ్యమైన పథకం! కానీ పథకం పథకమే కదా? తన దగ్గర ఎటువంటి పథకమూ లేదు. పదకొండుమందికి ఒకడిగా యుద్ధంలో దిగే తన సేననుంచీ ఎటువంటి ప్రతికూల పరిస్థితులను ఆశించాలి తను?

అతను అంబరీష్ వంక తిరిగి "గురువుగారు చెప్పిన పని వెంటనే చెయ్యండి. నువ్వే స్వయంగా ఈ పని చేయించు. నీకెంతమంది కావాలంటే అంతమందిని తీసుకువెళ్ళు. గంటలో పని జరిగేలా చూడు. ఆయన అడిగిన సరుకు ఉత్తుంగ పర్వతానికి చేరేలా త్వరపడు" అన్నాడు.

అతనీ మాటలు అంటూండగానే నల్లటి మేఘాలు సూర్యుడిని మింగేశాయి, ఆకాశం నల్లబడింది. పైన కనపడినంత వరకూ మేఘాలు! వానతో నిండుగర్భిణీల్లాంటి మేఘాలు.

దూరంగా దక్షిణదిశగా ఉరుములు ఉరుముతున్నాయి. రాబోయే తుఫానుకు సూచనగా...

యుద్ధానికి సరైన రోజిది అనుకున్నాడు సుదాస్. కనీసం ఇంద్రుని పర్యవేక్షణలో చనిపోవచ్చు. అనుకున్నాడు.

కాండ 2

1

ఆకాశం బూడిదరంగులో మూడురోజులనాడు మరణించిన గోవు కళేబరంలా వున్నది. యుద్ధరంగంపై మోహరించిన మేఘాలు అగ్నికి ఆహుతైన నైవేద్యం కోసం ఎదురుచూస్తున్న దేవతలలా వున్నాయి. ఆ మధ్యాహ్నపు మసక వెలుతురులో ఒక్క గడ్డిపోచగానీ, ఒక్క వేపాకు గానీ కదులుతున్న సూచన లేదు.

చెదిరిపోయిన తృత్సు సేనలో మిగిలిన కొందరు సైనికులు సుదాస్‌కి ఇరువైపులా కొలువుతీరారు. వారంతా శ్వేతాంబరధారులై వున్నారు. తృత్సుల ఆచారం ప్రకారం యుద్ధానికి వెళ్ళేవారు తెల్లని వస్త్రాలు ధరించాలి. *శ్వేతయాంక!*

అశ్వారూఢులైన తృత్సు సైనికులు ఒకరికొకరు కొన్ని గజాల దూరంలో నదీముఖంగా నిలబడ్డారు. అట్లా వుంటే ఎక్కువమంది సైనికులున్న భావన కలగచేయవచ్చు.

శుభ్రంగా ముఖాలు కడుక్కుని నుదుట విభూది పెట్టుకుని, ఎముకలతో చేసిన దువ్వెనలతో తల బాగా దువ్వుకుని తలకి కుడివైపుగా ముడి పెట్టుకున్నారు. *దక్షిణాటర్కపర్ద!*

పక్కనున్న కర్రలపై తృత్సు పతాకం ఎగురుతున్నది. వాయు దేవుడు రణరంగం నుంచీ నిష్క్రమించాడా అన్నట్లున్నది. బహుశా ఆయన కూడా తమని వొదిలేశాడా? అందరూ తమని వదిలేసినట్లు దేవుళ్ళు కూడా వదిలేసి ఉండొచ్చు.

పరుష్ణి ఆవలి ఒడ్డున శత్రుసైనికులు ఒక వృత్తంలా వున్నారు.

కొంతమంది చేతిలో బల్లాలున్నాయి. ఎక్కువమంది విలుకాండ్రు. అశ్వాలు కనపడడం లేదు. వాళ్ళు తమకోసం ఎదురుచూస్తున్నారు సుదాస్ వాళ్ళకోసం ఎదురుచూసినట్లే.

సైన్యం!

ఆరువేలకన్న తక్కువ సంఖ్య వున్న సైనికులను సైన్యం అనొచ్చా? అనకూడదు. అంటే నవ్వుతారు.

అయితే స్త్రీలూ, పిల్లల్తో కూడిన ఈ ఆరువేలమందీ తమ శౌర్యం చూపించవచ్చు. ఆ సంగతి సుదాస్‌కి తెలుసు. ఎందుకంటే శత్రుసైన్యం నదిని దాటడానికి చాలా సమయం పడుతుంది. అదీకాక వాళ్ళంతా ఒక్కసారిగా రాలేరు. బృందాలు బృందాలుగా రావల్సి వుంటుంది. ఈలోగా ఉత్తుంగ పర్వతానికి వెళ్ళినవాళ్ళు పని పూర్తిచేసుకుని తన దగ్గరకు వచ్చే వీలుంటుంది. వాళ్ళు ఉత్తుంగపర్వతం మీదకి బరువు లెత్తుకుపోయివచ్చినప్పటికీ తనకు అండగా వుంటారనుకున్నాడు. బరువులు మోసుకుని పర్వతం ఎక్కి వచ్చి వాళ్ళు అలసిపోయి వుండొచ్చు. అయినప్పటికీ వాళ్ళూ తనకి ఉపకరిస్తారు. వాళ్ళలో ప్రతి ఒక్కరూ కూడా.

భరత వంశస్థుల కులగురువైన వశిష్ఠుడు అన్ని పనులూ సరైనవే చేస్తాడు. ఇప్పుడు తనే భరత వంశస్థుల గురువునని విశ్వామిత్రుడు ప్రకటించుకోవచ్చు. ఆయన సహయోగి పసదుమ్నుడు అనురాజుకూ పురులకూ మరికొందరికీ పురోహితుడు కావచ్చు. పసదుమ్నుడు యయాతుని కొడుకు. కానీ భరతులకు సలహాలివ్వడానికి వారిని తీర్చిదిద్దడానికి నియోగించబడింది వశిష్ఠుడు. పౌరోహిత్యానికి నియోగించబడినది పరాశరుడూ శతాయతులు.

ఒకరకంగా చెప్పాలంటే ఈ యుద్ధం ఆ పదవి కోసం విశ్వామిత్ర, వశిష్ఠుల మధ్య జరిగే యుద్ధం అనుకున్నాడు సుదాస్. బయటి ప్రపంచాన్ని క్షత్రియవర్ణం పరిపాలిస్తున్నా, తాము అందరికన్న ఉత్కృష్ఠులమను కుంటారు బ్రాహ్మణులు. క్షత్రియులు నాగరికమైన ఆర్యజాతికి శరీరం లాంటివారైతే బ్రాహ్మణులూ ఆత్మ, మేధలాంటివారన్నమాట.

సభావేదిక మీద తనను రాజ్యభ్రష్టుడిని చేయడానికి చేసిన వ్యర్థ ప్రయత్నానికి కేవలం అను రాజొక్కడే బాధ్యుడు కాదు. అతను ఈ పథకం వేసే ముందుగా చాలా ప్రచారం చేసివుండవలసింది. ఒక వ్యూహం పన్నవలసి వుంది. అట్లా చేసివుండకపోవడమే అతని పరాజయానికి కారణమైంది. అతని బలహీనతా ఒక్కొక్కసారి బలమూ కూడా అదే. సుదాస్ కూడా ఒక్కొక్కసారి తన వ్యూహరచనలో విఫలమైనా దీర్ఘకాలం లోనూ, దీర్ఘ దర్శకత్వంలోనూ విజయం ఎప్పుడూ అతనిదే. ఈ విషయం అను రాజుకూ, అతని మద్దతుదార్లకూ కూడా తెలుసు. అందుకే అతను ఒక దీర్ఘకాలిక యుద్ధాన్ని తలపెట్టలేదు. సమయం ఇస్తే సుదాస్ అతన్ని మాటల్లోనూ, చేతల్లోనూ, వ్యూహరచనలోనూ దెబ్బకొట్టగలడని అనుకు తెలుసు. ఇటువంటి స్వల్పకాలికమైన అమానుషమైన యుద్ధం తలపెట్టింది అందుకే. అదికూడా అధికసంఖ్య సైనికులతో.

అరవైఆరువేల ఆరువందల అరవైమంది. ఒక చక్కని వరుసలో ఆరు అంకెలు. వాటిపక్కల సున్నా! వారికెదురుగా ఒంటరి అయిదంకే! దానిపక్కన మూడు సున్నాలు!

వాళ్ళది కేవలం అధిక సంఖ్య కాదు. ఒక విధ్వంసకరమైన ఆధిక్యం.

ఒకరికి ఎదురుగా పదకొండుమంది! యుద్ధం ప్రారంభమయే పాటికి ఒకరికి ఇరవైమంది తేలవచ్చు. వశిష్ఠులవారు చెప్పిన పనిలో మునిగితేలుతున్న తన యోధులు తిరిగి రాకపోతే అంతే! ఒకటికి ఇరవైమంది! అతను తన కనుకొసల్నుంచీ అక్కడ జరుగుతున్నది చూస్తున్నాడు.

గురు వశిష్ఠుడు చెప్పిన పని చెయ్యడానికి వెళ్ళినవారికి నాయకుడుగా అంబరీష్ వెళ్ళాడు. అతను తనతోపాటు పర్ణి, కురుక్, వేద, కవి, రవి, సాళ్వలను తీసుకువెళ్ళాడు. వాళ్లతోపాటు వారికి చెందిన మూడువేల మంది యోధులను కూడా తోడుకుని పోయాడు. ఎందుకంటే వశిష్ఠుడు చెప్పినపని చెయ్యడానికి బలశాలురు కావాలట.

"యుద్ధం చెయ్యడానికి బలశాలురు అక్కర్లేదన్నట్లు!" అని వేసటగా అనుకున్నాడు సుదాస్. అయితే అందులో కోపం లేదు.

బోలన్, అశ్విర్, ద్రహ్యూ, అలేన్. అధర్వ్‌లు ఒక్కరొక్కరుగా జంటలుగా సుదాస్ చెప్పిన వేరే పనిమీద వెళ్ళారు. వాళ్ళు త్వరలో రావాలి.

ఇంక ఉచ్ఛైశ్రవ, దహా, థ్యాంగ్‌లు అతని సరసన నిలబడి, అతని ఆజ్ఞలకోసం నిరీక్షిస్తున్నారు. వాళ్లని చూస్తుంటే వాళ్లల్లో వెలుగు ఎంత తగ్గిందో అర్థం అవుతోంది సుదాస్‌కి. వాళ్ళు కూడా బూడిద రంగులోకి మారిన ఆకాశంలాగే వున్నారు. అక్కడి వాతావరణమే కాంతిహీనంగా కనపడుతోంది. ప్రతి అంశం నుంచీ జీవజవాలన్నీ పిండేసినట్లనిపిస్తున్నది. ఉదయం కుంకుమరంగు చిగురులతో పచ్చపచ్చగా మెరిసిన కుశ గడ్డి ఇప్పుడు మురికిగా బూడిదరంగు కలిసిన పచ్చరంగుకి వెలిసిపోయింది. పంచనదుల భూమికి చెందిన సారవంతమైన ఒండ్రుమట్టి భూమి కూడా బూడిద చిమ్మినట్టు కళాహీనంగా వుంది. తూర్పు పడమరల వైపూ ఉత్తరం వైపూ బూడిదరంగు ఆకాశాన్నీ కాళ్ల కింద రంగు వెలసిన భూమినీ చూస్తూ ఈ భూమికి ఏదో మహమ్మారి సోకి శవాలను మాత్రమే మిగులుస్తున్నదేమో అనిపించేలా వుంది అనుకున్నాడు సుదాస్. అతని పక్కనున్న యోధుల ముఖాలు కూడా జీవకళ కోల్పోయి వున్నట్లు కనిపిస్తున్నాయి. దగ్గరలో వున్న ఒక కొలను నుంచీ కొన్ని క్రౌంచ పక్షులు ఎగిరి అరుచుకుంటూ పశ్చిమంవైపుగా వెళ్ళాయి. మందమైన వెలుగులో అవి తలక్రిందులుగా ఎగురుతున్న భ్రాంతి కలిగించాయి. వాటి అరుపులు కీచుగా వున్నాయి.

గురు వశిష్ఠ గానీ ఏ బ్రాహ్మణుడైనాగానీ దీని శకునం ఏమిటో చెప్పగలరు. ఇది రాబోయే ఏ ఆపదకు సంకేతమో కనుక్కోగలరు. సుదాస్‌కి ఇప్పుడు ఏ వ్యాఖ్యాతతోనూ పనిలేదు. ఇదొక చీకటిరోజు. తుఫాను రాబోయే రోజు. తాము తమ రక్తసంబంధీకులతోనే అన్నతమ్ములు

అక్కచెల్లెళ్ళతోనే యుద్ధానికి పోతున్నారు. ఇదొక ప్రళయం. ఆ విషయం చెప్పడానికి ఏ జ్యోతిష్యుడూ అక్కర్లేదు. ఏ శకునాలూ అక్కర్లేదు.

అప్పుడు, "రాజా!" అని పిలిచాడు ఉచ్ఛైశ్రవుడు.

అతనేం చెబుతాడోనని నిరీక్షిస్తున్నాడు సుదాస్. ఉచ్ఛైశ్రవుడు అతని భుజంపైకి చూడమని సైగ చేశాడు. అక్కడేమీ లేదు తమ సైనికుల పంక్తి తప్ప.

"మనం వేరే వ్యూహం అనుసరించాలేమో" అన్నాడు అతనే.

అంతకన్న వివరించవలసిన అవసరం లేదతనికి. అతను చెప్పింది స్పష్టంగానే వున్నది. ఇంత కొద్దిమంది సైనికులతో ఒక దళాన్ని ఏర్పాటు చేయడంలో అర్థం లేదని అతని ఉద్దేశం. శత్రువు చిన్నచిన్న బృందాలుగా నదిని దాటినా వాళ్లంతా జమై కలబడితే తమ సేన ఏపాటిది? నిమిషాలలో చెల్లాచెదరౌతుంది తృత్సు సేన. తాము ఎంత సాహసోపేతంగా ప్రాణాలొడ్డి పోరాడినా వాళ్ళ సంఖ్య ముందు నిలబడడం కష్టం. ఒక అశ్వికుడూ ఇరవైమంది అశ్వికులముందు ఇరవై గజాలు కూడ కదలలేడు. వాళ్ళు అవలీలగా తృత్సు సైన్యాన్ని ఓడిస్తారు. యుద్ధం ప్రారంభానికి ముందే ముగిసిపోతుంది.

"ఆ సమస్య నాకు తెలుసు. కానీ మనమే ప్రారంభించాలి. శత్రువు వ్యూహం మనకి తెలిస్తే మన వ్యూహం మార్చుకోవచ్చు" అన్నాడు సుదాస్.

ఉచ్ఛాస్ సమాధానం చెప్పలేదు. అతను నదివైపు చూశాడు. అవతలవైపునుంచీ ఎటువంటి కదలికా లేదు. థ్యాంగ్, దహా ఆకాశంవైపు చూశారు.

"వరుణదేవుడు మన నెత్తి మీదే వేలాడుతున్నాడు. మనం ఏమాత్రం ఊహించని క్షణంలో మనమీద దాడి చేస్తాడు" అన్నాడు థ్యాంగ్. అతను హిమాలయ పర్వతాల శిఖరాలకు చెందినవాడు. అక్కడి పద్ధతిలో ఒక పాట పాడినట్లు.

దహా ఏదో శబ్దం చేశాడు. అది అతని మాతృభాషలో ఒక తిట్టు. అతను మైదానాలలో సంచరించే అనాగరిక జాతికి చెందినవాడు. ధైర్యవంతుడు.

"వరుణదేవుడు యుద్ధకాలంలో ఎవరి పక్షమూ వహించడు" అన్నాడతను అతని మాండలికంలో. సుదాస్‌కి సగమే అర్థమైంది కానీ మిగతాది ఊహించుకున్నాడు.

"మన రక్షక దేవుడు ఇంద్రుడు. ఆయనే తుఫానులకు కారకుడు. ఆయన ఇవ్వాళ ఎవరి పక్షమైనా తీసుకోదలచుకుంటే అది మన పక్షమే" అన్నాడు సుదాస్ హామీ ఇస్తున్నట్లుగా.

2

ఇంకా అటునుంచీ ఎటువంటి కదలిక లేదు. కొందరు వెనక్కి వెళ్ళి వస్తున్నారు. అట్లా ముందు వచ్చినవాడు అధర్వ. అతను సుదాస్ ఊహించిన వార్తే మోసుకొచ్చాడు. ఈశాన్య సరిహద్దులనుంచీ ఎటువంటి సైనికుల కదలికలు లేవు అని. అది చాలా అసహజమైనది. ఎందుకంటే అటుపక్కనున్న నదులన్నీ పరవళ్ళు తొక్కుతూ ఒకచోట కలుస్తాయి. ఎవరూ కూడా ఆఖరికి దురాశాపరులైన మ్లేచ్ఛదళం కూడా అక్కడ నదిని దాటలేదు. దాటడానికి పూనుకోవడం అంటే ఆత్మహత్య చేసుకోవడం లాంటిదే. పడవలు, గుర్రాలు, చెట్లకీ చెట్లకీ మధ్య వేలాడదీసిన తాళ్ళ మార్గం కూడా ఈ నదీప్రవాహం ముందు తీసికట్టే. అయితే కొన్నాళ్ళు ముందుగానే శత్రువులు కొందరు సైనికులని ఇటువైపుకు పంపించి దాచివుంచి దాడిచేసే అవకాశం లేకపోలేదు. అది అసాధ్యమూ కాదు. ఈ వ్యూహాన్ని శత్రువులు అదివరకు రెండుసార్లు అనుసరించి వున్నారు. ఒకసారి పొరుగు ప్రాంతాన్ని కలుపుకోవడానికి, మరొకసారి నెమ్మదిగా ఆక్రమించుకోవడానికి. ఈ రెండు సందర్భాలలోనూ అను సైనికులు పొరుగువారి సరిహద్దులలోకి చొరబడి రహస్యంగా దాగివుండి సమయం రాగానే దేశాన్ని ఆక్రమించారు.

ఈ విషయం యుద్ధం తీవ్రంగా జరిగేదాకా పట్టించుకోకుండా వుండేకంటే ముందుగా తెలుసుకోవడం మంచిది. సరైన గూఢచర్యం లేకపోతే ఎటువంటీ వ్యూహమూ పనిచెయ్యదు. ఇప్పుడు తృత్సులకు మిగిలిన ఆయుధం వ్యూహరచనే.

"ఇవాళ వాళ్ళు రెచ్చిపోతున్నారు" అన్నాడు అధర్వ. నదీసంగమం

వరకూ గుఱ్ఱంపై వెళ్ళిరావడాన కొద్దిగా వణుకుతున్నాడతను. అతను సుదాస్ సైనిక నాయకుల్లో అందరికన్న చిన్నవాడు. మూడు సంవత్సరాల ముందు అతనికి చలిజ్వరం వచ్చింది. ఆ వణుకు వర్షపు రోజుల్లో ఇంకా అతన్ని అంటిపెట్టుకునే వుంది.

"వారు ఒకరితో ఒకరు తలపడుతున్నారు, కోపంతో అరుచుకుంటున్నారు. ఆ కేకలు వినవస్తున్నాయి" అన్నాడతను. అతను నదీ దేవతలను గురించి చెబుతున్నాడని అర్థం చేసుకున్నాడు సుదాస్ ప్రతినదీ ఒక శక్తివంతమైన దేవత. ఎందుకంటే నదులు మనకి ప్రాణదాతలు. బ్రతుకునిచ్చే దేవతలు! కనుక అవి స్త్రీస్వరూపిణులు. సాక్షాత్తూ దేవతలు. అయితే నదులు అర్థంతరంగా మన ప్రాణాలు కూడా తీసుకుంటాయి. ఒక్కొక్కసారి చాలా ఉధృతంగా ఊళ్ళకి ఊళ్ళనే ముంచేస్తాయి. పశువుల్ని బలిగొంటాయి. కనుక వాళ్ళు యోద్ధులైన దేవతలు. అధర్వను భయపెట్టిన విషయాన్ని అర్థం చేసుకున్నాడు సుదాస్. తృత్సు సీమ ఈశాన్య సరిహద్దుల వద్ద నున్న నదీసంగమాన్ని గురించి సుదాస్‌కు బాగా తెలుసు. అదొక పర్వత ప్రాంతం. ఒక్కొక్క నదీ ఉరకలు పెడుతూ వివిధ ఎత్తులనుంచీ వచ్చి క్రిందనున్న రాతినేలమీద గుంటలు పడేలా చేస్తూ చివరికొక సహజసిద్ధమైన ఆనకట్టలా తయారుచేశాయి. ఆ నదులలో ఒక తీవ్రమైన అంతఃప్రవాహం వుంటుంది. అవి ఇంకా వెల్లువెత్తుతూనే వున్నాయి. క్రిందకు ఉరుకుతూనే వున్నాయి. ఒక్కొక్క వర్షాకాలంలో అవి ఈ ఆనకట్టలాంటి ప్రాంతాన్ని కూడా దాటి ఒక కనుమలో ప్రవేశించి దాన్ని ముంచేస్తూ వుంటాయి.

అధర్వ తృత్సుల వైపున్న ఆ కనుమ దగ్గరకు పోయొచ్చాడు. అక్కడ వరదలెత్తుతున్న ప్రవాహం రాళ్ళూ గుట్టలను దాటుకుంటూ మహోగ్రంగా సముద్రంవైపు పరుగెత్తుతున్నది. దేవతలు పళ్ళు నూరుతున్నట్లుగ శబ్దం చేస్తున్నది. అధర్వ ఇందాక చెప్పినట్లు నదీదేవతలు ఒకరితో ఒకరు పోట్లాడుకున్నట్లున్నది.

సుదాస్ అతని గుఱ్ఱపు జీనుని పట్టుకుని, అతని మీదకు వొంగి

అతని నుదుటిపై చెయ్యి పెట్టాడు. అది మరుగుతున్న నీటితో నిండిన కుండలా వున్నది. అధర్వ కళ్ళు పచ్చగా వున్నాయి. అతని చర్మం కూడా లేత పసుపురంగులో కనిపిస్తున్నది. బయటంతా అలుముకున్న మృత్యు సమానమైన బూడిదరంగు నేపథ్యంలో.

"మళ్ళీ నీకు జబ్బు తిరగబెట్టింది. వెళ్ళి నీ గుర్రాన్ని పడుకోబెట్టి కాసేపు దాని పక్కన వెచ్చగా పడుకో" అన్నాడు సుదాస్. ఆరుబయట కాస్త వెచ్చదనం కావాలంటే అదే మంచి పద్ధతి.

కానీ ఆ యువకుడు సుదాస్ చేతినుంచీ తన గుర్రపు జీనును విడిపిస్తూ "పడుకుంటే మనందరం కలిసే పడుకోవాలి లేకపోతే లేదు" అన్నాడు.

తను అతన్ని నొప్పించానని అర్థం చేసుకున్నాడు సుదాస్. ఇంకా ఎక్కువ మాట్లాడితే తాను యుద్ధానికి పనికిరానని చెబుతున్నాడను కుంటాడు. ఒక తృత్సు వీరుడికి అవమానం అనేది మృత్యువుకన్న ఎక్కువ. తన తోటి యోద్ధులతో కలిసి యుద్ధం చేయవలసిన సమయంలో విశ్రాంతి తీసుకోవడం ధర్మవిరుద్ధం. ధర్మం తప్పడం అన్నిటికన్న అవమానకరమైనది.

సుదాస్ మరేమీ మాట్లాడలేదు. ఆ యువకుడు యుద్ధంలో గాయపడివుంటే అతన్ని విశ్రాంతి తీసుకోమని చెప్పివుండేవాడు కాదు తను. ఇది కడవరకూ సాగవలసిన యుద్ధం అని అందరికీ తెలుసు. ఆరోగ్యమైనా, అనారోగ్యమైనా పోరాడాలి. పోరాడుతూనే వుండాలి ప్రాణం పోయేవరకూ.

సుదాస్ అధర్వతో మాట్లాడుతుండగానే ద్రహ్యూ బోలన్ అలీన గుర్రాల మీద పైకి పోయి చూసి వచ్చారు. అతను వాళ్లతో మాట్లాడు తూండగా అస్సిర్ వచ్చాడు.

బోలన్ తన వెనకుంటూ ఇతరులను ముందుకు పొమ్మన్నాడు.

"వాయువ్య సరిహద్దులో వున్న జనావాసాలన్నిటి మీదా దాడులు

జరిగాయి. కొన్నిటిని తగలబెట్టారు" అని చెప్పాడు ద్రహ్యూ చింతా క్రాంతుడై.

అక్కడ స్థిరపడ్డవారు పూర్వం జరిగిన యుద్ధాలను తట్టుకుని తమ తోటి బంధువులతో వుండాలని, పట్టణంలోని హడావిడి తట్టుకోలేమనుకునీ కూడా అక్కడే వుండిపోయారు. కొంతకాలం తరువాత వారంతా ఒకరికొకరు కుటుంబసభ్యులవలే మెసలసాగారు క్లిష్ట పరిస్థితులెదురైనప్పుడు. ఒకరికొకరు ఎల్లవేళలా సాయపడాలని నిర్ణయించుకున్నారు. వాతావరణం సరిలేనప్పుడు తమ పశువులకు వెచ్చని ఆశ్రయం కల్పించడం కోసం వాళ్ళు సాముదాయక పశువుల శాలలు కూడా నిర్మించుకున్నారు. ఇప్పుడు ద్రహ్యూ ఆ పశువుల శాలలో కాలిపోయిన పశువుల కళేబరాలను చూసి వచ్చాడు. కొన్నిచోట్ల ఇంకా నిప్పు రాజుకుంటూనే వుంది. నిన్న బాగా వర్షం కురిసి వుండడాన ఆ దహనక్రియ ఈ రోజే జరిగి వుండొచ్చుననిపించింది.

"అను పోతూపోతూ ఈ ఆవాసాలకు నిప్పుపెట్టిపోయి వుంటాడు శత్రువు. ఎందుకంటే అక్కడ నాకు గుర్రాల పాదాల గుర్తులు కనపడ్డాయి. అవి పట్టణం మీదుగా ఈ ఆవాసాలకు వచ్చినట్లు తెలుస్తున్నది. శత్రువు వీలైనంత మందిని చంపి తక్కినవాళ్లను ఇళ్ళల్లోకి తోసి నిప్పుపెట్టినట్లు కనిపిస్తున్నది" అన్నాడతను విచారంగా.

సుదాస్ కూడా విచారంగా తల ఊపాడు. పురూ వంశస్థులు ఉపయోగించే వ్యూహం ఇదే. వాళ్ళు అగ్నిని కూడా ఆయుధంవలె వాడుకుంటారు. వాళ్ళు శత్రువులను సజీవంగా కాల్చివేసే క్రూరస్వభావులు. వాళ్ళు తమ శత్రువులు నిద్రపోతుండగా కూడా వాళ్ల ఇళ్ళను తగలబెట్టిపోయిన ఉదాహరణలున్నాయి. వారసులు మిగలకుండా చేసే తంత్రం అది. రాబోయే యుద్ధంలో తను అనుసరించబోయే వ్యూహానికి ఈ ఆవాసాలలోని వారు సహకరిస్తారని సుదాస్ చాలా ఆశపడ్డాడు.

"అయితే ఆ గుర్తులు ఎటువైపుకి వెళ్ళాయో చూశావా?" అని అడిగాడు ద్రహ్యూని సుదాస్.

ద్రహ్యు అక్కడ తన స్నేహితులకోసం చూస్తూండగా అతని మొహంమీద పడిన బూడిదను తుడుచుకున్నాడు. అతనికి ఆ ఆవాసాలలో చాలామంది స్నేహితులున్నారు.

"అవును వాళ్ళు నదివైపు వెళ్ళిన గుర్తులున్నాయి" అన్నాడు.

సుదాస్ కనుబొమ్మలు చిట్లిస్తూ "నదివైపుకా?" అన్నాడు.

ద్రహ్యు భుజాలు ఎగరవేశాడు. సుదాస్ ఆలోచిస్తున్నాడు. వాళ్ళు పడవలమీద నదిని దాటివుండొచ్చు" అన్నాడు. సుదాస్ ఇంకా కనుబొమ్మలు చిట్లిస్తూ వుండగానే అలీనా అన్నాడు "శత్రువు ఆ ఆవాసాలలోని మన వాళ్ళని వధించిన తరువాత మూకుమ్మడిగా ఇటుగా పోయి పరుష్ణి నదిని దాటిపోయి వుండొచ్చు. ఎందుకంటే ఇక్కడ నదికి లోతు తక్కువ. తేలిగ్గా దాటవచ్చు. అంతదూరంపోయి మెలికలు తిరిగే విపాశాను దాటడం ఎందుకు? అక్కడ వాళ్ళు పడవలలో నదిని దాటవచ్చు గానీ అది ప్రమాదభరితమైనది. అందుకే ఇక్కడే దాటి వుంటారు. అంతేకాక వాళ్ల గుర్రాలు కూడా నదిని దాటుతూ అవిటివి అవడమో ప్రాణాలు కోల్పోడమో జరిగే ప్రమాదం వుందక్కడ. కానీ ఇవ్వాళ జరిగినదానిలో పెద్ద తెలివిగల తనమేమీ లేదు."

అలీనా ఇలా అన్నాడు, "పడమటి సరిహద్దులో ఏ కదలికా లేదు. కానీ నది మధ్యలో నేను శత్రువు కదలికలు చూశాను. వాళ్ళు ఆగ్నేయదిశగా కదులుతున్నారు."

అది సరైన పద్ధతి శత్రువులకి. శత్రువు అనుకున్నట్టుగానే తృత్సులతో యుద్ధం చెయ్యడానికి ఇక్కడికే వచ్చాడు. అంటే ఇపుడు అను, పురు, భృగు, అజాస్, సిగ్రు, యదువులు నిజాయితీగా ప్రవర్తిస్తున్నారను కున్నప్పుడు సుదాస్‌కు కాస్త ఊపిరాడినట్లైంది. వాళ్లకున్న అధిక సైన్యంతో వాళ్ళలా చెయ్యగలరు అనుకున్నాడు సుదాస్ బాధగా.

"మనకు చెప్పినదానికన్నా వాళ్ళ సంఖ్య ఎక్కువగా వుందా? తక్కువగా వుందా?" అనడిగాడు సుదాస్ అలీనాని.

అతను నెమ్మదిగా తల ఊపుతూ "దగ్గరగా కూడా లేదు" అన్నాడు.

అతను అన్నదాంట్లో అర్థం వెదకడానికన్నట్లు తక్కినవాళ్ళంతా అతనికి సమీపంగా వచ్చి అతని మొహంలోకి చూశారు. కొంతమంది ప్రశ్నలు గుప్పించారు.

సుదాస్ చెయ్యిపైకెత్తి, "అంటే నీ ఉద్దేశం ఏమిటి, అలీనా? వాళ్ళు మనకి చెప్పినదానికన్న వాళ్ళ సంఖ్య ఎక్కువగా వున్నదా తక్కువగా వున్నదా?" అన్నాడు.

అలీనా పెద్ద నిట్టూర్పు విడుస్తూ, "ఎక్కువ! చాలా ఎక్కువ. వాళ్ళు చెప్పింది వాళ్ళ యోద్ధుల సైన్యసంఖ్య కావచ్చు. నేను చూసింది పూర్తి అక్షౌహిణి."

"ఏమిటీ? పూర్తి అక్షౌహిణీ చూశావా? రథాలతో సహానా?" అన్నాడు దహ నమ్మలేనట్లు.

"పదాతిదళం, రథ గజ తురంగ సహితంగా మొత్తం సేనావాహిని" అన్నాడు అలీనా.

అందరూ దిగ్భ్రాంతులైనట్లు నిశ్శబ్దంగా వుండిపోయారు కాసేపు.

ఆ నిశ్శబ్దాన్ని చీలుస్తూ, "అదే కాదు, ఇంకా వుంది" అన్నాడు బోలన్ తన బొంగురు గొంతుతో గట్టిగా.

3

"ఒక అక్షౌహిణి! అదీ రథ గజ తురగాలతో! పైగా అంతే కాదట" అంటూ వెర్రిగా నవ్వాడు అథర్వ.

సాధారణంగా నెమ్మదిగా వుండే ఉచ్ఛాస్ కూడా బోలన్ వంక తీక్షణంగా చూస్తూ "ఇంతకన్న తక్కువింకేం వుంటుంది బోలన్! మనం పదింటికి ఒక నిష్పత్తిలో వుంటాం అనుకున్నాం కదా! ఇపుడు వందకి ఒకటిగా తేలింది. ఇంతకన్న అధ్వాన్నం ఇంకేముంటుంది?" అన్నాడు.

బోలన్ అందుకేమీ నొచ్చుకోనట్లు ఉచ్ఛాస్ వంక చూశాడు. భలన జాతివారు కూడా ఘోరమైన కృత్యాలను చూసినవాళ్ళు, చేసినవాళ్ళు కూడా, తన యవ్వనకాలంలో తను చూసిన, చేసిన, అనుభవించిన ఘోర కృత్యాల తాలూకు జ్ఞాపకాలు అతనిచుట్టూ ఒక ఉద్వేగరహిత కవచాన్ని నిర్మించాయి. అప్పటి గాయాలు పెంకుకట్టి గట్టిపడిపోయాయి. అతనిలో ఒక నిర్లిప్త ధోరణిని నిర్మించాయి. అతని బట్టతల, మచ్చల మొహమూ ఒక తాబేలు గుల్లనుంచీ బయటికి పొడుచుకొచ్చిన మొహంలా వుంటుంది.

"శత్రువు ఈ దాడి గురించి బహుశా కొన్ని నెలలుగా లేదా ఒక సంవత్సరం పైగా ప్రణాళిక వేసి వుండొచ్చు" అన్నాడతను.

అథర్వ జ్వరం వచ్చినవాడిలా కనిపిస్తూ నవ్వి "ఇదంతా ఎవరు చెప్పారు?" అన్నాడు.

సుదాస్ ఆపమన్నట్లు చెయ్యి ఎత్తగా అథర్వ గమ్మున వుండి పోయాడు. అందరిలోనూ ఉద్వేగాలు తలెత్తుతున్నా ఎవరూ మాట్లాడ లేదు. ఇప్పటికే పరిస్థితి నిరాశాజనకంగా వుంది. పిచ్చెక్కినట్లే వుంది.

తన సహాయకులను అదుపులో పెట్టడం అవసరమని తలుస్తూ, ప్రశాంతంగానే సుదాస్, "చెప్పు బోలన్!" అన్నాడు. మిగిలిన కొంతమంది సైనికులు కూడా ఇక్కడ జరుగుతున్న చర్చను వినాలనుకున్నాడు సుదాస్. వాళ్లంతా అప్రమత్తంగా లేకపోతే భయభ్రాంతులు తప్పవు. తృత్సులు ధైర్యవంతులు, తెలివితక్కువవారు కాదు. కష్టాలొచ్చినప్పుడు ఎవరైనా ధైర్యం కోల్పోవడం సహజమే, కానీ దేవుళ్లకు కూడా సాధ్యం కాని కష్టాలు రావడం వేరే విషయం. ప్రపంచంలోని అతిధైర్యవంతులైన వీరులు కూడా ఒక్కొక్కసారి బ్రతికివుంటే మరొకసారి పోరాడవచ్చని పలాయనం సాగించిన సందర్భాలున్నాయి. అలీన చూసిన విషయాలను బట్టి అదెంత అవమానకరమైనదైనా తను కూడా అట్లా చేయాలేమో అనిపించింది సుదాస్‌కి.

"నేను మన రాజా చెప్పినట్లు బాగా ఉత్తరదిశగా వెళ్ళాను. అక్కడ నేను చెక్కపని జరగడం చూశాను" అన్నాడు బోలన్.

"చెక్కపనా?" ద్రహ్యూ అన్నాడు.

"అవును. కానీ మనవైపు నదీతీరంలో కాదు. అవతలవైపు. నేను అటువైపు వెళ్ళి ప్రత్యక్షంగా చూడలేదు కానీ చెక్కపని జరుగుతున్నట్లు ఋజువులున్నాయి. చాలా చెట్లు కొట్టారు, కొండలమీద వుండే చాలా చెట్లు లేవు. ఒక నగరమో చాలా నగరాలో నిర్మించడానికి తగ్గంత చెక్క పోగేశారు."

అక్కడున్నవాళ్ళంతా ఒకరివంక ఒకరు చూసుకున్నారు. అప్పుడే అక్కడికి అస్సిర్ వచ్చాడు కానీ వాళ్లను కదిలించడం ఇష్టంలేక కాస్త దూరంగా వుండిపోయాడు. గుర్రపుస్వారీ చేసిరావడంవల్ల అలసిపోయి వున్నాడు, విచారంగా కూడా వున్నాడు. మసక వెలుగులో బూడిద రంగులో కనిపిస్తున్నాడు. అయినప్పటికీ అతను అసహనంగ కనిపించడంలేదు. ఉద్వేగంగా కూడా లేడు. అతను చెప్పదలచిన విషయం అంత తొందరది కాదనీ, కొంచెం ఆగి చెప్పవచ్చనీ సుదాస్‌కి అర్థం అయింది. ముందు బోలన్ మాటలు పూర్తిగా వినాలనుకున్నాడు.

ఇదంతా ఏమిటో "నాకు సరిగ్గా అర్థం కావడం లేదు," అన్నాడు దహ. ఉచ్ఛైశ్రవ తన మెడ గోక్కుని "ఇదంతా ఒక ముట్టడి అని చెప్పొచ్చా?" అన్నాడు.

అధర్వ నవ్వబోయి తమాయించుకున్నాడు. తక్కినవాళ్లకు ఇదంతా చాలా గంభీరమైన విషయంగా కనిపించింది. అధర్వ విషయంలో ఏదో ఒకటి చెయ్యాలనుకున్నాడు సుదాస్. ఆ యువకుడి జ్వరతీవ్రత అతనినీ, అతని తోటివారినీ యుద్ధంలో ఏదైనా ప్రమాదంలో పడెయ్యవచ్చని పించింది.

"అంత పెద్ద సేనను పెట్టుకుని ముట్టడి ఎలా సాధ్యం?" అన్నాడు సుదాస్ గట్టిగా.

"ఈ చెక్కపని ఏమిటో రాజాకి అర్థం అయివుండొచ్చనుకుంటున్నాను" అన్నాడు బోలన్. అందరూ అతనికేసి చూశారు.

సుదాస్ తల ఊపాడు, "మా తాతగారి కాలంలో నా చిన్నప్పుడు నేనిట్లాంటిది చూశాను" అని తృత్సు భూములకేసి చూస్తూ, "నదులు ఎప్పుడూ ఇప్పుడు ప్రవహించినట్టు ప్రవహించవు. అవి తమ దిశను మార్చుకుంటాయి. ఒకప్పుడు వెనక్కి తిరుగుతాయి, మళ్ళీ ముందుకు పోతాయి. ఇందుకు వివిధ కారణాలుంటాయి. కొన్నిసార్లు మనమే వాటి దిశను మార్చాము" అన్నాడు.

"అంటే కాలువల ద్వారా అని మీ ఉద్దేశమా? రాజా! కొత్త మార్గాలను తవ్వి వాటి దారి మళ్ళించి ఇళ్ళూ పొలాలూ వరదల పాలవకుండా చెయ్యడమా?" అన్నాడు దహ.

"అవును కానీ కాలువలు తవ్వడంకన్న ఆనకట్టలు కట్టడం ఎక్కువ ఫలితాలనిస్తుంది. శత్రువు ఉత్తరదిశలో ఈ పని చేస్తున్నాడను కుంటాను."

థ్ఖెంగ్ అందుకుని "ఆనకట్టలా? మనకి కొండల్లో ఒక పెద్ద ఆనకట్ట వుండనే వున్నది కదా? శీతాకాలంలో అది కొంత గడ్డ కడుతూ

వుంటుంది, ఒక మంచుదిబ్బలా తయారవుతుంది. మన పిల్లలు ప్రత్యేకమైన పాదరక్షలతో దాన్ని దాటుతూ వుంటారు," అంటూ ఎట్లా దాటుతారో చేతులతో అభినయించి చూపాడు. తరువాత "అక్కడి పర్వతపాదాల దగ్గరుండే కొండ జాతులు మనకేదన్నా సమస్య తెస్తే మనం నీళ్ళు వదిలి వాళ్ల ఇళ్ళను ముంచేసేవాళ్ళం. వాళ్లూ మనతో రాజీకొస్తే వాళ్ల పొలాలకు నీళ్ళివ్వడానికి ఒప్పుకునేవాళ్ళం. వాళ్ళ ఇళ్లను ముంచేసేవాళ్లం కాదు" అన్నాడు.

సుదాస్ తల ఊపి, "ఇక్కడ శత్రువు పొలాలకు నీళ్ళివ్వడాన్ని గురించి కాక మరేదో ఆలోచించి వుంటాడు" అన్నాడు.

తరువాత తమ వెనకవైపు వున్న నదికేసి చూపిస్తూ "ఇంకా వాళ్ళు నదిని దాటకపోవడానికి కారణం అదే అనుకుంటాను. వాళ్ళు నదిని దాటి రావడానికి పడవలను ఉపయోగించాలనుకోవడం లేదు."

అలీనా కనుబొమలు చిట్లిస్తూ, "అయితే ఏంచేస్తారు?" అన్నాడు.

"వాళ్ళు మనమీద దాడికి సిద్ధమైనపుడు నదికి కట్ట వేస్తారు. నదీతలం మీదనుంచి గుర్రాలమీద రావచ్చు. వాళ్ళు నదీ సరిహద్దుల మీద దెబ్బతీస్తారు. నదుల సహాయం లేకుండా వారిని మన భూభాగం మీదకు రానివ్వకుండా అడ్డుకునేటంత సైన్యం మనకు లేదు. మనకున్న తక్కువ సైన్యంతో ఆ పని చెయ్యలేము. వాళ్ళు జగన్నాథరథంలాగా వాళ్ల రథచక్రాలతోనూ, గుర్రపు గిట్టలతోనూ మనని చిదిమి పారేస్తారు" అన్నాడు సుదాస్.

ద్రహ్యూ "వాళ్ల రథాలతోను, ఏనుగులతోను కుమ్మిపడేస్తారు. మిత్రా! మాకు సహాయం చెయ్యి! ఇదెట్లా వుందంటే ఒక పెద్ద ఎద్దుల గుంపు కొన్ని కుక్కలమీద దాడిచేసినట్లుంది, ఇక మనకు బ్రతికి వుండే అవకాశం పూజ్యం" అన్నాడు తన తిట్ల పరిభాషను కూడా జోడించి.

"ఆ విషయం మనం ముందే ఊహించాము కదా! మనం మన రాజా చెప్పినట్లు ఒక ఐక్య భారతదేశంకోసం పోరాడుతున్నాం" అన్నాడు ఉచ్ఛాస్.

"అది నిజం. మనం ప్రతి భరతవంశస్తుడూ నమ్మి కోరుకునే ఒక ఆదర్శం కోసం పోరాడుతున్నాం. యుద్ధంలో మనందరం మరణించినా అదొక త్యాగానికి ఉదాహరణగా మిగిలిపోతుంది. అట్లా మనం భరతులందరికీ ఐక్యభారతదేశంకోసం ఉద్యమించమని చెప్పినట్లౌతుంది."

అందుకు అంగీకారసూచకంగా చాలామంది తలలు ఆడించారు. వాళ్లను చూసి అతని హృదయం వేదనాభరితమైంది. ఇప్పుడు తను వాళ్ళవీ, వాళ్ల కుటుంబాలవీ, వాళ్ల సన్నిహితులవీ ప్రాణాలు పోవడం గురించి మాట్లాడుతున్నాడు. వాళ్ళు అంగీకరిస్తున్నారు. "ఇంద్రుడి సాక్షిగా!! నాకెందుకిటువంటీ భారాన్ని పెట్టావు? ఒక రాజుగా వుండడం అంటే ఇదే అయితే నేను నీ కొడుకుగా పుట్టకుండా వుండాల్సింది, నాన్నగారూ!" అనుకున్నాడు.

అతని భావానికి స్పందనగా అన్నట్లు అతనిముందు ఒక తెల్లని గడ్డంతో, మొహంపైన చిన్న చిన్న నల్లని మచ్చలతో ఊడిన పళ్లతో ఒక గౌరవప్రదమైన మొహం నిశ్శబ్దంగా చిరునవ్వు నవ్వుతూ మెరిసింది.

దూరంగా ఉరుముల శబ్దం. సుదూరంగా ఉత్తర దిశగా ఉరుముతున్న శబ్దం.

అతను గట్టిగా ఊపిరి పీల్చాడు. తమ నిర్ణయాలు ధర్మంతో కూడినవీ, తమ చర్యలు సరి అయినవీ అయినప్పటికీ యుద్ధంలో చనిపోవడం వలన ఏ ప్రయోజనమూ నెరవేరదు అని తను వీళ్ళకి చెప్పవలసిన సమయం ఆసన్నమైంది. శత్రువు తాలూకు అధిక సైన్యంతో తలపడుతున్నప్పుడు తమ జాతి మొత్తం అంతరించిపోవచ్చు. అది ఇతరులకు ఒక హెచ్చరికగా మిగులుతుందే కానీ గొప్ప ఉదాహరణగా కాదు. ఒక ఐక్య భారతదేశం కావాలని నమ్మిన ఇతరులు ఈ యుద్ధాన్ని చూసి "వాళ్లు ఏమీ సాధించకుండానే అంతరించిపోయారు. వాళ్ళు ఈ యుద్ధంలో ఓడిపోయి వాళ్ళ ఆదర్శాన్నే కోల్పోయారు. మనం అట్లా ఎందుకు చెయ్యాలి?" అనుకుంటారు. కనుక విజయం ఒక్కటే ఈ ఆలోచనను మార్చగలదు. గెలుపు ఒక్కటే ఇతరులకు ప్రోత్సాహాన్నిస్తుంది.

ఈ త్యాగానికి అర్థం ఇచ్చేది గెలుపు ఒక్కటే. మనం చనిపోయినా గెలుపు సాధిస్తే ఆ కథను మళ్ళీ మళ్ళీ చెప్పుకుంటారు.

అతనికి గెలుపు ఎంత అసంభవమనిపించినా ఇంకా ఒక చిన్న నెరుసులాంటి ఆశ వున్నది. కానీ ఇప్పుడాకాస్త కూడా పూర్తిగా ఆరి పోయింది, ఇది కేవలం ఒక ఓటమి కాదు. ఇదొక మారణకాండ, ఒక తోడేళ్ల గుంపులో చిక్కిన లేగదూడకైనా బ్రతికే అవకాశం వుందేమో కానీ తమకి లేదు. అంత పెద్ద సైన్యంతో పోరాడి తాము అణిగిపోవడమే కాదు, తమతోపాటు తమ ఆదర్శం కూడా అణిగిపోతుంది.

తృత్సులవలె తాము కూడా నశించిపోతామనే భయంతో ఇక ముందు ఎవరూ భరతజాతి గురించి మాట్లాడ్డానికి తెగించరు. "తృత్సు భూమీ దాని ప్రజలూ అణిగిపోయారు, వాళ్ల నోరు నొక్కేశాం" అనేస్తారు అను ప్రజలు.

సుదాస్ ఈ విషయాలన్నీ తన చుట్టు వున్నవారికి వివరించడం మొదలుపెట్టాడు. మనం యుద్ధం మాని వెనుతిరగవల్సిన సమయం ఎందుకొచ్చిందో చెప్పాడు. ఇంకా సమయం మించిపోకముందే వీలైన విధంగా వెనుతిరిగి తమనూ తమవారినీ కాపాడుకోవలసిన అవసరాన్ని గురించి చెప్పడానికి ప్రయత్నిస్తున్నాడు.

అతని నోటినుంచీ ఒకటో రెండో మాటలు వెలువడ్డాయో లేదో అక్కడ వరుసలో నిలబడ్డవారిలో చివరినుంచీ ఒకకేక వినిపించింది.

4

"నది ఎండిపోతోంది" అని ఎవరో ఒక పెనుకేక పెట్టారు.

వరుసలో నిలబడ్డవారు కూడా అటుచూసి అరుస్తున్నారు.

అట్లా మొదలైంది.

సుదాస్ తన అశ్వాన్ని అదిలించాడు. అతని సహచరులు కూడా అనుసరించారు. ముందువరుసలో వున్నవాళ్ళు కదిలారు. మొదటి శ్రేణిలో వున్న తృత్సులంతా కదిలారు. సుదాస్ ఎవర్నీ ఆగమనలేదు. అతనెప్పుడూ సైన్యంలో విధివిధానాలనూ, మర్యాదలనూ పాటించిన నాయకుడు కాదు. వాళ్ళు కేవలం సంఖ్యాపరంగానే వున్నప్పుడు అసలే పాటించడు. అతని తాత దివోదాసు గొప్ప సేనాధిపతి. అతని తండ్రి పిజవాన్ కూడా ఈ విషయాలలో తలలు పట్టుకునేవారు. చివరికి సుదాస్ ఒక ఆచరణీయమైన మధ్యేమార్గాన్ని ఎంచుకున్నాడు. అవసరమైనప్పుడు పాటించడం, పరిస్థితులు సహకరించినప్పుడు నియమాలను సడలించడం.

ఈ పరిస్థితిలో చెయ్యవలసిందల్లా ఒక వరుసక్రమంలో వెళ్ళడం, ముందు ముందు శ్రేణిని కలిగివుండడం, కేతనాలు ఎగిరేలా చూసు కోవడం. ప్రస్తుతం చేయవలసిందల్లా వీరందరి మధ్యా సహోదరత్వాన్ని ప్రోదిచెయ్యడం, దానికోసం తను నియమాలను సడలించినా ఫరవాలేదు.

అతను తన సైన్యాన్ని తృత్సు భూభాగం వైపు ఒక అరమైలు దూరంలో వుంచాడు. ఇప్పుడు ఆ దూరాన్ని కొన్ని క్షణాల్లోనే అధి గమించాడు. అతను పరుష్ణి వైపు వెడుతూండగానే నది బాగా తగ్గిపోయిన విషయం గమనించాడు. ఇపుడు తను ఈ ఉదయంకన్న బలహీనంగా

వున్నట్టు అనిపించింది. కానీ ఆ విషయం ఆలోచించే తీరిక లేక పోయింది. గత కొద్దిరోజులుగా కురిసిన వర్షాలవలన నది పొద్దున ఉధృతంగా ప్రవహిస్తూ వుండి వుంటుంది. కానీ అది వుండవలసిన దానిలో ముప్పావువంతు వున్నది. ఇప్పుడది మూడోవంతుకు దిగి పోయింది. త్వరత్వరగా తగ్గిపోయింది.

దూరంగా ఆ ఒడ్డున శత్రుసేనలు!

వరుసలు వరుసలుగా నదిని దాటడానికి వస్తున్నాయి. అవ్వన్నీ దగ్గరదగ్గర చిక్కగా వుండి కనీసం ఒక అరమైలు విస్తీర్ణాన్ని ఆక్రమించి వున్నాయి. ప్రతి మూడు గజాలకూ ఒక గుర్రం చొప్పున వున్నాయి. ప్రతి వరుసలోనూ మూడు వందల గుర్రాలున్నాయి. అవి తను లెక్కపెట్టే లోగానే దగ్గరై వేగంగా ముందుకొస్తున్నాయి. రెండు, మూడువేలు కనపడుతున్నాయి. వెనక ఇంకెన్ని వున్నాయో చెప్పడం అసాధ్యం తను వున్నచోటునుంచీ.

తరిగిపోతున్న వెలుగులో అతను ప్రశాంత గంభీరంగా వున్న ఉత్తుంగ పర్వత శిఖరాన్ని ఒక్కసారి చూశాడు. తరువాత వెనక్కి తిరిగి తన మనుషులకేసి చూసాడు.

"దహా! నువ్వు ఉత్తుంగకు వెళ్ళు. నువ్వు ఎంత ఎత్తు వరకూ వెళ్ల గలిగితే అంత ఎత్తుకు వెళ్ళి సైన్యం ఎంత వుందో లెక్కవేసి రా" అన్నాడు.

దహ మారుమాట్లాడకుండా తన గుర్రాన్ని ఉరికించాడు. కానీ ఉచ్ఛాస్, ద్రహ్యూ ఒకరివంక ఒకరు చూసుకోడాన్ని సుదాస్ గమనించాడు. వాళ్ళేం అనుకుంటున్నారో అతనికి తెలుసు. "మనకెదురుగా అంత పెద్ద సైన్యం వున్నప్పుడు లెక్కలవల్ల ప్రయోజనం ఏమిటి? ఒక లక్షో అయిదు లక్షలో ఎంతైనా తేడా ఏముంది? ఒక కుందేలుని చంపడానికి ఒక ఏనుగుపాదం చాలు. అదే పని చెయ్యడానికి మరి మూడు పాదాలున్నా యని తెలుసుకుని కుందేలు ఏం చెయ్యగలదు?

ఈ పరిస్థితిలో తన పద్ధతులు ఫలించకపోవొచ్చని సుదాస్‌కి

తెలుసు. ఏ రాజు పద్ధతులైనా ఫలించకపోవచ్చు. కానీ తను నమ్మిన దానికి తను కట్టుబడివుండాలి. ఇప్పుడు తన దగ్గరున్నది నమ్మకమూ విశ్వాసమే. అతని ఉనికి కూడా మొత్తం అతని జ్ఞానం మీదే ఆధారపడి వున్నది. తెలుసుకోవడం అంటే అవగాహన చేసుకోవడం. అవగాహన చేసుకోవడం అంటే ఆచరించడం, ఆచరించడం అంటే సంపూర్ణంగా జీవించడం. అంతకన్న తక్కువ అయితే అది కేవలం ఒక జంతువులా జీవించడమే!

వాళ్ళు నదీతీరానికి చేరారు. అక్కడ ఆగమన్నట్లు అతను చెయ్యి ఎత్తాడు.

నది ఒక చిన్న కాలువ స్థాయికి తగ్గిపోయింది. అది పూర్తి ఊపులో వున్నప్పుడు ఒక దరినుంచీ మరో దరికి ఇప్పుడు కూడా కనీసం ఇరవై గజాలుంటుంది. ఇప్పుడు దానికింద వున్న ఏరు అయిదు గజాలు మాత్రమే వుండి ఇంకా తగ్గిపోతున్నది. ఇంకా కొద్దిసేపటికి పూర్తిగా తగ్గిపోతుందని అనుకున్నాడు సుదాస్. ఇప్పుడు శత్రువు తలుచుకుంటే చాలా తేలిగ్గా దాటిరాగలడు. ఇప్పుడతనికి అవతలి ఒడ్డున అశ్వదళం మాత్రమే కనిపిస్తున్నది. దాని వెనుక ఇతర దళాలు కూడా వుండవచ్చు. అవి నదికి పైగా వుండవచ్చు.

తన దగ్గర ఇటువంటి వనరులు వుండివుంటే తనూ అలాగే చేసి వుండేవాడు. ముందుగా తృత్సుల మీదకి అశ్వికులను పంపి తరువాత పదాతిదళాలనూ, మెల్లగా గజాలనూ నది దాటించడం. తరువాత ఉత్తుంగ పర్వత పాదాలవద్దకి రథాలని తరలించడం. మిగిలిన తృత్సులను పట్టుకోవడం.

అను తదితరులకు కేవలం తృత్సుల సంపద దోచుకోవడమే కాక వాళ్ల తెగను స్త్రీపురుష పసిపిల్ల బాలాదిగా తుడిచిపెట్టడమే ధ్యేయం. కొద్దిమంది మాత్రమే వుండడంవల్ల అది వాళ్లకు అసాధ్యమేమీ కాదు.

ఇది క్షత్రియధర్మ విరుద్ధం కాదని కూడా వాళ్ళు వాదించవచ్చు.

ఎందుకంటే అను ముందు తమతో మాట్లాడ్డానికి వచ్చాడు. తరువాత సవాలు కూడా చేశాడు. ఇంత కొద్దిమందితో వాళ్లను ఆపడానికి ప్రయత్నించిన తామే తెలివితక్కువ మూర్ఖులుగా పరిగణించబడతారు.

అయితే తను అధికారికంగా న్యాయబద్ధంగా నియమించబడిన రాజు అయినందున తను భరత తెగల వారందరికీ ప్రధాన నాయకుడు, ముఖ్యుడు.

సుదాస్ ఒక్కడే నదికి ఈ ఒడ్డున నిలబడి ఈ ప్రపంచంలోని సర్వశక్తులకూ ఎదురుగా నిలబడి పోరాడినా అతనిదే ఒప్పు వాళ్లదే తప్పు. ఆ సంగతి వాళ్లకు తెలుసు. అంతేకాదు అతనెప్పుడూ తలఒగ్గడు అని కూడా వాళ్ళకు తెలుసు.

ఇందుకే వాళ్ళు నాపైకి ఇంత సైన్యాన్ని తెస్తున్నారు. నా ప్రజలందర్నీ మట్టుబెట్టడానికి, నా ఆదర్శాన్ని నా వంశాన్ని మట్టుబెట్టడానికి, రాబోయే తరాలకొక పాఠం చెప్పడానికి.

బలమే జయిస్తుంది.

ధర్మం ఓడిపోతుంది.

కానీ, తనీ పాఠం నేర్చుకోడానికి ఇంకా సిద్ధంగా లేడు.

కొంతమంది అశ్వికులు దౌడు తీసుకుంటూ వాయువ్యదిశనుంచీ నదీతీరానికి వచ్చి అక్కడ ఆగారు. వాళ్ల వెనకవున్న అసంఖ్యాకమైన అశ్వికులకన్న వీరు భిన్నంగా వున్నారు. వాళ్ళు నెమ్మదిగా హుందాగా వస్తున్నారు. వాళ్ల గుర్రాల జీనులకు వాళ్ల జండా గుడ్డ కప్పి వుంది. వాళ్ళు నగిషీలు చెక్కిన కంచు కవచాలు ధరించి వున్నారు. ఇంత దూరానికి కూడా ఆ నగిషీల నమూనాలు కనిపిస్తున్నాయి. వాళ్ల మొహాలలో ఒక రకమైన అధికారం కనిపిస్తున్నది.

వాళ్ళు క్షత్రియులూ కాదు యోద్ధులూ కారు. వాళ్ళు సేనా నాయకులు, రాజులు.

వాళ్లల్లో పదిమందిని అతను లెక్కపెట్టాడు. తరువాత వారిపై తనకు కలిగిన మొదటి అభిప్రాయాన్ని సరిచేసుకున్నాడు వాళ్ళు నది వైపుకు తిరిగినప్పుడు.

వాళ్ళు సరిగ్గా పదిమంది కారు. ఇంకా సూర్యాస్తమయానికి కొన్ని గంటలు వున్నా మసక వెలుతురు వలన అట్లా కనిపించారు.

వాళ్లల్లో అను వుండడాన్ని సుదాస్ గమనించాడు. అతని కంచు కవచం ఈ మసక వెలుగులో కూడా బాగా మెరుస్తున్నది.

అతని పక్క, తను నిన్నటి వివాహ వేడుకల్లోనూ అంతకు ముందు కొన్ని సంవత్సరాలుగా ఎవరితోనైతే సోమపానం చేశాడో విందు లారగించాడో నవ్వాడో మాట్లాడాడో నాట్యగాన వినోదాల్లో పాల్గొన్నాడో ఆ స్నేహితులే ఆ పొరుగువారే ఆ మిత్రులే వున్నారు.

ఈ రోజు పొద్దున కుశగడ్డి క్షేత్రంలో చనిపోయిన వ్యక్తి అన్న దశరాజులు వీరే!

అను, పాణి, అలీనా, పురు, మత్స్య, భ్రుగు, పర్శు, దస్య, ద్రహ్యూ, భలన.

పదిమంది రాజులు.

దశరాజులు.

5

అను, అతని సహచర రాజులు వాళ్ల గుర్రాలను ముందుకు నడిపించారు. నెమ్మదిగా నది ఒడ్డుకు వెళ్ళారు.

సుదాస్ కూడా అదే చేశాడు అతని అనుచరులు అతన్ని అనుసరించారు. తక్కిన భృత్యులు వెనక వుండిపోయారు.

ఇద్దరు నాయకుల బృందాలు కృశించిపోయిన నదికి చెరొక ఒడ్డునా నిలబడ్డారు. వారి మధ్య ఇరవై గజాల దూరం మాత్రమే వుంది.

గాలి అసలు లేదు ఒక్క ఆకు కూడా కదలడం లేదు. నది కూడా ఏ శబ్దమూ చెయ్యడం లేదు నీళ్ల గల గల తప్ప. దూరంగా మేఘ గర్జన తప్ప ఏ శబ్దమూ లేదు. అక్కడున్న చెట్లూ పశుపక్షాదులూ కూడా ఏ సంఘటన కోసమో ఎదురుచూస్తున్నట్లు ఊపిరిబిగబట్టి వున్నాయి. పశువులు ఆ అసంఖ్యాకమైన సైన్యాన్ని చూసి పారిపోయాయో ఎక్కడైనా దాక్కున్నాయో తెలీదు. ఏది ఏమైనా ఇపుడు ఇరువైపుల నుంచీ మాట్లాడు కునే మాటలే వినపడతాయి.

"సుదాస్!" అని పిలిచి తరువాత నవ్వాడు అను.

అతని అనుచరులు కూడా అతని నవ్వులో జత కలిశారు. వాళ్లంతా సంతోషంగా ఉత్సాహంగా వున్నారు. ఈ పరిస్థితిలో వాళ్ళు మద్యం మత్తులో వున్నా లేకపోయినా ఒకటే.

ఇప్పుడు తాగివున్న సైన్యాధ్యక్షుడు కూడా మనమీద గెలుపు సాధిస్తాడు అనుకున్నాడు సుదాస్ విచారంగా. అయితే అతని శత్రువుల

నవ్వులతో అతను ప్రభావితం కాదలుచుకోలేదు. తన మనుషులు కూడా ప్రభావితం కాబోరని అతనికి తెలుసు.

అందుకని తనను తను సంబాళించుకుని తన పనిలో కొనసాగాడు.

"మేము దీనిని ఇప్పుడైనా ముగించగలం, సుదాస్! ఇది ఒక యుద్ధమే కాదు. ఇదొక హాస్యాస్పదమైన సన్నివేశం. నీ మనుషులకు చెప్పు ఆయుధాలు పారేసి వెనక్కి పొమ్మని ఈ దేశానికి దూరంగా ఎంత దూరం పోగలిగితే అంత దూరం అజ్ఞాతవాసానికి. వాళ్ళు ఇంకా కొంతకాలం బ్రతకొచ్చు కదా!" అన్నాడు అను, బయటికే గట్టిగా నవ్వుతూ.

అందుకు ప్రతిగా చిరునవ్వు నవ్వాలనే కోరికను నిగ్రహించు కున్నాడు సుదాస్. అను రాజు చాల ఉదారంగా కనిపిస్తున్నట్టుగా ఇస్తున్న ఈ వరానికి తన నిరసనను తెలియజెయ్యడానికన్నట్టు. "అను తెగకు తన శత్రువును కడ ప్రాణి దాకా వేటాడి చంపడం ఇష్టం అనుకుంటాను. వాళ్ళ తలలమీద బహుమతులు ప్రకటించడం కూడా!" అన్నాడు.

అను తన అరచేతులను పైకెత్తి నిస్సహాయతను సూచిస్తూ "వాళ్లకు పారిపోవడానికొక అవకాశం కూడా" అన్నాడు.

అను వెనక ఇంకా వచ్చి చేరుతున్న అశ్వికులను చూస్తూ, నది వైపుకు చూపిస్తూ, "మాకున్న దారి మీ సైన్యం మధ్యనుంచే. వేరే దారిలో పారిపోము. అందుచేత ఒక్కరూ బ్రతికి వుండరు. ఆ సంగతి నాకూ నీకూ తెలుసు" అన్నాడు సుదాస్.

అను భుజాలెగురవేసి గట్టిగా పళ్ళన్నీ మెరిసేలా నవ్వాడు.

"ఇది నా మంచి కానుక సుదాస్. నీ ఇష్టం తీసుకున్నా సరే కాదన్నా సరే" అన్నాడు.

అను దంతాల మెరుపు ఒక్కక్షణం సుదాస్‌ను అయోమయంలో పడేసింది. ఆ తరువాత అను వేసుకున్న కంచు కవచంలో ఆ ప్రతిఫలనం

కనిపించింది. అప్పుడతనికి అర్థం అయింది, బయట సూర్యుని వెలుగులో మార్పు వస్తున్నదని.

అవును. గాలి కూడా తమచుట్టూ ప్రకాశవంతమౌతున్నది. అతను పశ్చిమాకాశంవైపు దృష్టి సారించాడు. అక్కడ ఎప్పటి వలెనే చిక్కని మేఘాలున్నాయి. బహుశా ఆ మేఘం క్రిందనుంచే బయటికి రావడానికి సూర్యుడు ప్రయత్నించి సఫలీకృతుడు అవుతూ వుండొచ్చు. ఏమైనా మళ్ళీ ప్రపంచంలోకి రంగులు వస్తున్నాయి. అనుకున్నాడు.

క్రింద నది మరింత కృశించి ఒక పిల్లకాలువ స్థాయికి వచ్చింది. ఒక మనిషి తేలిగ్గా ఎగిరి దాటేటంత సన్నగా అయిపోయింది. అలీన రాజూ, భృగురాజూ ఒకరికొకరు చూసుకుంటూ వుండడం కనిపించింది సుదాస్‌కి.

"నువ్వు ఈ యుద్ధం నుంచి బ్రతికి బయట పడలేవు కనీసం ఇప్పుడు నువ్వు తలవంచి నన్ను సామ్రాట్‌గా అంగీకరిస్తే నువ్వూ, నీ భార్యా, పిల్లలూ బ్రతికిపోతారు" అన్నాడు అను.

సుదాస్ నొసలు ముడివేస్తూ, "నన్ను నువ్వు వదిలిపెడతావా? సుదేవీ, ఇంద్రాణీ, ఇంద్రౌత్‌లను కూడానా? అను ఇట్లా అంటాడని నేనెప్పుడూ ఊహించనైనా లేదు. అను తెగవారు శత్రువులను వేటాడడమే కాదు, యుద్ధానంతరం వాళ్ల కుటుంబాలను కూడా వధిస్తారు కదా?" అన్నాడు.

అను మళ్ళీ నవ్వాడు. ఈసారి పళ్ళు బయటపెట్టలేదు.

"వాళ్లను వదిలిపెడతాను. అట్లా అని మాటిస్తున్నాను" అతను తన గడ్డం తడుముకున్నాడు. అతని కళ్ళు ఆ మసక వెలుతురులో కూడా మెరిసాయి.

అవును. అతని చూపే చెబుతోంది అనుకున్నాడు సుదాస్.

"అంటే నువ్వు సుదేవిని నీ స్నేహితుల వినోదానికి విడిచిపెడతావు. పిల్లల్ని దాసులను చేస్తావు అని అర్థం కదా?" అన్నాడు సుదాస్.

ఈసారి అను నవ్వలేదు. తన తీక్షణమైన చూపును సుదాస్ మొహం మీదనుంచీ తిప్పలేదు.

వెంటనే "కనీసం ఆ విధంగానైనా బ్రతికివుంటారు కదా?" అన్నాడు.

ఇప్పుడు సుదాస్ చిరునవ్వు నవ్వాడు. "నన్ను గురించి ఏమను కుంటున్నావు, అను? నన్ను కూడా ఒక దాసుడిని చేసుకుందామనా? లేక నీ కుక్కలకూ, గుర్రాలకూ తిండి పెట్టే బానిసనా? కనీసం అది కూడా సరిపోదేమో నాకు? నాకు తెలుసు నేను బ్రతికిన ఏ కొద్దికాలమో నువ్వు ఇట్లాంటి ప్రాణాలు హరించే పనికే నన్ను వినియోగించుకోవాలని చూస్తున్నావు" అన్నాడు.

అను సుదాస్‌ను తీక్షణంగా చూస్తూ వుండిపోయాడు. ఒక్కమాట మాట్లాడకుండా.

సుదాస్ నెమ్మదిగా తల తిప్పుతూ, "నేను నీ ప్రతిపాదనను సగౌరవంగా తిరస్కరిస్తున్నాను. నేను కడ వరకూ నా ప్రజలతోనే వుంటాను. నాకు ఎటువంటి క్షమాభిక్షలూ అక్కర్లేదు. నేను కూడా ఎవరికీ అటువంటివి వాగ్దానం చెయ్యను. యుద్ధంలో ఎవరు గెలిచినా శత్రువును ఏం చెయ్యాలనేది క్షత్రియధర్మం ప్రకారమే వుంటుంది. నేను నిన్ను ఏమి చేస్తానో దానికి ఎక్కువా తక్కువా ఏమీ వాగ్దానం చెయ్యను" అన్నాడు.

అను తల ఎత్తి తన చుట్టూ వున్న రాజులకేసి చూశాడు.

సుదాస్ స్పందనపట్ల ఎవరికీ ఆశ్చర్యం కలుగలేదు, ఎవరూ ఆసక్తి కూడా చూపలేదు. వాళ్ళకి కొంచెం విసుగ్గా కూడా అనిపించినట్లుంది. కనీసం ఒక అరడజను మందికి త్వరగా వచ్చిన పని ముగించుకు పోవాలని వుంది.

అజ, సిగ్రు, యక్షు, భృగు, మత్స్య రాజులు తన సమాధానం నచ్చి నవ్వుకోవడం స్పష్టంగా చూశాడు సుదాస్. "వాళ్లకి నన్నూ, నావాళ్ళని చంపి తృప్తిపడాలని వుంది. కానీ వాళ్ళు నిన్ననే నా ఇంట్లో కూచుని విందు

వినోదాలలో నాతో పాలుపంచుకున్నారు.” అనుకుంటే వారి ద్వంద్వ వైఖరికి అతనికి విచారం కలిగింది. తనని మోసం చేసారన్న భావం రాలేదు. మోసం చెయ్యడమనే తప్పు వాళ్ళు మొయ్యాలి. తను కాదు. తనెప్పుడు వారినుంచీ విశ్వాసపాత్రతను ఒక హక్కుగా అడగలేదు. అది వారి దగ్గర లేనందుకు కోపగించలేదు. ఆఖరికి ఏ మనిషి ధర్మం ఆ మనిషిది. దానిని నిలుపుకోవడం, నిలుపుకోకపోవడం ఆ మనిషి ఇష్టం.

అను, అతిథులను విందుకు పిలుస్తున్నంత మామూలుగా “అయితే మన పండుగ ప్రారంభిద్దాం” అన్నాడు తనవారికేసి చూస్తూ.

పదిమంది రాజులూ ఏకకంఠంతో గర్జించారు. ఒక పురు, యదులు తప్ప అని సుదాస్ గుర్తించాడు. వాళ్ళు ఒకరివంక ఒకరు చూసుకుని సుదాస్ వంక చూసారు. తరువాత గుర్రాలను మళ్ళిస్తూ గుంపులో కలిసిపోయారు.

అను పదిమంది రాజులను నది ఒడ్డునుంచి ఒక అరమైలు దూరానికి తీసుకుపోయాడు. అడవి మొదలయే ప్రదేశానికి. అక్కడ ఆగాడు.

వాళ్ళు అక్కడ ఆగి జరిగేదంతా పరిశీలిస్తూ వుంటారనీ, వారి సైన్యం యుద్ధం చేస్తుందనీ సుదాస్‌కి అర్థం అయింది.

“ముందే వాళ్ళు కత్తులను ఎందుకు ఝుళిపించాలి. మనం ఓడిపోయేదాకా నిరీక్షిస్తారు తరువాత వారి మనుషులతో వచ్చి మనని అంతమొందిస్తారు” అనుకున్నాడు సుదాస్.

ఆ చర్య అతనికి విచారం కలుగచేసింది, కనీసం తన సహరాజులు తనతో యుద్ధంచేసే గౌరవాన్నైనా తనకివ్వనందుకు. రాజులు రాజులతోనే యుద్ధం చేయాలి కదా? కానీ ఇంత దూరంనుంచీ గట్టిగా అరిచి తన కోపాన్ని ప్రదర్శించే ఉద్దేశం లేదు అతనికి.

ఏది ఏమైనా అంతా త్వరలోనే ముగిసిపోనున్నది. రాజుల చేతులో

కానీ సామాన్య సైనికుడి చేతిలో కానీ ఈ గడ్డి క్షేత్రంలోనే తనకి ఇవ్వాళ మరణం వ్రాసిపెట్టి వున్నది.

కానీ అప్పుడే కాదు.

తన పక్షాన ఇంకా ఒకటి వున్నది. ఈ నిరాశామయ దినాన తన పక్షాన ఒకే ఒకటి వున్నది.

అదే వ్యూహం! తన వ్యూహం.

6

వెలుతురు పెరుగుతున్నది. అది రానురాను దరిచూపే వెలుగువలె ఉధృతమౌతున్నది. అది ఆకాశంనుంచీ భూదారివరకూ వెలుగు నింపుతున్నది. అది ఇంతవరకూ పంచనదీ భూభాగంపై దుశ్శకునంలా తారాడిన ఒక నల్లని మేఘపు కడుపులో దాగి ఇప్పుడే బయటికి వస్తున్నది. మళ్ళీ కుశ గడ్డి సముద్రం వొళ్ళు విరుచుకుని పచ్చగా లేచింది. ఉత్తుంగ పర్వత పాదాలను రంగులతో నింపింది. సాల వృక్షాలనూ, దేవదారు వృక్షాలనూ వాటి సహజరంగులలో మెరిపించింది. ఇందాకటి నల్ల మేఘంలోనుంచీ కోటిసూర్యుళ్ళు పొడుచుకు వస్తున్నట్టు మంటలా ప్రకాశించింది.

ఆ వెలుతురు తృత్సుల దంతాలనూ కనుగుడ్లలోని తెలుపునూ వారి అంగవస్త్రాలను కూడా అస్వాభావికంగా ప్రకాశవంతం చేసింది. అవతలిఒడ్డునుంచీ దశరాజుల మెరుగు పెట్టిన కంచు కవచాలను కూడా అట్లాగే మెరిపించింది. తక్కువస్థాయి అశ్వికుల తక్కువస్థాయి లోహపు కవచాలను కూడా మెరిపించింది. తృత్సులు కవచాలను ధరించవద్దను కున్నారు. వాటి బదులు రాగి ఆయుధాలు ఉపయోగించాలనుకున్నారు. కొత్తగా వచ్చిన వెలుగులో అవి కూడా కంచుకవచాలతో సమానంగా మెరిసాయి. అత్యధిక సంఖ్యలో వున్న శత్రువు అశ్వికదళమే ఒక పెద్ద నదిలా వున్నది. ఇక ఆ లోహనది తృత్సుల మీదకు విరుచుకుపడి వారిని అంతమొందించేలా వున్నది. నిజమైన నది ఈ వెలుగులో వెండిలాగా మెరిసేది కానీ ఈ రోజు ముందే దాని పని అయిపోయింది. ఇప్పుడు కనీసం పిల్లకాలువలా కూడా లేదు. ఒట్టి నదీతలమే వుంది.

ఈ నీళ్ళు లేని నదీతలంలోనికి శత్రువు భారీ ఎత్తున చెక్కలను దింపుతున్నాడు. చెట్ల వెనుకనుంచీ పెద్ద దుంగల్తో కూడిన బళ్లను ఏనుగులు లాక్కువస్తున్నాయి. ఈ చెక్కలన్నీ ఉత్తరదశలోని పర్వతపాదాల వద్ద వున్న ఆనకట్టవద్దనుంచీ తెస్తున్నారని అనుకున్నాడు సుదాస్. అక్కడ నించీ ఇంత బరువైన దుంగలను ఇక్కడికి తరలించడం ఎందుకో తెలుస్తూనే వుంది.

ఈ అతిభారీ అయిన దుంగలు పొడవులోనూ, వెడల్పులోనూ చాలా పెద్దవి, మందమైనవి. అవి ఈ నదీతలంలో సరిగ్గా సరిపోతాయి. ఇంకా పై ప్రాంతంలోనయితే అవి సరిపోవు. మొదటి విడత ఏనుగులు దుంగలు దించిన తరువాత సైనికుల పర్యవేక్షణలో కొంతమంది పనివాళ్ళు వాటిని ఒకదానితో ఒకటి కట్టి నది తలంపై అమర్చారు. అప్పుడక్కడ ఒక సహజమైన వంతెన నిర్మాణమైపోయింది. జలరహిత మైన నది రెండు తీరాలనూ కలుపుతూ అద్భుతమైన వంతెన సిద్ధమై పోయింది. వంతెన పటిష్ఠతను పరీక్షించడానికన్నట్లు ఇద్దరు పనివాళ్లను ఆ ఒడ్డునుంచీ ఈ వొడ్డుకు నడిచి రమ్మని పంపారు. వాళ్లు తృత్సుల వైపుకు వచ్చి సుదాస్ వంక ఒకసారి గర్వంగా చూసి వెనక్కి నడిచి పోయారు. శత్రువువైపునుంచీ వారిని అభినందిస్తూ జయజయధ్వానాలు వినపడ్డాయి. దుంగలు మోసుకొచ్చిన ఏనుగులకు బహుమతులందిన సూచనగా వాటి ఘీంకారాలు కూడా వినవచ్చాయి.

"బోలన్ చెప్పింది నిజమే. ఈ కార్యక్రమం కనీసం ఒక సంవత్సరం నుంచీ కొనసాగుతుండి వుండొచ్చు. చాలా జాగ్రత్తగా పథకం వేసి తృత్సు భూములను కొల్లగొట్టడానికి అమలుచేసిన ప్రణాళిక ఇది" అనుకున్నాడు సుదాస్.

ఎనభై అడుగుల వెడల్పున్న పరుష్ణి నదికి ఇప్పుడొక వంతెన వెలిసింది. అది ఒక సైన్యం దాటిరావడానికి చాలు. ఆ వారధిలోని వివిధ భాగాలనూ వివిధ దళాలతో పరీక్ష చేయించడాన్ని గమనించాడు సుదాస్. ఆ ప్రణాళికారచన, దాని నిర్మాణం అమలు ఎంత పక్కాగా జరిగాయో

చూసి అచ్చెరువొందాడు సుదాస్. వారిపట్ల ఎటువంటి మాత్సర్యమూ లేని మనసుతో వారి ధైర్యాన్ని అభినందించాడు మనసులోనే.

"ఇది భరతుల మేధాశక్తికి గొప్ప ఉదాహరణ. ఈ మేధాశక్తిని యుద్ధానికి కాక కలిసి పనిచేసుకోవడానికీ, కలిసి బ్రతకడానికీ ఉపయోగించుకోగలిగితే ప్రపంచానికంతటికీ శాంతిసౌఖ్యాలతోపాటు ఒక గొప్ప నాగరికత అమరదా?" అనుకున్నాడు.

శత్రువు నిర్మించిన వారధిపైన చివరి పరీక్ష పూర్తయ్యేవేళకు ఉచ్చైశ్రవ తిరిగివచ్చాడు. అయితే అప్పుడే తృత్సు వైపుకి వచ్చి వెనక్కి తిరిగిన ఏనుగు ఆ పనికి కష్టపడింది. ఆ ఏనుగు ఇటువైపున్న గడ్డిని చూసి ఆకర్షితురాలై అటు వెళ్ళడానికి ఇష్టపడనట్లుంది. ఇక్కడే ఏనుగుల స్వర్గం అనుకున్నది. మావటి దానిని తిట్టి అంకుశంతో పొడిచినా కదలదు. అశ్వికులు దాని దారిని అడ్డగించినా వెనుతిరగదు.

మొహం మీద చెమట రెండు కాలువల్లా పారుతుండగా ఉచ్చాస్ "రాజా!" అని పిలిచాడు.

అంతవరకూ మందకొడిగా వున్న వాతావరణం ఒక గంటలో తేమగా తయారైంది. వాతావరణపు అస్థిరతల గురించి సుదాస్‌కు తెలియనందున ఈ మార్పులు ఎందుకో అర్థం కాలేదు. కానీ ఇది వర్షమో, గాలిదుమారమో రావడానికి సూచన అనుకున్నాడు. గాలివాన వచ్చేముందు అరిచేతులు తడి అవుతాయా? లేదా ఆరిపోతాయా? అతను తన సహచరుని వంక చూశాడు.

"మనం అనుకున్నట్లే అయింది. కనుచూపు మేరదాకా వాళ్లు నది ఒడ్డునే వున్నారు" అన్నాడు ఉచ్చాస్ అంటూ మొహం మీద చెమట తుడుచుకున్నాడు. చెట్లను దాటి వాళ్ళ సంఖ్యను లెక్కవేయడం కష్టం. వాళ్ళు వాళ్ల ఏనుగులను చెట్లచాటున దాచారు. అంతా ముట్టడికోసం తయారీలాగా కనపడుతున్నది.

"ముట్టడి తయారీ కాదు వంతెన సామగ్రి" అన్నాడు అతన్ని సరిదిద్దుతూ ద్రహ్యూ. అంటూ నదివైపు చూపించాడు. ఉచ్చాస్ నదిలో

నిర్మించిన కట్టెల వంతెనను చూసి ఇట్లా అన్నాడు "మిత్ర వరుణల సాక్షిగా వాళ్ళింక వచ్చేసే సమయమైంది" అన్నాడు.

"ఎన్ని గుర్రాలుంటాయి?" అన్నాడు సుదాస్.

ఉచ్ఛాస్ మొహానికి పడుతున్న స్వేదాన్ని మళ్ళీ తుడుచుకుంటూ తల ఊపాడు. అక్కడ అందరికీ చెమట పడుతున్నది, సుదాస్‌కి కూడా తన మొహంమీద చిన్నచిన్న స్వేదబిందువులు కుదురుకోవడం తెలుస్తున్నది. అతనిలో పెరుగుతున్న ఆదుర్దాకు గుర్తుగానేమో! కిరీటం వలన అతనికి ఎక్కువ చెమట పడుతుందని సుదేవి అతన్ని వెక్కిరిస్తూ వుంటుంది. శరీరం ఎంత కష్టపడి పనిచేస్తుందో మెదడు కూడా అంత కష్టపడుతుంది. "వెయ్యి గుర్రాలు. లేదా రెండువేలు పోనీ అంతకన్న ఎక్కువ. కనుచూపు మేరంతా వాళ్ల దళాలే దళాలు" అన్నాడు ఉచ్ఛాస్.

"వాళ్ల కవచాలు ఏ రంగులో వున్నాయి?"

"వాళ్ల కృతధ్వజాలు అనేక రంగుల్లో వున్నాయి. అను కాషాయరంగు తెలుపు భృగు..."

"నేనడిగింది జెండా రంగులు కాదు వాళ్ల కవచాలు కంచువా రాగివా? రేకువా" అని తొడ చరుస్తూ అసహనంగా అన్నాడు సుదాస్.

"ఇనపవేమో!" అన్నాడు అధర్వ ఆశ్చర్యంగా. అతనికి జ్వర మొచ్చిన వరాహానికి పోస్తున్నట్లు చెమట పోస్తున్నది. ఈ స్థితిలో అతనెంత కాలం బ్రతుకుతాడు? కానీ అతన్ని విశ్రాంతి తీసుకోమని తను ఇప్పుడు చెప్పలేడు.

"ఎవరూ ఇనుముతో కవచం చేయలేరు. ఇనుముతో ఎవరూ ఒక ముద్దని తప్ప తయారుచెయ్యలేరు. పీడకలలు కనవొద్దు. మనకింకా చాలా పనివుంది."

"రాజా" అన్నాడు అధర్వ.

సుదాస్ తల ఊపాడు. ఈరోజుకు బ్రతికి బట్టకట్టినా తరువాత అతను వుండడం కష్టం. శరీరంలో అంత వేడిని తట్టుకుని ఎవరూ

బ్రతకలేరు. కొన్ని గంటలు మాత్రమే వుండగలరు.

"నాకు తెలుసు. మనందరికీ తెలుసు. కానీ మనం ఊహించని విషయాలెన్నో జరిగాయి ఇవ్వాళ. ఇనుము అనేది ఉన్నది. ఏ మనిషో దానితో కవచాలూ, ఆయుధాలూ, అవి తయారుచేసే విధానమూ కనిపెట్టి వుండవచ్చు."

"అయినా అవి మొయ్యడం చాలా కష్టం, చాలా బరువు. చేసి ఏమి లాభం? ఇనుము వొట్టి పనికిరాని లోహం. అంతకన్న సీసం ఉపయోగించవచ్చు" అన్నాడు థ్యాంగ్ సందేహాస్పదంగా.

సుదాస్ అతని మాటలు లక్ష్యపెట్టకుండా ఉచ్ఛాస్ వంక చూశాడు. "వీటి గురించి వాదించుకుంటూ సమయం వ్యర్థం చెయ్యడం నాకిష్టం లేదు. నాక్కావల్సిందల్లా శత్రువు ఎలాంటి కవచం ధరించాడని."

"వెండిలా మెరుస్తోంది కనుక అది తగరం అయ్యుంటుంది. వాళ్ల సైనికులు చాలామంది రాగీ తగరం కలిపి చేసిన కవచాలు ధరించారు. రాజులు మాత్రమే కంచు కవచాలు, డాలులూ ధరిస్తారు" అన్నాడు ఉచ్ఛాస్.

సుదాస్ నది వంక చూసాడు. తరువాత నవ్వుతూ" ఇంద్రుడు మనపక్షాన వున్నాడు" అన్నాడు.

"అంటే మీ ఉద్దేశం ఏమిటి రాజా?" అన్నారెవరో కంఠాన్నిబట్టి దహ కావచ్చు. "ఏ కవచం వేసుకుంటే ఏమైంది?" అన్నాడు.

సుదాస్ అతని వంక చూడలేదు. అతను నదివైపే చూస్తున్నాడు. మావటీ అశ్వికులూ ఎట్టకేలకు ఆ ఏనుగును వెనక్కి తిప్పగలిగారు. అశ్వికదళాల కదలికలను బట్టి అవి నదిని దాటడానికి సిద్ధంగా వున్నాయని ఇక దాడి ప్రారంభం కాబోతోందనీ అనుకున్నాడు సుదాస్.

"చూడండి. ఇప్పుడు మీరందరు యుద్ధంలో మీమీ పాత్రలేమిటో మళ్ళీ ఒకసారి చెప్పండి. మనం మన లక్ష్యం సాధించాలంటే కలిసి కట్టుగా పనిచెయ్యాలి. మళ్ళీ ఒకసారి నా సూచనలు వినండి" అన్నాడు సుదాస్.

7

"తయారుగా అప్రమత్తంగా వుండండి" అని ఆజ్ఞాపించాడు సుదాస్.

ఉచ్ఛాస్ మొదలైన సహచరులంతా ఆ ఆజ్ఞను వెనకవారికి అంద చేశారు. చెదురుగా వున్న ఒక శ్రేణిని వరుసగా నిలబెట్టారు. శత్రువు యొక్క మొదటి పటాలం నదిని దాటి తృత్సు భూభాగం వైపుకు వచ్చి బారులు తీరుతున్నది. వారి మొదటి వరుస దాదాపు తృత్సు తీరమంతటా పరుచుకుని వుంది. ఒక్కొక్క తృత్సు సైనికుడికీ వారు ముగ్గురు వున్నారు. ఇది ప్రమాదకరమైనదే కానీ అసాధ్యమైన పరిస్థితులేమీ కావు. వారి దగ్గర ప్రతి ఆయుధాన్ని తమమీద ప్రయోగిస్తారేమోనని సందేహించాడు సుదాస్. పదిమంది రాజులు అను మాటమీదే నిలబడతారు. ఈ పటాలం మొత్తం అను యొక్క అశ్వికదళానిదే. వారి విజయపతాకాల కాషాయ తెలుపు రంగులను బట్టి తెలిసిపోతున్నది. ఇది తను ఊహించినదే. ఎందుకంటే ఈ యుద్ధంలో విజయకీర్తిని మొత్తం తన కైవసం చేసు కోవాలని అను ఉద్దేశమని సుదాస్‌కి తెలుసు. తక్కిన తొమ్మిది మంది అతను వదిలేసినదాన్ని ఏరుకోవాలన్నమాట.

అను పటాలం తాలూకు నాయకులు సైన్యాన్ని సన్నద్ధం కమ్మని చెప్పడం గమనించాడు సుదాస్.

అతను కూడా "నా ఆజ్ఞకోసం సిద్ధంగా వుండండి" అని తన సైన్యానికి చెప్పాడు.

రెండువైపులా ఈ ఆజ్ఞ అందింది. అతను ముందువరుసలో మధ్యగా వున్నాడు. అతని సైనికులు పదిమందిని ఒకే దూరంలో

వుంచాడు. అందరికీ ఆజ్ఞాప్రసారం అందేలా. తాము వేసుకున్న పథకం సరిగ్గా అమలయ్యేలాగా. ఇప్పుడిక వ్యూహరచనకు సమయం లేదు. అనుకున్నదంతా ఆచరణలో పెట్టే సమయం వచ్చింది. ఓటమి కోరల్లో నుంచీ సాహసంతో గౌరవాన్ని లాక్కునే ప్రయత్నం ఇది, విజయాన్ని కాదు. అట్లా అనుకుంటే తను భగవంతుడిని చాలా ఎక్కువ అడిగినట్లు అవుతుంది. గౌరవం అనేదే గొప్ప బహుమతి. తను క్షత్రియుడు ఒక తృత్సు. ఒక భరత కాక ఒక సామాన్యుడే అయివుంటే గౌరవంతో సరిపుచ్చుకునేవాడు. కానీ ఒక రాజుగా తను చెయ్యవలసింది ఇంకా ఎక్కువ వుంది. ఎంత గౌరవప్రదంగా ఓడిపోయినా అది కాదు కోరుకోవాల్సినది.

అను అశ్వికదళం కత్తులు దూసింది. గుర్రాలపై పోరులో కూడా పెద్ద బాకులు (పొడవాటి కత్తులు) వాడడం అనుకి ఇష్టం. బల్లాలూ, ఈటెలూ, శూలాలూ కాదు, బరిసెలు కూడా కాదు, అను అశ్వికదళం చాలా ఇతర తెగలమీద చాలా విజయాలు సాధించిన దళం. అందుకు గర్వించే దళం కూడా. ఎందుకంటే వాళ్ళు ఇతర భరత తెగలన్నింటి కన్న ఎక్కువ యుద్ధాలు చేస్తారు. ఎప్పుడూ ఏదో ఒక యుద్ధం చేస్తూనే వుంటారు. తమకి అనుకూలమైన పరిస్థితులూ, స్థలాలూ కనపడ్డప్పుడల్లా యుద్ధానికి తలపడుతూ వుంటారు. అయితే ప్రస్తుతం వీళ్ళు కూడా యుద్ధ నియమాలను పాటిస్తున్నందుకు సంతోషించాడు సుదాస్. ఈరోజు జరిగిన ఆశ్చర్యకరమైన విషయాలను తలుచుకుంటే ఈ నియమపాలన కూడా వుంటుందనుకోలేదు అతను. కొన్ని ఖచ్చితమైన విషయాల మీదే తన పథకం ఆధారపడి వుంటుంది. సరైన పరిజ్ఞానం లేకుండా ఏ పథకమూ విజయం సాధించదు. తను నిలబడ్డ నేల స్థిరత్వాన్ని బట్టి మాత్రమే తను వెయ్యవలసిన రాయి బరువును ఎంచుకోగలరు ఎవరైనా.

వాళ్ళు పోరాటానికి సంసిద్ధం అవుతున్న గుర్తుగా అందరూ కలిసి ఒక్కసారిగా "అను" అని అరిచారు.

తృత్సువైపునుంచీ అందుకు స్పందనగా "జై భరత్" అన్నారు

ముక్తకంఠంతో. ఇంకా తమ ఆయుధాలు బయటికి తియ్యకుండానే యుద్ధానికి సిద్ధపడిపోయారు.

అను అశ్వికదళం ఎంతో క్రమశిక్షణతో ముందుకు వస్తూండగా “సావధాన్” అన్నాడు సుదాస్.

అను అశ్వికదళంలోని గుర్రాలు ముందు మెల్లగా బయలుదేరి వేగం అందుకున్నాయి. తృత్సు సేనలు సముద్రంలాంటి కుశ గడ్డి క్షేత్రం వెనుకవైపుగా నది ఒడ్డుకు అరమైలు దూరంలో మాత్రమే వున్నాయి. అను సేనలు క్షణాలలో ముందుకు వస్తున్నాయి.

సాయంత్రపు ఎండలో కవచాలూ, కత్తులూ, డాలులూ మెరుస్తూ వుండగా అను సేనలు గర్జించుకుంటూ ముందుకు వస్తున్నాయి.

పొద్దున తన ఉత్తుంగ పర్వత శిఖరం మీదనుంచీ చూసినప్పటి వలెనే నల్లమబ్బుకు రంధ్రాలు పెట్టుకుని సూర్యకిరణాలు బయటికి చొచ్చుకువస్తున్నాయి. అవి మైదానాలమీద వెలుగునీడలు పెద్దపెద్ద ముక్కలుగా పరుస్తున్నాయి. అను సైనికులు సూర్యకాంతి పడిన ఒక మైదానపు ముక్కనుంచీ వస్తున్నారు. వాళ్ల లోహపు కవచాలు మెరుస్తుండగా వెలుగు దాటి నీడలోకి వస్తున్నారు. అకస్మాత్తుగా వారి మెరుపు మందగించింది.

ఇప్పుడు సుదాస్‌కి వాళ్ళ తెల్లటి పళ్ళూ, కన్నుల్లో తెలుపూ కనిపిస్తున్నది. వాళ్ళు ఇట్లా ముందుకు ఉరికి రావడాన్ని ఆనందిస్తున్నారు. “తృత్సు తెగ వారి అన్నదమ్ములే అయినా ఇప్పుడు తాము బలవంతుల మన్న భావన వారికి ఆనందాన్నిస్తోంది. తమకన్న నిజంగా బలవంతులైన తృత్సులను మట్టికరిపించాలన్న భావనను వాళ్ళు ఆస్వాదిస్తున్నారు” అనుకున్నాడు సుదాస్ విచారంగా. తమపైకి వస్తున్న సైనికులపై తోటి క్షత్రియులుగా తోటి భరతులుగా తోటి మానవులుగా సుదాస్‌కి గౌరవం వుంది. కానీ ఒక అన్యాయమైన యుద్ధంలో వారు అట్లా కత్తులు దుయ్యడం గౌరవప్రదం కాదు. వాళ్ళు ఇట్లా క్రూరంగా పగతో యుద్ధానికి

రావడం ధర్మమూ కాదు మానవత్వమూ కాదు. అది ఆర్యుల పద్ధతీ కాదు భరతుల పద్ధతీ కాదు, అందువల్ల తనూ తన సైన్యమూ చేస్తున్న దానిలో తప్పులేదు. పైగా వారిపై నిర్దాక్షిణ్యంగా న్యాయపరమైన చర్య తీసుకోవడం ఇప్పుడు తనకు తేలిక కూడా అయింది. అందుకు చింతించే అవసరం లేదు.

అను సేన బాగా దగ్గరకొచ్చేసింది కేవలం ఇరవై గజాల దూరం లోకి. సైనికుల గడ్డాలలోని వెంట్రుకలు కూడా కనిపిస్తున్నాయి. అంతే కాదు వాళ్ళు నవ్వుతున్నప్పుడు వాళ్ల నోళ్ళల్లో ఎన్ని మంచిపళ్ళు మిగిలాయో కూడా తెలిసిపోతున్నది. వీళ్ళంతా వాళ్ళకున్న ఉత్తమ యోద్ధులు. యువకులు. ఒకరి తలలో కూడా తెల్ల వెంట్రుకలు లేవు. వారి కవచాలలోనుంచీ బయటికి కనపడుతున్న వాళ్ల కండరాలను చూసాడు సుదాస్. కవచాల్లోని ఆ ఖాళీల్లోనుంచి. సైనికులు కత్తి యుద్ధం చేసేటప్పుడు ఇబ్బంది పడకుండా వుండడానికి అట్లా ఖాళీ వదులుతారు. కత్తితిప్పడం సులభతరం కావడానికి. వారి గుర్రాలు కూడా యుద్ధాలలో ఆరితేరినవే. వాటి కళ్ళూ, మూతులూ కూడా రాబోయే మారణకాండ వల్ల ఆనందం వెలిబుచ్చుతున్నట్లు మెరుస్తున్నాయి.

"తిరగండి" అని అరిచాడు సుదాస్. తను కూడా సరయూ మొహాన్ని తిప్పుతూ. అతను ముందుకు ఉరికి లిప్తలో కుశ గడ్డి క్షేత్రంలో వున్నాడు. అతనికి రెండువైపులా వున్నవారుకూడా అతన్ని అనుసరించారు. చాలా వేగంగా అనుకి దూరంగా వెళ్ళారు.

మొత్తం తృత్సు సైన్యం అంతా సుదాస్‌లా మళ్ళిపోయి కుశ గడ్డి లోపలికి పోయారు. వాళ్లంతా చెదిరిపోయి గడ్డిలో అంతర్ధానమయ్యారు. అదివరకు అనుకున్నట్లే. వాళ్ళు గుర్రాలతో గడ్డిలోనికి వెళ్ళినప్పుడు అది అలలు అలలుగా కదిలింది. పొడవాటి గడ్డి వెన్నులు సైనికులను ఒక స్త్రీని ముసుగులో దాచినట్లు దాచాయి.

అను కోపంతో కేకలు పెట్టాడు.

సుదాస్‌కి అతని మాటలు వినిపిస్తూనే వున్నాయి. కానీ అతను ఒక ఎనభై గజాలు పశ్చిమానికి పోయి అక్కడనుంచీ తూర్పుకి తిరిగి అక్కడ నుంచీ ఉత్తరానికీ మళ్ళీ తూర్పుకీ గుర్రాలను ఉరికించాడు. అక్కడనుంచీ చురుకుగా మళ్ళీ వాయువ్యదిశకి దూకించాడు. ఆ రకంగా శత్రువు అనుసరించసాధ్యంకాని వంకరటింకర మార్గాన్ని అనుసరించాడు.

అతను దాదాపు కుశ గడ్డిలో ఒక ఎనభై గజాలు వెళ్ళేసరికి అను సేనలనించీ అయోమయం కోపంతో కూడిన అరుపులు వినిపించ సాగాయి. ఒక్కసారిగా పరుగు ఆపినందువలన గుర్రాలు చేసే సకిలింపులు కూడా వినవస్తున్నాయి. అను సేనల మధ్య నెలకొన్న అయోమయం ఊహించుకుని తను అక్కడ ప్రత్యక్షంగా వున్నట్టే భావించుకుని నవ్వు కున్నాడు సుదాస్.

తృత్సులు ఒకసారి ఒక మొండి నిర్ణయం తీసుకుంటారనుకున్నాడు అను. వాళ్లు తమకి ఎదురునిలిచి చేతనైనంతగా ఆఖరి ప్రాణి కడతేరే వరకూ పోరాడతారని ఎదురుచూశాడు. అట్లా వాళ్లంతా తుడిచిపెట్టుకు పోయాక తను పదిమంది రాజులనూ తృత్సు భాగానికి రమ్మని సూచన చేసి ఆ భూమిని ఆక్రమించి ఇంకా మిగిలివున్న స్త్రీపురుష పసిపిల్ల బాలాదినీ వెంటాడి వేటాడి ఎవరూ మిగలకుండా అంతం చేయాలను కున్నాడు.

కానీ వాళ్ళు కత్తి ఎత్తకుండా తోకముడిచి ఇట్లా కుశ గడ్డిలోకి పోయి అంతర్ధానమైపోతారని ఊహించలేదు.

"పిరికిపందలు! తృత్సు పిరికిపందలు!" అని అరిచారు వేసారి పోయిన అను అశ్వికదళంవారు. వాళ్ళు ఇంకా అనేక అవమానకరమైన ఉచ్ఛరింపజాలని విశేషణాలతో తృత్సులను తిట్టారు. గుర్రాలు కూడా ఆశాభంగంతో సకిలించాయి.

సుదాస్‌ను ఈ అవమానపు మాటలేమీ బాధించలేదు. అతను నవ్వుకున్నాడు. ఇది పిరికితనమేమీ కాదు, తామేమీ యుద్ధాన్ని విడిచి

పారిపోవడం లేదు. తమకి అనుకూలంగా తమ యుద్ధక్షేత్రాన్ని మార్చు కున్నారంతే. అంతేకాదు తమకి ఎదురుగా అంత పెద్ద సేన మోహరించి నప్పుడు తాము ఏదో ఒక వ్యూహాన్ని అనుసరించాలి. యుక్తితో వ్యవహరించాలి. అది తమ విధి.

అతను గుర్రం దిగి దాన్ని ఒక పదిగజాలు నడిపించుకుపోయాడు. తరువాత దానిని మరింత దట్టమైన గడ్డిలోకి నడిపించాడు. తనక్కడ కొద్దిసేపు ఉండాలని ఆ తెలివైన విధేయమైన గుర్రం గ్రహించింది. అంతేకాక అక్కడున్న రుచికరమైన తాజా గడ్డి ఏ గుర్రానికైనా అమృత భాండం లాంటిది. అతని అనుయాయులందరూ తమ గుర్రాలను అట్లాగే వదిలారు.

అప్పటివరకూ పొడవాటి గడ్డి పరకలపైన కనిపించిన తృత్సు సైనికుల తలలు అకస్మాత్తుగా మాయమవడం చూశారు అను దళం.

సుదాస్, అతని అనుచరులు వెనక్కి తిరిగి ఒకే మనిషివలె శత్రువు వైపుకి వెళ్ళారు. అను బృందం యుద్ధాన్ని కోరుకున్నారు. యుద్ధం జరగబోతున్నది, కానీ తృత్సులు అనుకున్న విధంగా...

8

రోజంతా మాయమైపోయిన గాలి తిరిగొచ్చింది. ఎవరో ఒక చిత్రమైన దేవుడు నిట్టూర్పువలె అది కుశ గడ్డి మీదకు వచ్చి దాని మొనలను ముద్దాడింది. క్షేత్రమంతా అలలు అలలుగా కదిలింది. సుదాస్ ఆ ముద్దుని అనుభవించాడు. అది వాయుదేవుని దీవెనగా భావించాడు. గాలి వేగంగా బలంగా వీయసాగింది. కుశ గడ్డి పొద్దుటివలె మళ్ళీ నృత్యం చేస్తున్నది. అతనికి చాలా హాయిగా బలం పుంజుకున్నట్లుగా అనిపించింది.

అతను తన బాణం తీసుకుని లక్ష్యం కోసం ఎదురుచూస్తున్నాడు. తక్కిన తృత్సు సైనికులు కూడా ఆ పనే చేస్తున్నారని అతనికి తెలుసు.

సముద్రంలాంటి కుశ గడ్డి క్షేత్రంలోకి గుర్రాలమీద ప్రవేశించి తప్పుచేశారు అను అశ్వికదళం. వాళ్ళ బుద్ధికది తార్కికంగా తోచి వుండొచ్చు. గుర్రాలమీద ఎక్కినప్పటి ఎత్తులోనుంచీ అన్నీ బాగా కనిపిస్తాయనుకున్నారు వాళ్ళు. అందువలన లాభం వుంటుందను కున్నారు. అది నిజమే.

కానీ అందువలన వాళ్ళు తృత్సు సైనికులకు బాగా కనిపించారు.

ఆ పొడవాటి గడ్డిలో నిలబడి ఎవరికీ కనిపించకుండా గుర్రాల మీద వచ్చే శత్రువులు కనుచూపుమేరకు రావడంకోసం ఎదురు చూస్తున్నారు తృత్సు సైనికులు. అను పటాలం ఒక క్రమబద్ధమైన మొదటి వరుసలో ముందుకు రావడాన్ని మనసులో ఊహిస్తున్నాడు సుదాస్. కొద్ది గజాల దూరంలోనే ఒక్కొక్క అశ్వికుడున్నాడు. వాళ్ల ఉద్దేశం కనిపించిన

తృత్సు సైనికుడిని కనిపించినట్లు గడ్డిలో తొక్కిపడెయ్యాలని. లేకపోతే గడ్డి బయటికి తరుముకురావాలని.

కుశ క్షేత్రం చాలా పెద్దది. అను సైనికులు వెయ్యిమంది దాకా వుంటారు. వాళ్లంతా గుర్రాలమీద బృందాలుగా వస్తున్నారు. వాళ్ళు తలుచుకుంటే ఒక తల్లి దువ్వెనతో పిల్ల తలలో పేలు దువ్వి పారేసినట్టు తృత్సులను దువ్వి పారెయ్యగలరు. అయితే తృత్సులు పేలు కారు.

సుదాస్‌కి గుర్రాల గిట్టలు దగ్గరగా వస్తున్నట్లు తెలుస్తున్నది. వాళ్ల తలలను చూడకముందే.. తను నిలబడిన గడ్డిలో తన పాదాలకు తెలుస్తున్న ప్రకంపనల వలన. వాళ్ళు దగ్గరగా వస్తున్నట్లు వాళ్ల శిరస్త్రాణాల కొనల మెరుపు వల్ల తెలుస్తున్నది. ఆ కొనలు సూర్యకాంతిని అందంగా ప్రతిఫలిస్తున్నాయి. అవి ఒక అరవై గజాల దూరంలో వుండగానే అతను చూడగలిగాడు. అతను సూర్యుడిని మౌనంగా ప్రార్థించాడు, తన లక్ష్యాన్ని అంత స్పష్టంగా చూపించినందుకు.

అంతేకాదు అతని వెనక గాలి మద్దతు కూడా వుంది. తనకి వాయుదేవుడి హస్తం మార్గదర్శనం చేస్తున్నది. తను వాయుదేవుడికి విరుద్ధంగా యుద్ధం చెయ్యడంలేదు.

అతను ఆ మెరిసే శిరస్త్రాణాలను లక్ష్యంగా చేసుకున్నాడు. అవి దగ్గరగా రాగానే తన గురిని కొంచెం కిందకి దించాడు. ఎందుకంటే తాము తెచ్చిన ఈ పొట్టిబాణాలతో వాళ్ళు ఛాతీలమీద వేసుకునే కవచాలను కొట్టలేకపోవచ్చు. తృత్సులు గుర్రాలమీద వచ్చేటప్పుడు పొట్టి బాణాలనే వాడతారు. తను ఈ రకమైన వ్యూహం పన్నాడు కనుక ఇటువంటి బాణాలనే తమ సైన్యం తెచ్చింది. ఇప్పుడు సుదాస్ చేతిలోనిది పొట్టిబాణం కాదు పూర్తిపొడవున్న బాణం. దాని నారివల్ల ఉత్పన్నమయ్యే ఒత్తిడితో తేలిగ్గా రాగి, తగరం, కంచు కవచాలనుంచీ కూడా దూసుకు పోయే శక్తి వున్నది ఆ బాణానికి.

అను అశ్వికదళం వేసుకున్నది తగరపు కవచాలనే! నాయకులు మాత్రమే రాగివి వేసుకున్నారు.

అతను మొదటి బాణం వదిలాడు.

ఒక లోహపు కవచంనుంచీ బాణం దూసుకుపోయిన శబ్దం వినిపించిందతనికి. ముఖ్యంగా తగరపు కవచాలు ఒక బోలు శబ్దం చేస్తాయి. తరువాత ఆ బాణం తగిలిన వ్యక్తి ఆర్తనాదం వినిపించింది.

ఆ మనిషి నేలకి ఒరిగిన చప్పుడు వినిపించకముందే రెండో బాణం వదిలాడు. మళ్ళీ మరొకటి వదిలాడు. ఈసారి లోహపు చప్పుడు వినిపించలేదు. ఒక మనిషి గొంతులో బాణం దిగబడితే అతను చేసే శబ్దం వినిపించింది.

మరొక బాణం. మరొక కేక.

అను సైనికుల అరుపులు.

లోహపు శబ్దాలు. ఆర్తనాదాలు. మనుషులు నేలకొరిగే చప్పుడు. భయపడిన గుర్రాల సకిలింపులు.

తృత్సులు బాణాలు సంధిస్తున్నారు.

తరువాత కొన్ని క్షణాలవరకూ సుదాస్ బాణాలు వదులుతూనే వున్నాడు. అతని వేలికొసలు నిప్పుతగిలినట్లు మంటపుట్టేదాకా.

అతను ఒక ఇరవై బాణాలు వేసివుంటాడు.

ప్రతిబాణమూ తల లక్ష్యాన్ని సాధించింది. కానీ ఇద్దరికి మాత్రం చావులేకుండా దెబ్బలు తగిలి వుంటాయి అనుకున్నాడు. కనీసం ఒకడైనా ఇంకా గుర్రం మీదే వుండివుంటాడేమో!

ఇప్పుడింక ఇక్కడనుంచీ కదలాలి. పొద్దున ఉపయోగించిన పద్ధతినే ఉపయోగించాలి. తృత్సు బాలబాలికలు గడ్డిలో దాగుడుమూతలాడేటప్పుడు ఈ వంకరటింకర పద్ధతినే ఉపయోగిస్తారు.

కొంత తడవు ఇట్లాగే వంకరటింకరగా నడిచి ఒకచోటు చూసుకుని మళ్ళీ తన బాణాలు చేపట్టాడు సుదాస్. కానీ ఈసారి అదివరకు వేసిన వాటిలో సగం మాత్రమే వదిలాడు. అను సైనికులు బాణాలు వస్తున్న

దిశను కనిపెట్టి వాటిని కత్తులతో, డాలులతో అడ్డగిస్తున్నారు. వాళ్ళు తెలివితక్కువవాళ్ళేమీ కాదు. వాళ్లు త్వరలోనే తేరుకున్నారు. కూడదీసు కుంటున్నారు. వాళ్లనుంచీ ఉత్సాహభరితమైన శబ్దాలు కూడా విన వస్తున్నాయి. అంటే వాళ్ళు కొంతమంది తృత్సులను కనిపెట్టి చంపి వుండొచ్చు. గుర్రాల గిట్టల చప్పుడు కూడా వినవస్తున్నది. తన మనుషులను కనిపెట్టడమే కష్టం కానీ కనిపెట్టాక చంపడం తేలికే. కొంతమంది అశ్వికులు ఇందుకోసమే గుర్రాలు దిగి వుండొచ్చు. ఇపుడు శత్రువు గుర్రాల మీదా, కాలినడకనా కూడా వస్తూ వుండొచ్చు. అను సైనికులు యుద్ధనిపుణులు. వాళ్ళు త్వరగానే పరిస్థితులకు అనువుగా మారిపోతారు.

అయినప్పటికీ తృత్సులకు ఒక వ్యూహాత్మక లాభం వున్నది. ప్రతి సైనికునివద్దా ఎనభై బాణాలున్నాయి. ఒక మనిషి హాయిగా మోసుకోగల సంఖ్య అది. సుదాస్ అందులో ప్రతిదానినీ ఉపయోగించాడు. ఆఖరి బాణం ఒక అను సైనికుడి కంఠంనుంచీ ఆర్తనాదాన్ని తెచ్చాక అతనికి తృప్తి కలిగింది.

తన వ్యూహంలో మొదటిభాగం విజయవంతం అయింది. తన లక్ష్యం యుద్ధంలో మొదటిగంటసేపూ బ్రతికివుండడం, వీలైనంత మంది శత్రువులను సంహరించడం. అందర్నీ కాకపోయినా తన సైన్యంలో అధికభాగాన్ని రక్షించుకోవడం.

ఇరువైపులా ఎంతమంది చనిపోయారో తెలీదు కానీ శత్రువు వైపే ఎక్కువమంది పోయారని తెలుస్తూనే వుంది. తనకి తెలుసు కనీసం తను ఒక ముప్ఫైమందిని చంపి వుంటాడు. మరొక ఇరవైమందిని గాయపరిచి వుంటాడు. చంపినవారిలో తన చేతిలో హతమైనవారే ఎక్కువ. ఒక మనిషి చేతిలో ముప్ఫైమంది మరణం ఇరవైమందికి గాయాలు. తన సైన్యంలో తనతో సమానమైన విలుకాళ్ళు చాలామంది వున్నారు. అందువలన ఇంకా ఎక్కువమంది శత్రువులు మరణించి వుండొచ్చు. ఇప్పుడు ఈ కుశ గడ్డిలో కనీసం నాలుగువందలమంది శత్రుసైనికులు

మరణించి వుండొచ్చు. తను తన స్థానాన్ని మారుస్తూ వస్తున్నప్పుడు తనకి చాలా కవచాలు ధరించిన మృతశరీరాలు కనిపించాయి. ఒక గుర్రం కూడా కనిపించింది. ఒక తృత్సు సైనికుని శరీరం కూడా! ఆ శరీరం కత్తిపోట్లతో గుర్తుపట్టలేనంత దారుణంగా వుంది.

ఇప్పుడు తన పథకంలో రెండో భాగాన్ని అమలుచెయ్యాల్సిన సమయం ఆసన్నమైంది.

అతను పశ్చిమాకాశంకేసి చూశాడు. రోజంతాకన్న ఇప్పుడు సూర్యుడు బాగా మబ్బులలోనుంచీ తొంగిచూస్తున్నాడు. ఇపుడింకా అస్తమయానికి రెండుగంటల వ్యవధి వుంది. సంవత్సరంలోని అతిపెద్ద పగలు వున్నరోజున దశరాజ యుద్ధం జరగడం లాభదాయకంగా వుంది. కానీ రెండు గంటలు కూడా ఎక్కువ సమయమే, తనలాంటి తక్కువ సైన్యం ఉన్నప్పుడు. అంత పెద్ద శత్రుసైన్యంతో పోరాడేటప్పుడు.

ఈరోజు ఉదయం ఇంద్రాణీ ఇంద్రౌత్‌లని తనకోసం వేచివుండ మని చెప్పిన ఉత్తుంగపర్వత పాదాల చెంతకి వచ్చాడతను.

చాలామంది తన తృత్సులు అప్పటికే అక్కడికి వచ్చి వున్నారు. యుద్ధప్రయాస నుంచీ సేద తీరుతూ నేలమీద కూర్చుని వున్నారు. వాళ్ళంతా గడ్డిరంగు అంటుకుని పచ్చని మరకలతో వున్నారు. తేమకి తడిసిపోయివున్నారు. సుదాస్ ఎప్పుడూ నిలిపివుంచే రావిచెట్టుక్రింద హుందాగా నిలబడివున్న సరయు చుట్టు జంటలుగా మూడు మూడుగా తిరుగుతున్నాయి గుర్రాలు. సుదాస్ తనని సమీపించగానే సరయు నెమ్మదిగా సకిలించింది. అతను దాని మూతిమీద సున్నితంగా చుంబించాడు. అది అతని మెడమీద మూతితో పొడిచింది అతన్ని సజీవంగా చూసుకున్నందుగా ఆనందంగా.

కొద్దిక్షణాలు విశ్రాంతికోసం సుదాస్ నేలమీద వాలాడు. అంతలో హఠాత్తుగా అతనిమీద ఒక నీడ పడింది. అతను తల పైకి ఎత్తి చూశాడు. తన సైనికులలో ఒకరేమో అనుకున్నాడు కానీ కాదు.

9

సుదేవి మోకాళ్ల మీద కూచుని సుదాస్‌ని కౌగలించుకుని అతని మొహంమీదా, మెడమీదా, చేతులమీదా ముద్దులు కురిపించింది. అతనికి అంటిన గడ్డిమరకలని గానీ, శరీరానికి పట్టిన స్వేదాన్ని కానీ ఆమె పట్టించుకోవడం లేదు.

“నువ్విప్పుడు శిఖరాగ్రం మీద వుండాలి కదా?” అన్నాడతను ఆరోపణగా, కానీ అతని కంఠంలో దూషణ లేదు. ఆమె స్పర్శ అతనికి ఆనందం కలిగించింది. తము దేనికోసం పోరాడుతున్నారో ఎందుకు చంపుతున్నారో ఎప్పుడూ గుర్తుపెట్టుకోవడం అవసరం.

“నేను అక్కడే వున్నాను అన్నీ చూస్తూనే వున్నాను. మేమందరం అక్కడే వున్నాం. తక్కినవాళ్ళు గురు వశిష్ఠులు పురమాయించిన పనిలో పూర్తిగా నిమగ్నమై వున్నారు. నేనూ పిల్లలూ అన్నీ చూస్తూనే వున్నాం” అన్నది సుదేవి.

“తరువాత?” అన్నాడతను.

ఆమె అతని మొహాన్ని తన అరచేతుల్లోకి తీసుకుని “నువ్వు కుశ క్షేత్రంలో చేసిన యుద్ధం గొప్ప విజయాన్ని సాధించింది. ఆ సంగతి నీకు ఎప్పుడో తెలుసు కదా?” అన్నది.

అతను భుజాలెగురవేసి “నేను నా మొహానికి పైన అయిదు గజాల దూరాన్ని కూడా చూడలేకపోయాను. నేను విన్నదే నాకు తెలుసు లేదా అప్పుడప్పుడూ మెరుపులా కనిపించనదే తెలుసు” అన్నాడు సుదాస్.

ఆమె తన కంఠాన్ని చూపిస్తూ నవ్వింది. ఆమె మెడలోని నున్నటి వొంపుని చూపించింది. ఆమె తన జుట్టును కుడివైపుకు తిప్పి ముడి వేసుకున్నది. అతనూ అతని సైనికులవలె ఆమె కూడా తెల్లని దుస్తులు ధరించి ఉన్నది.

"నువ్వు చూసి వుండవలసింది. నేను చనిపోయినవాళ్ళను ఆరు వందలమందిని లెక్కపెట్టాను. ఇంకో వందమందికి ఈ రాత్రి గడవదు. అను వాళ్ళు ఇంకా చనిపోయిన తమ సైనికులకోసం గడ్డిలో వెతుక్కుంటున్నారు. ఎంతమంది పోయారో లెక్కపెట్టుకోవడానికి మంటలో పడ్డ చీమల్లా పరిగెత్తుతున్నారు."

"ఆరువందలమంది చనిపోయారా? ఇంకా ఎక్కువా? నీకు ఖాయంగా తెలుసా" అన్నాడతను ఆశ్చర్యంగా.

"నేనెపుడూ సానుకూలవాదినే ప్రియా! వాళ్ళను తరిమికొట్టావు. యోధులైన వాళ్ల పటాలం మొత్తాన్ని కేవలం రెండువందలమంది పురుషులూ బాలురతో తుడిచిపెట్టేశావు. నా సవతి సోదరుడు ఈ అవమానాన్ని ఎప్పటికీ సహించలేడు" అన్నది సుదేవి నవ్వుతూ.

సుదాస్ నెమ్మదిగా తలాడించి "అతను కోపంతో కేకలు వేస్తూ వుంటాడు. ఇప్పుడు అతను తనే స్వయంగా వచ్చి యుద్ధం చేస్తాడు. తన తోటిరాజులవద్ద తన ప్రతాపం చూపించుకుని పోయిన గౌరవాన్ని తిరిగి రాబట్టుకోవాలి. మనని త్వరగా నలిపి నాశనం చెయ్యడానికి అతను ఆత్రపడుతూ వుంటాడు."

సుదేవి నవ్వడం ఆపి, "అనుకి కోపం వచ్చినప్పుడూ యుద్ధంలోనూ ఘోరంగా ప్రవర్తిస్తాడు, అతని క్రౌర్యాన్ని గురించి విన్నాను, చూశాను" అన్నది.

అతను ఆమె భుజం మీద చెయ్యి వేసి, వేళ్ళతో ఆమెని తడుముతూ, "మంచిదే! మనకి కావలసినది కూడా అదే" అన్నాడు. బాణాలు వదలడంవలన ఇంకా నొప్పి తగ్గని అతని వేళ్ళకు ఆమె సన్నటి మెడ స్పర్శ కొంత సాంత్వన నిచ్చింది.

"అనుకి కోపంవచ్చి క్రూరంగా నిన్ను అణగదొక్కడం కావాలా, నీకు?"

"అతను ఉద్వేగంతో ఉద్రేకంతో వుండి సహేతుకంగా ఆలోచించ కుండా వుండడం కావాలి."

ఆమె తన తల విదుల్చుతూ, "అతనంత తెలివిహీనుడు కాదు సుదాస్! అతను గొప్ప వ్యూహకర్త" అన్నది.

"కానీ అతనివి కుయుక్తులు."

ఆమె కనుబొమ్మలు ముడిచి "తేడా ఏమిటి సుదాస్! వ్యూహాలకీ యుక్తులకీ? రెండూ ఒకటి కాదా" అన్నది.

"కాదు. యుద్ధంలో ఏ పరిస్థితిలో ఏ సేనని పంపాలో పోరాట సమయంలో ఎట్లా వ్యవహరించాలో అనుకి బాగా తెలుసు. అయితే అతనికో బలహీనత వున్నది. ముందుగా ఎట్లా ప్రచారం చేసుకోవాలో నిర్ణయించుకోకపోవడం. దానికోసం ముందుగా తయారీలు చేసుకోక పోవడం. మొదటిదాన్ని యుక్తి అంటారు. రెండోదాన్ని వ్యూహం అంటారు."

ఆమె పడమటివైపుగా పరుష్ణి వైపు చూపించింది.

"అక్కడ జరిగిన చెక్క పని, దశరాజుల సమీకరణ, వారి సైన్యాల మోహరింపు, అంతమందిని అంత త్వరగా యుద్ధానికి తరలించడం, ఆనకట్ట పని, వంతెన నిర్మాణం ఇవన్నీ ఎంతో కార్యదక్షతతో, నైపుణ్యంతో చేసిన వ్యూహం కాదా?"

సుదాస్ ఆమె వంక దీర్ఘంగా చూసి, తరువాత చిరునవ్వు నవ్వి, "అవును. కానీ అదేమీ కొత్త వ్యూహం కాదు. అది అను స్వంత ఆలోచన కూడా కాదు" అన్నాడు.

"నాకు అర్థం కావడం లేదు."

"తృత్సు భూమిని ఆక్రమించుకోవాలనుకున్న వాడెవరైనా చేసే పనే

అది. వ్యూహం అనేదాన్ని గురించి నేను నేర్చుకున్న ముఖ్యమైన పాఠం ఏమిటంటే శత్రువు వ్యూహాన్ని మనం ముందుగా పసిగట్టగలగడం. ముఖ్యంగా మనని మనం రక్షించుకోవాల్సిన పరిస్థితిలో మితమైన సైన్యంతో, మనం మన భౌగోళిక స్థితిని, సైన్యపు సంఖ్యా చూసుకుని మన బలహీనత ఎక్కడో తెలుసుకోవాలి. తరువాత శత్రువు ఎట్లా వస్తాడో ఊహించుకోవాలి. అపుడు మనం మన పోరాటానికి సంసిద్ధం కావాలి."

సుదేవి కనుబొమ్మలు చిట్లిస్తూ "సిద్ధం కావడం, అంటే? అయితే నువ్వు అను నదీప్రవాహానికి అడ్డుకట్ట వేస్తాడని, తీరాలకు గండికొడతాడని, ఇతర రాజులను కూడగడతాడనీ, ఇవ్వాళ దండయాత్రకు వస్తాడని ముందే సందేహించావా?"

"ఇవ్వాళంటే ఇవ్వాళకాదు, ఎప్పుడో ఒకప్పుడు. అట్లా జరగకూడదని ఆశించాను. కానీ జరిగింది. నేను సిద్ధం కావాల్సి వచ్చింది."

"అయితే నువ్వు ఈ యుద్ధానికి సిద్ధంగా వున్నావా?"

"మనకన్న అధిక సైన్యంతో తలపడడానికి వీలైనంతగా! మనకి భౌగోళిక పరిస్థితులు అనువుగా వున్నాయి. నువ్వు గడ్డిలో యుద్ధం చేశావు కదా? అదీకాక వాతావరణం కూడా మనకి అనుకూలంగా వున్నది."

"వాతావరణమా?"

అతను నవ్వి ఆమె బుగ్గలు నిమురుతూ, "గురు వశిష్ఠ చెప్పేది అదే! ఈ రోజు యుద్ధానికి సరైన రోజని. ఎంత బ్రహ్మాండమైన రోజంటే యుద్ధభూమిలో ఇంద్రుడు వరుణుడు వాయువు అంత మన పక్షాన వున్నారు."

సుదేవి నిట్టూర్చి "అవును మనకి వారు చెయ్యగల సాయం అంతా కావాలి. వశిష్ఠులు చేసే పని అందుకేనా? అది యుద్ధంలో నీ వ్యూహానికి సంబంధించిందేనా?

"అంతా బాగా జరిగిపోతే ఫరవాలేదు. కానీ నీకొక హెచ్చరిక! మనం వాళ్ల వ్యూహాలకు ఎన్ని ప్రతివ్యూహాలు రచించనీ, వాతావరణం

ఎంత బాగుండనీ ఒకటిమాత్రం మర్చిపోకూడదు. అత్యంత పెద్దదైన వాళ్ల సేన మనని ఓడించవచ్చు. కేవలం సంఖ్యాబలంతో. మన మిత్రులూ, మన సన్నిహితులూ మనని ఇంత మోసం చేస్తారనుకోలేదు. ఇద్దరో ముగ్గురో లేదా అయిదారుగురో ఎదురుతిరుగుతారనుకున్నాను. కానీ ఏకంగా పదిమంది కలిసివచ్చారు. వీళ్ళుకాక స్వతంత్రులూ, సంచారులూ కలిసి ఒకటైపోయారు. అటుచూడు ఆ సైన్యం ఎంత పెద్దదో! దాన్ని చూస్తే ఈ రోజు మనం గెలుస్తామనుకునే అవకాశమే లేదు. నా గౌరవం కోసమూ, క్షత్రియధర్మం కోసమూ మాత్రమే నేను పోరాడుతున్నాను. మనం ఓడిపోతామని నేను అనడం లేదు. విజయం కోసం పోరాడుతూ మనం మరణించవచ్చు" అన్నాడు సుదాస్.

ఆమె అతని వంక చూసింది. ఆమె కళ్ళు తడిగా మెరుస్తున్నాయి. కానీ అతను ఆమె కళ్ళల్లో నీళ్ళని ఆనందభాష్పాలుగానూ, ఆశాదీపాలు గానూ తలచాడు.

"చివరివరకూ గెలుపు నీదే కావాలని నేను దేవుళ్ళను ప్రార్థిస్తాను. అంతేకాదు ఈ రోజు ముగిసేదాకా నేను కత్తిపట్టి నీతోపాటే యుద్ధ చేస్తాను" అందామె.

అతను కాదనేలోగా ఆమె అతని పెదవులను తన వేలుతో మూసేసింది.

"ఈ విషయంలో ఎటువంటి వాదనా నేను వినను, సుదాస్! నేను కూడా ఒక భరత వంశస్థురాలిని. కాబోయే భరతదేశపు రాజు, రాణీలకు తల్లిని. అంటే నేను రాజమాతనన్న మాట. అయినా నేను అనుకి ఉంపుడుగత్తెను కాలేను, కాను. పట్టువస్త్రాలూ, పరిమళాలూ ధరించి విజేతకోసం వెళ్లలేను. నేను భారతస్త్రీని. తృత్సురాణిని. నేను నా భర్తతో పాటు, నాతోటి పౌరలతో పాటు యుద్ధం చేస్తాను. యుద్ధ ఫలితం ఏమైనా కానీ!" అంది సుదేవి.

అతను ఆమె వేలిని తన పెదవుల మీదనుంచీ తప్పించి దానిని ముద్దుపెట్టుకున్నాడు.

"నీవు నీకెలా నచ్చితే అలాగే చేద్దువు. ఈ సంఘర్షణలో మనందరం పోరాడేది ఎంపికా స్వాతంత్ర్యం కోసమే కదా! నీకు హాని కలిగే మార్గంలోకి వెళ్లనివ్వడం నాకు ఇష్టం లేకపోవచ్చు కానీ నీ హక్కుని నేను గౌరవిస్తాను" అని చుట్టూ చూశాడు. అక్కడ ఒక పెద్ద గుంపు చేరి వున్నది. వాళ్ళను చూసి సంతోషపడ్డాడు. గడ్డిలో జరిగిన యుద్ధంలో తనవాళ్ళు చాలామంది బ్రతికివున్నారు. గురు వశిష్ఠకు సాయం చెయ్యడానికి వెళ్ళినవాళ్ళు తప్ప తక్కినవాళ్లందరూ వున్నారు. అథర్వ ఎక్కడా కనిపించలేదు.

అయితే అతను జ్వరంతో మరణించి వుంటాడా?

అక్కడ ఉచ్ఛైశ్రవ కనపడితే అతన్ని దగ్గరికి పిలిచాడు. తక్కిన వాళ్లంతా సుదాస్ చుట్టూ గడ్డిలో బాసింపట్టు వేసుకుని కూర్చున్నారు. గురుకులంలో గురువు చుట్టూ కూర్చునే శిష్యులవలె.

"ఎవరికెంత నష్టం?" అన్నాడు సుదాస్.

ఉచ్ఛాస్ నవ్వాడు. "చాలా బావుంది, రాజా! మనవాళ్ళు కొద్ది మందే పోయారు. అందులో సగంమంది గాయాలతో వచ్చారు" అన్నాడు.

అలీనా అందుకుని "ఒకడు పాముకాటుకి చనిపోయాడు పాపం!" అన్నాడు.

సుదాస్‌కి సంతోషం అయింది కానీ నవ్వలేదు.

"చనిపోయినవారికి తరువాత సంతాపం పలుకుదాం. ఇప్పుడు ఇంక మనం చెయ్యాల్సినది చేద్దాం. ముందుగా..." అని సుదాస్ అంటూ వుండగా బాగా తెలిసిన రెండు యువకంఠాల కేకలు వినపడి పైకి చూశాడు.

ఉత్తుంగ పర్వతం ఎక్కడానికి ముందుండే స్థానం నుంచీ పరిగెత్తు కుంటూ దిగివస్తున్న ఇంద్రాణీ ఇంద్రౌత్‌లను చూసి ఉలిక్కిపడ్డాడు సుదాస్.

ముందుగా తండ్రిని చేరిన ఇంద్రాణి "నాన్నగారూ" అంది గబగబ దిగిరావడం వలన ఆయాసపడుతూ వంటినిండా మట్టికొట్టుకుని వున్నది.

"శత్రువు పూర్తి సైన్యంతో నదిని దాటి మన మీదకు వస్తున్నాడు" అన్నది వగరుస్తూ.

"మేము పర్వతశిఖరం మీదనుంచీ చూశాం నాన్నగారూ! వాళ్ళు పూర్తి మైదానం అంతా విస్తరించి వున్నారు. ఒక పూర్తి పటాలం ఈ దిశగా వస్తున్నది. అందుకే మేము అమ్మ ఆజ్ఞను ధిక్కరించి ఇక్కడికి మీకు చెప్పడానికి వచ్చాము. మేము వాళ్లని పర్వతపాదం వద్దనే చూశాము. అప్పుడు వాళ్ళు మైలు దూరంలో వున్నారు. ఏ నిమిషంలో అయినా ఇక్కడికి రావచ్చు."

10

సుదాస్ తన అశ్వాన్ని గట్టిగా పరిగెత్తించాడు. ఈ వ్యాయామం సరయూకి కూడా బాగుంది. ఈ రోజు ఎంత గందరగోళం జరిగినా ఆమెకింకా పెద్ద పరీక్ష ఏమీ తగల్లేదు. ఇపుడు ఆమె నేర్పు ప్రదర్శించే సమయం వచ్చింది. దాన్ని అత్యధికంగా వినియోగించుకుంటూ తనని అనుసరించి వచ్చేవాళ్లకు చోటు వదులుతూ పరిగెడుతున్నది. సుదాస్‌కి వెనక్కి తిరిగి చూసే అవసరం లేకుండా చేస్తున్నది. ఒక తృత్సు భరతునిగా తన కాళ్ల క్రింద భూమి ప్రకంపనలను బట్టి తనతో ఎన్ని అశ్వాలు వస్తున్నాయో, వెనుక ఎన్ని అశ్వాలు వస్తున్నాయో కనిపెట్టగలడతను.

తమతో రెండువందలకన్న తక్కువ! తమను తరుముతూ వెయ్యి.

కుశ గడ్డి క్షేత్రంలో తాము ఎదురుకున్న కష్టాలలాంటివే ఇప్పుడు కూడా. కాకపోతే ఇప్పుడు తాము బహిరంగ మైదానంలో వున్నారు, శత్రువు తమని తరుముతున్నాడు. తాము నిలబడి వాళ్లతో పోరాడితే అదొక దారుణ మారణకాండ అయివుండేది. శత్రుసైన్యం ఈ ఒడ్డున ఇప్పటికే వేలమంది వున్నారు. తక్కినవాళ్ళు నదిని దాటివస్తున్నారు. అను అతని మిత్రులు ఈసారి ఏమాత్రం అజాగ్రత్తగా వుండదలచుకోలేదు. వాళ్ల చేతిలో వున్న అస్త్రాలన్నీ తృత్సుల మీద ప్రయోగిస్తున్నారు. తమకు అతితక్కువ నష్టం జరిగేలా చూసుకుంటూ తృత్సులను తుడిచిపెట్టే ప్రయత్నంలో వున్నారు. పరిస్థితి తారుమారు అయితే తనూ అట్లాగే చేసివుండేవాడు. సుదేవితో ఇంతకుముందే చెప్పినట్లు అతను ఇట్లా జరుగుతుందని ఊహించాడు.

అను రక్తదాహంతో వేగిపోతున్నాడు. అవసరమైన దానికన్న వేగంగా తన అశ్వాలను పరిగెత్తిస్తున్నాడు. వాటిమీద బరువైన కవచాలు ధరించిన సైనికులున్నారు. సుదాస్ గుర్రపు జీనుకు కిందుగా వంగుతూ నిరాశగా పరిస్థితిని సమీక్షించుకున్నాడు. తృత్సులను ఇంకా ఇంకా ఎక్కువసేపు తరమనవసరంలేదని అనుకి తెలుసు. తన గుర్రాలు అలసి పోతాయనే భయం కూడా లేదతనికి.

అనుకు ఖచ్చితంగా తెలుసు ఈ వేట చాలా తక్కువ సమయం పట్టేది, భయంకరమైనదని.

ఇప్పటికే అక్కడ తూర్పున వరి, గోధుమ పొలాలు కనపడు తున్నాయి. అవి కొన్ని యోజనాలవరకూ విస్తరించి కనులపండువగా వున్నాయి. ఇవి తృత్సులకు ఖజానాల వంటివి. నదీతీరంలో వుండే ఒండ్రుమట్టి నేలల్లో పండిన ఉత్తమ పంటలు. ప్రపంచంలోనే గొప్ప పంటలు. ఈ నేలల్లో ఎవరు ఏ పంట పండించాలన్నా పండించవచ్చు. అంత సారవంతమైనవి. ఈ రోజు తమతో యుద్ధానికొస్తున్న పది రాజ్యాల ప్రజలకీ సరిపోయే కోతలకు సిద్ధంగా వున్న పంట వుంది ఈ పొలాలలో. వేలకొలదీ బస్తాల గింజలున్నాయి. సంచార జీవనం కట్టిపెట్టి పశుపోషణా వ్యవసాయం వృత్తులుగా చేసుకుని ఒకేచోట స్థిరపడాలని కొన్ని జాతులు నిర్ణయం తీసుకున్నప్పటినుంచీ వారికింత కన్న వ్యవసాయానికి మేలైన ప్రదేశం కనిపించలేదు. నిజంగా ఇది పోరాడి గెలవదగ్గ భూమి.

అతను సరయూను దక్షిణ దిశగా నేలలో ఒక సహజమైన వొంపు వచ్చేవరకూ ఉత్తుంగ పర్వతపాదం చుట్టూ పరిగెత్తించాడు.

అతనికి తూర్పుదిశగా ఆ పొలాలలోకి వెళ్ళడం ఇష్టం లేదు. అవి కేవలం అరవై మైళ్ళ విస్తీర్ణంలో వున్నాయి. పైగా ఆహారధాన్యాలు. దాక్కుని పోరాడే ప్రదేశం కూడా కాదు. అంత కష్టపడి పండించిన పంటను నాశనం చెయ్యడం అతనికి సమ్మతం కాదు కూడా. అతని గమ్యం ఉత్తుంగకు దక్షిణాన వున్నది.

సరయూ మెడను తన బుగ్గలతో రుద్దుతూ అతను గాలివంక చూసి నవ్వాడు.

ఇప్పుడు అను ఏమనుకుంటూ వుంటాడు? సుదాస్ తమను ఉత్తుంగ చుట్టూ తిప్పి వచ్చినచోటికే పరుష్ణి దక్షిణతీరానికి చేరుస్తున్నా డనా?

తనకున్న కాస్త సైన్యాన్నీ శత్రువులు నది దాటుతున్న ప్రదేశానికే మళ్ళిస్తున్న సుదాస్‌కి మతిపోయిందని కూడా అనుకుంటూ వుండొచ్చు. సుదేవి అతనికి చాలా వెనకేమీ లేదు. అతనికి కుడిపక్కనే వుంది. అతనికీ ఆమెకీ మధ్య ఇంద్రాణీ, ఇంద్రౌత్‌లు వున్నారు. వాళ్లు కూడా అద్భుతంగా స్వారీ చేస్తున్నారు.

వాళ్ల వంక చూసినప్పుడు అతనికి కాస్త కలవరపాటు కలిగింది. వాళ్లు శిఖరం మీదే వుండివుంటే బాగుండేదేమో అనిపించింది. యుద్ధంలోని ఈ మొదటి ఘట్టాలనుంచీ క్షేమంగా వాళ్ళు అక్కడుంటే బాగుంటుందని అక్కడికి పంపాడు. కానీ ముగ్గురూ ఇపుడు ప్రమాదంలో చిక్కుకున్నారు. తనే అసాధ్యమైన పోరాటంలో వున్నప్పుడు వీళ్ళను కాపాడడానికి తనేం చెయ్యలేడు.

ఇప్పుడు వాళ్ళు ఉత్తుంగ పర్వతం యొక్క తూర్పు ఛాయలో వున్నారు. పశ్చిమం కన్న ఇక్కడ ఎక్కువ చీకటిగా వున్నది. ఎందుకంటే సాయంత్రపు సూర్యుడికి అడ్డంగా నిలిచింది పర్వతం. పర్వతపు నీడ తన ఎడమవైపునుంచీ ఒక మైలు వరకూ విస్తరించింది. అంటే సూర్యుడు బాగా దిగిపోతున్నాడని అర్థమైంది. అస్తమయానికి రెండు గంటలకన్న తక్కువ వ్యవధి వుందన్నమాట. గురు వశిష్ఠ లెక్కలు సరైనవైతే ఇంకా ఎక్కువ సమయం లేదు. సూర్యాస్తమయం కాగానే తుఫాను రానున్నది. అదే వారి తుది పథకానికి ప్రారంభం.

అది సంభవించే లోపల చెయ్యవలసిన పని చాలా వున్నది. తృత్సులు చెయ్యవల్సినదే కాదు శత్రువు చెయ్యవల్సినది కూడా. అంటే

శత్రువు తన వ్యూహం అమలు చేసినప్పుడు సుదాస్ తన ప్రతివ్యూహం అమలు చేయాలి.

ఇది తాము చిన్నప్పుడు చెక్కపీటల మీద ఆడుకున్న పాచికల ఆట లాంటిది. తేడా ఏమిటంటే ఇక్కడ పాచికలు సజీవమైన మనుషులు. తప్పు నిర్ణయాలుకానీ ఆచరణకానీ జరిగితే వారి ప్రాణాలు పోతాయి. ఇది ప్రాణాలతో చెలగాటం. ఇప్పుడు ఈ పీట మీద వున్న మూడు పాచికలు తనకెంతో ప్రియమైనవి.

సరయూ గిట్టల క్రింద నేల ఒంపు అతనికి తెలుస్తున్నది. అది పర్వతానికి మరింతగా దిగువనున్న ఒంపు. సూటిగా పోతున్న గుర్రం మెడను ఒంపు వైపు తిప్పాడు సుదాస్. అది ఆ మార్గాన వెళ్ళేలాగా. చెట్లు, కొండలు, గుట్టలు, తుప్పలు అన్నీ వెనక్కి పోతున్నాయి. ముందుకు పోతున్నకొద్దీ అస్పష్టమౌతున్నాయి. తన గుర్రంవలె తక్కినవారి గుర్రాలు కూడా అంత శక్తివంతంగానూ పరిగెత్తాలని కోరుకున్నాడు సుదాస్.

ఒకసారి తన భుజం మీదుగా వెనక్కు చూసి అట్లా చూసినందుకు విచారించాడు.

వెనక్కి చూసి ఏమీ ప్రయోజనం లేదు. గుర్రాల గిట్టలు రేపుతున్న ధూళి మేఘాలలోనుంచీ వెనక తరుముకొస్తున్న వాళ్లను చూడడం కష్టం.

కానీ వాళ్ళు అతిసమీపంలో వున్నారని అతనికి తెలుస్తున్నది. అతనికి అను దుమ్ముకొట్టుకున్న మొహం కనిపిస్తున్నది. కోపంతో బిగుసుకున్న పెదవులు కూడా కనిపిస్తున్నాయి. తను పోగొట్టుకున్న యోద్ధులకు ప్రతిగా ఇద్దరిద్దరు తృత్సులను మట్టుపెట్టాలని అతను తిట్టుకుంటూ వుండొచ్చు.

ఉత్తుంగ యొక్క వంకర్లు తిరిగిన ఒంపు దగ్గరకు వచ్చాడు సుదాస్. పైన పరుష్ణి నది కనిపిస్తున్నది మళ్ళీ. ఎండిపోయి ఇటిక రంగులో కనిపిస్తున్న నదీతలాన్ని చూసి అధైర్యం కలిగింది. నదిలో వుండే జీవరాసులన్నీ ఆనకట్టలోనే చనిపోయి వుంటాయనుకున్నాడు. రెక్కలు

కొట్టుకుంటున్న చేపలు, ఊపిరాడక తన్నుకు చచ్చిపోయే పెద్ద జీవాలను ఊహించుకున్నాడు. ఇప్పుడతనికి అర్థమైంది, మనిషి నిర్మించిన ఆనకట్ట వలన ఎన్ని జీవరాసులు నశించిపోయాయో! అవ్వన్నీ కూడా అను యొక్క అత్యాశకీ, దశరాజుల లోభానికీ సమిధలయ్యాయి.

అతను నదిని దాటే చోటును పరిశీలిద్దామనుకున్నాడు. కానీ ఉత్తుంగ పాదం చాలా విస్తృతమైన వృత్తంలాంటిది. పైగా ఆ చోటు పడమటి దిశగా ఇంకా మైలు దూరంలో వుంది.

శత్రుసేనలేవీ ఇటువైపుగా తమతో తలపడేందుకు రావడంలేదని గ్రహించి ఊపిరి పీల్చుకున్నాడు సుదాస్. తాము నగరానికి పరిగెత్తి పోతున్నామని అనుకుంటున్నాడేమో అను! అందుకే వెంట తరుము తున్నాడు. తృత్సులు కేవలం పర్వతం చుట్టూ తిరుగుతున్నారని ఏ వార్తాహరుడూ అనుకి వార్త చేరవేసినట్లు లేదు.

పైగా ఈ విధంగా పరిగెత్తుతూ వుంటే ఎక్కడైనా శత్రువు తగల వచ్చు కూడా! ఇటువైపు సేనలను మళ్ళించవచ్చు శత్రువు. తమను తరిమి తరిమి తానే స్వయంగా చంపాలని అను ఉద్దేశం. ముందే అమర్చి పెట్టుకున్న గుర్తు కనిపించింది సుదాస్‌కి అక్కడ. అదొక పెద్ద రాయి. తన సభామందిరమంత పెద్దది. దానిని తృత్సులు "యువరాజు" అంటారు. ఆ రాయి దక్షిణదిశగా ఒక మనిషిలా కనిపిస్తుంది. ఒక రాజు అక్కడ నిలబడి నదులూ అడవులతో కూడిన తన రాజ్యాన్ని పరిశీలిస్తున్నట్లుగా వుంటుంది. అందుకే దాన్ని యువరాజు అంటారు.

అతను యువరాజు మొహం వైపుకి వచ్చాడు. సరయూ తలను కిందికి వంచాడు. క్రిందుగా వేలాడుతున్న చెట్లకొమ్మలను తప్పించ డానికి. సుదేవీ పిల్లలతో సహా అంతా తనను అనుసరిస్తారని అతనికి తెలుసు. అతని వ్యూహంలోని ఈ భాగం వారెవరికీ తెలియదు. క్రిందుగా వున్న కొమ్మల మధ్యనుంచీ వందగజాలు వెళ్ళి అక్కడనుంచీ గరాటు లాంటి ఒక సన్నని రాతి నిర్మాణం గుండా ఒక్కొక్కరుగా ఒక లోయ లాంటి ప్రదేశానికి చేరారు. అక్కడ పైకి చూస్తే బూడిద రంగు ఆకాశమే

కాక అస్పష్టంగా కన్పడుతున్న ఉత్తుంగ పర్వతం.

అతనికి అతిసమీపంగా సుదేవి, ఇంద్రాణి, ఇంద్రౌత్, దహ బోలన్ అలీనా లున్నారు. తక్కినవాళ్ళు వెనక వుండి ఎవరైనా ఈ రహస్య ప్రదేశాన్ని తప్పిపోతారేమోనని చూస్తున్నారు. దహ, ద్రహ్యూలు అను సేనపై వెనక్కి బాణాలు సంధిస్తూ వుండొచ్చు అనుకున్నాడు సుదాస్. వాళ్లు గుర్రాలను అధిరోహించి ఏ రకమైన ఆయుధాలనైనా ప్రయోగించగల నిపుణులు. అధర్వ అలీనా తూర్పువైపుండి ఎవరూ తప్పిపోకుండా చూసుకుంటారు.

లోయలోని ఒక గోడ దగ్గర గుర్రం దిగి, నూనెతో తడిపిన ఉన్నిలో చుట్టిన ఒక పెద్ద మూటను విప్పి "ఇవిగో" అని అరిచాడు సుదాస్. మూటలోని ఆయుధాలు వర్షం వస్తే తడవకుండా అట్లా చుట్టి వుంచారు.

"మీ దగ్గరున్న ఆయుధాలకు బదులు ఇవి వాడండి. త్వరగా ఒకరినించీ ఒకరు అందుకోండి" అన్నాడు సుదాస్. అతను తన సమీపంగా వచ్చినవారివైపు ఒక్కొక్కటే విసురుతున్నాడు. సుదేవి ఒకటి అందుకుని ఆ కత్తి ఆకారాన్నీ బరువునీ చూసి ఉలిక్కిపడింది.

"ఇదేమిటి?" అన్నది పెద్దగా. ఆ లోయ గుర్రపు గిట్టల చప్పుళ్ళను మనుషుల మాటలను రెట్టింపుగా ప్రతిధ్వనిస్తున్నది. దుమ్ము కూడా పెద్ద మేఘంలా కమ్ముకుంటున్నది. కళ్ళు మసకబారేలాగా.

"ఇనుము" అన్నాడు సుదాస్ వెలుగులేని నవ్వు నవ్వుతూ.

"ఇనుమునుంచీ ఎంత వీలైతే అంత సన్నగా పదునుగా చెక్కబడిన ఆయుధాలు."

తమ దగ్గరున్న నగిషీలు చెక్కిన కంచు కత్తులతో ఈ వికారమైన మోటు కత్తులను పోలుస్తూ "ఎంత అందవికారంగా వున్నాయి? వీటి వలన ఉపయోగమేమైనా వుందా?" అన్నది.

సుదాస్ నవ్వుతూ "వేచి చూడు" అన్నాడు.

ఉచ్ఛాస్ ఒక రంపంలాంటి రెండు పిడులున్న కత్తిని తెచ్చాడు. దాన్ని ఏ పేరుతో పిలుస్తారో సుదాస్‌కి కూడా తెలియదు. గొడ్డలి కత్తి అందామా? ఇది చాలా బరువుగా వుంది మిత్రా! వాళ్లు దగ్గరికి వచ్చేశారు" అన్నాడు.

సుదాస్ అతని భుజం చరుస్తూ "ఆ బరువుకి తగ్గ ఉపయోగం దానివల్ల వుంది నేను చెబుతున్నాగదా!" అన్నాడు.

కొంత దుమ్మూ కోలాహలమూ తగ్గేదాకా ఆగాడు సుదాస్. అలీనా దహ్యూ గుర్రాలను లోయ వెనకభాగానికి తరలించి సైనికులకు యుద్ధం చేసే చోటు కల్పించారు. సుదేవి పిల్లలను తీసుకుని గుర్రాల కవతల ఒక స్థానంలో స్థిరపడింది. యుద్ధ స్థలానికీ పిల్లలకీ మధ్య ఎడం కల్పిస్తూ.

సుదాస్ తన కత్తిని పైకెత్తి తక్కినవారి దృష్టిని తన వైపుకు మళ్ళిస్తూ గట్టిగా అరిచినట్లు చెప్పాడు, "మీకున్న శక్తినంతా ఉపయోగించి ఈ కత్తిని ఝుళిపించండి. గురు వశిష్ఠ చెప్పిన మాట గుర్తుంది కదా? ఈ లోహం తన కర్తవ్యాన్ని నిర్వహిస్తుందని నమ్మండి" అన్నాడు.

వాళ్ళు తలలూపారే గానీ ఒకరివంక ఒకరు ఆందోళనగా చూసుకున్నారు. అంతకుముందు వారిలో ఎవరూ ఇనుముతో చేసిన ఆయుధాలను యుద్ధానికి వాడి వుండలేదు. చాలామందికి ఇనుమును గురించిన మూఢనమ్మకాలు కూడా వున్నాయి. అది కల్కికి చిహ్నం అని. కల్కి అంటే ఇతిహాసంలోని చివరి యుగాన్ని పాలించడానికి వచ్చే చెడ్డ వాడని వాళ్ల నమ్మకం. ఎప్పుడూ వాడే రాగి తగరం కంచు ఎందుకు పనికిరాలేదు అని కొందరు అనుకున్నారు. ఈ అంద వికారమైన మోటు ఆయుధాలకోసం వాటిని ఎందుకు తీసి పడెయ్యాలి అని కూడా అనుకున్నారు.

"ఓ! ఇంద్రుడా! మమ్మల్ని కాపాడు" అని మౌనంగా ప్రార్థించి లోయ ప్రవేశద్వారం వైపు వెళ్ళాడు సుదాస్.

11

"సుదాస్! నువ్విక్కడున్నావని నాకు తెలుసు. బయటకు వచ్చి మగవాళ్ళలా పోరాడండీ" అది అను చిరపరిచితమైన కంఠం.

"మాకు ఇక్కడినించీ పోవడానికి వేరే చోటూ లేదు. ఇది మా చివరి స్థానం. దొరికిపోయిన సింహంతో పోరాడే ధైర్యం నీకుంటే వచ్చి మాతో ఆఖరిపోరాటం చెయ్యి" అన్నాడు సుదాస్ ప్రశాంతంగా నిబ్బరంగా.

అను వైపునుంచీ కేకలు తిట్లూ దొర్లిపోతున్నాయి. తరువాత పెద్ద గొంతులతో చర్చ జరిగి ఆగిపోయింది. వాళ్ల లోహపు కవచాల శబ్దం వినిపిస్తూనే వుంది సుదాస్‌కి. పదఘట్టనలు కూడా వినపడుతున్నాయి.

అను సైనికులు గుర్రాలు దిగి నడిచి వస్తున్నారు.

వల విసరబడ్డది.

సుదాస్ తన సైనికుల వంక చూశాడు. ఇక్కడ ఈ లోయ ప్రవేశ ద్వారంలాంటిది కేవలం ఒకవైపునుంచీ మరొకవైపుకు ఆరుగజాలు మాత్రమే వున్నది. ఒక్కొక్కసారి ఇద్దరు ముగ్గురు మనుషులు మాత్రమే లోపలికి రాగలరు. అందుకే సుదాస్ ఈ స్థావరాన్ని ఎంచుకున్నాడు. శత్రుసేనలు ఒక్కుమ్మడిగా వచ్చి మీద పడిపోవడానికి వీలుకాకుండా. ఆ విధంగా అను యొక్క అపారమైన సేనావాహినిని తగ్గించగలిగారు. వాళ్ళ సంఖ్యలో ఎక్కువగా వున్నప్పటికీ ఇద్దరు ముగ్గురు కన్నా ఒకసారి లోపలికి రాలేరు. ఎక్కువమంది వచ్చినా వాళ్లల్లో వాళ్లకే గాయాలవుతాయి కత్తి యుద్ధాలలో వాళ్ళను సంహరించడానికి ఇనుప కత్తులతో సుదాస్ మనుషులు సిద్ధంగా వున్నారు.

సుదాస్, ఉచ్ఛాస్ బోలన్‌లను పిలిచాడు. వాళ్ళిద్దరూ అందరికన్న కొత్తవాళ్ళు. "మనం ముగ్గురం ముందు యుద్ధం చేద్దాం. తక్కినవాళ్ళు వెనక వుంటారు. ముఖద్వారం వద్ద వుంటారు. మనలో ఎవరైనా పడిపోతే ఆ స్థానంలో ఒకరు మాత్రమే వస్తారు. ఎట్టి పరిస్థితిలోనూ ఇక్కడ ముగ్గురు మాత్రమే వుండాలి. తెలిసింది కదా!" అన్నాడు.

వాళ్ళు తల ఊపారు.

ఒక చేతిలో ఇనప ఆయుధమూ మరొక చేతిలో రాగి ఆయుధమూ పట్టుకుని అధర్వ ముందుకొచ్చాడు. ఇంకా ప్రాణాలతో వుండి యుద్ధం చేయడానికి వస్తున్న అతన్ని చూసి సుదాస్ హృదయం కదిలిపోయింది.

ఈ యువ యోద్ధ రెండు పనులనూ కష్టం మీద పూర్తిచేశాడని తెలుస్తూనే వుంది. రాత్రంతా బాగా జ్వరంతో బాధపడినదానికి గుర్తుగా అతని మొహం పాలిపోయివున్నది. కళ్ళు బాగా గుంటలు పడ్డాయి. అతన్నా విధంగా చూసి బాధ కలిగింది సుదాస్‌కి.

"నన్ను ముందు నిలబడనివ్వండి రాజా! అన్నాడు. అతని పరిస్థితి కన్న అతని సంకల్పమే గట్టిగా వుంది. అతన్ని వారిద్దామనుకున్నాడు కానీ మనసు మార్చుకున్నాడు సుదాస్. ఒక రాజుకి గౌరవనీయమైన మరణ మొక్కటె చాలదేమో కానీ ఒక యోధుడి ప్రధానాశయం అదే.

సుదాస్ ఉచ్ఛాస్ వంక చూసి తల ఊపాడు. ఉచ్ఛాస్ తన స్థానాన్ని అధర్వకి ఇస్తూ కొన్ని గజాల వెనక్కి వెళ్ళాడు. లోయకి కంఠంలా కనిపించే ఇరుకు దోవలోకి వెళ్ళాడు. ముందు ఆరుగజాల వెడల్పున్న ఆ దారి లోయలోకి వెళ్ళేసరికి ఒక గజమే వుంటుంది. ఉచ్ఛాస్ ముఖద్వారాన్ని కాపలా కాస్తూ తన వెనుక మిగిలిన వారిని ఒక గొలుసులాగా అమర్చాడు. అది సుదాస్ ఇచ్చిన సూచన. వ్యూహాలను అమలుచేయ డానికి సమర్థులైన సహాయకుల అవసరం అందుకే. యుద్ధరంగంలో పరిస్థితులు ఎప్పటికప్పుడు మార్పులని కోరుతూ వుంటాయి. తను ఆధారపడదగ్గ మనుషులు తనకున్నందుకు సుదాస్‌కి సంతోషం కలిగింది.

బరువైన పదధ్వనులు దగ్గరౌతున్నాయి. అను సైన్యం వీలైనంత బరువైన లోహపు కవచాలను డాలులను ధరించి శబ్దం చేసుకుంటూ వస్తున్నారు. వాళ్లకంత బరువు వేసుకుని వాళ్ల గుర్రాల చేత మోయించు కోవడం ఇష్టం. గుర్రాల మీద ఏమో కానీ నేల మీద అంత బరువు కూడా ఒక అవరోధమే.

ఏది ఏమైనా శత్రువును తక్కువగా అంచనా వేయరాదు అనుకున్నాడు సుదాస్. వాళ్ళు భయంకరంగా పోరాడగలవాళ్ళు. తన పథకంలో ఒక లోపం జరిగినా అంతా తారుమారౌతుంది. వాళ్ళు చాలామంది సైనికులని పోగొట్టుకున్నా కూడా యుద్ధంలో గెలిచే అవకాశమున్నది. తృత్సులకిప్పుడు ప్రతి మనిషీ లెక్కే. వాళ్లకి పదిమంది రాజులు. తమకి ఒక్కడే! లోయ దగ్గరకొస్తున్నవారిలో అను లేడు. అందుకు సుదాస్ కాస్త ఆశాభంగం చెందాడు. ఆ తోటి భరతుని గర్వం అణిగిస్తే తనకింకా పోరాటం సులువౌతుందనుకున్నాడు. అయితే అను ఇంకో ఉపాయం ఆలోచిస్తున్నాడు. అక్కడేం జరుగుతున్నదో తెలియనిదే ముందుగా తన ప్రాణాలను పణం పెట్టడు, అది తెలివైన ఆలోచన!

అక్కడికొచ్చిన పదిమంది అను సైనికులు అక్కడున్న ముగ్గురు తృత్సులను చూసి దిమ్మెరబోయారు.

"మీ సైన్యం అంతా ఎక్కడ? మూలన దాక్కున్నారా?" అన్నాడొకాయన మెరిసే రాగితో తగరంతో చేసిన నగిషీలు చెక్కిన కవచం వేసుకుని కంచు కత్తి పట్టుకొని.

సుదాస్ తన బరువైన కత్తి ఎత్తాడు. దాని అధిక బరువూ అది సరిగ్గా ఉపయోగిస్తే చేసే పని గురించిన జ్ఞానమూ అతనికి నచ్చాయి.

"మీతో తలపడ్డానికి ముగ్గురం చాలు. ఒక్కొక్క తృత్సు వంద మంది అనులకు సమానం. నువ్వు గడ్డిలో జరిగిన యుద్ధంలో లేవా ఏం?" అన్నాడు సుదాస్.

గడ్డి ప్రసక్తి రాగానే అతని మొహంలో చిరునవ్వు మాయమైంది. తరువాత ఇక మాటలు లేవు.

అయిదారుగురు అను సైనికులు ఆయుధాలు పుచ్చుకుని గర్జించు కుంటూ వచ్చారు. వాళ్ల వెనక వున్నవాళ్ళు కూడా వాళ్లని ప్రోత్సహించడం కోసం గర్జించారు. వాళ్లను అనుసరిస్తూ మారణకాండని వేగవంతం చెయ్యాలని ఆశపడుతూ.

సుదాస్ ఒక అను సైనికుని మీదకు కత్తి ఝళిపిస్తూ బయటకు వచ్చాడు. అతని కంచు కత్తిని తన ఇనుపకత్తితో కొట్టాడు. అను కత్తి పుటుక్కున విరిగిపోయింది. సుదాస్ కత్తి ముందుకు పోయి అతని కటిభాగంలో దిగిపోయింది. అది అతని కవచంలోనుంచీ సులువుగా దూసుకుపోయి అతని శరీరంలో దిగిపోయింది. అతనికి చాలా పెద్ద గాయం అయింది. మరణగాయం. సుదాస్ తన కత్తిని బయటికి లాగాడు. అక్కడ నేల మీదంతా నెత్తురు చిమ్మింది. అతను వెనుతిరిగి తరువాతి సైనికుడి కత్తి పైకి తన కత్తిని ఝళిపించాడు. ఆ మనిషి కత్తి వెనక్కి వంగిపోయింది. అతను వంకరపోయిన తన కత్తి వంక నమ్మ లేనట్టు చూస్తూ అక్కడే ఆగిపోయాడు. వెంటనే గర్జిస్తూ తన బాకుని బయటికి తీశాడు. సుదాస్ అతని మీదకు కత్తితో వచ్చి ఒక వేటుతో అతన్ని సంహరించినంత పని చేశాడు. సుదాస్ కత్తి అతని బాకుని కూడా విరగ్గొట్టింది. అతను తన కత్తిని మళ్ళీ మూడోవాని మీదకు తిప్పాడు. అది అతని కవచాన్ని చీల్చుకుంటూ వెళ్ళింది. అతను సుదాస్ కత్తి మొన మీదకు వంగి దాన్ని చూస్తూనే కళ్ళు మూశాడు. సుదాస్ ఆ మనిషి నుంచీ కత్తి తీసుకుని మరో మనిషి మీదకు వెళ్ళాడు.

అతని పక్కనున్న అధర్వ బోలన్ కూడా అంతే సులువుగా పోరాడుతున్నారు. ఇనుపకత్తుల వేటుకు నెత్తురు వరదలై పారుతున్నది. మొండాలు తెగిపడుతున్నాయి. ఎముకలు, కవచాలు విరిగిన చప్పుడు.

అది నైపుణ్యానికి సంబంధించిన విషయం కాదు. శత్రువు తమ దెబ్బలను ఊహించలేకపోతున్నాడు, తట్టుకోలేకపోతున్నాడు అని

అనుకున్నాడు సుదాస్. తను గానీ రాగివో కంచువో కత్తులు వాడి వున్నట్లయితే వాళ్లు సులభంగా ఎదురుదెబ్బ తీసేవాళ్ళు. అది సమానమైన పోరు అయ్యుండేది. ఇప్పుడు వాళ్ళ పోరాటం ఒక లెక్కలోది కాదు. ఈ ఇనుప ఆయుధాలు కండలలోకి దూసుకుపోయినంత తేలిగ్గా కవచాల్లోకి దూసుకుపోతున్నాయి. ఇనుప కత్తుల బరువు వలన కూడా దెబ్బతిన్న వ్యక్తి వెంటనే మరణిస్తున్నాడు. దాని దెబ్బ తప్పించుకోగలిగితేనే బ్రతుకు, దెబ్బపడితే చావే! కానీ అది అసాధ్యం.

పదో మనిషో, పదకొండో మనిషో సుదాస్ దెబ్బ తప్పించుకో ప్రయత్నించాడు పక్కకి వంగి. అతని చేతిలో వంకర్లు తిరిగిపోయిన ఆయుధం వుంది. అది కూడా సగం విరిగింది. సుదాస్ అడుగు వెనక్కి వేసి అతనే తన పైకి వస్తాడని ఎదురుచూస్తున్నాడు. అతను తన వెనక నిరీక్షిస్తున్న సహసైనికుల వంక చూశాడు. అతని కళ్ళల్లో భావాలను స్పష్టంగా చదివాడు సుదాస్. అతను వెనక్కి పోలేదు, పోతే పిరికివాడి కింద జమకడతారు. అతను సూటిగా సుదాస్ దగ్గరకొచ్చాడు. సుదాస్ చెయ్యవలసినదల్లా తన కత్తిని పట్టుకోవడమే! ఆ మనిషి దానిమీద వాలిపోయాడు.

దాదాపు నలభైమంది లోయ ముఖద్వారం వద్ద మరణించాక గానీ ఏదో జరుగుతోందని అనుకి అర్థం కాలేదు. అతనికి అప్పటికి వార్త అంది వుంటుంది. అది నిజమో కాదో తెలుసుకోవడానికి తన మనుషులని తప్పించుకుంటూ స్వయంగా అక్కడికి వచ్చాడు.

"ఇనుమా? మీ మంత్రాలమారి అతని పిల్లచేష్టలతో నా మనుషులను మోసం చేస్తాడా? ఎవరూ ఇనుముతో ఆయుధాలు చెయ్యలేరు. ఒకవేళ చేసినా అవి యుద్ధంలో పనిచెయ్యవు" అని సుదాస్ పైన కేకలు పెట్టాడు.

సుదాస్ కిలకిలా నవ్వాడు. అప్పుడే అతనింకొక ధైర్యవంతుడిని పైకి పంపి వున్నాడు. అతగాడు తన కత్తి పట్టుకుని సుదాస్ మీదకు లంఘించి వున్నాడు.

అతని వంక చూపిస్తూ "అట్లా అని ఇతనికి నచ్చజెప్పు అనూ! తక్కినవాళ్ళకు కూడా" అన్నాడు.

అప్పుడు అధర్వ శత్రువు వైపు వీపుతిప్పి నిలబడడం అతన్ని వెనకనుంచీ పొడవడానికి శత్రువు ప్రయత్నించడం చూశాడు సుదాస్. వెంటనే ముందుకుపోయి అతని మీదకు కత్తి ఎత్తి అతని కత్తితో వున్న చేతినీ అతని మెడ కొంకినీ సగం మొండాన్నీ నరికేశాడు. అతను కింద పడిపోయాడు. అతని శరీరంలోనుంచీ చిమ్మిన రక్తమాంసాలు అతని రాజుగారి పాదాలకిందుగా ప్రవహించాయి.

"ఇనుప కత్తితో పొడవబడ్డ వ్యక్తి యిదిగో ఇట్లా వుంటాడు" అన్నాడు సుదాస్. అను తన సైనికుని వంక చూస్తూ వుండగా. "ఇతనికి చెప్పు ఇనుప ఆయుధాలు యుద్ధానికి పనికి రావని" అన్నాడు మళ్ళీ సుదాస్.

సుదాస్ కత్తి ఎత్తాడు. అతని చేతి కండరాలు నొప్పి పుట్టాయి. ఆయుధం చాలా బరువుగా వుంది. పూర్వం దాన్ని ఉపయోగించిన అలవాటు కూడా లేదు. "వచ్చి నువ్వే చూడూ" అన్నాడు అనుని.

అను ఒక రకమైన దిగ్భ్రాంతితో సుదాస్‌ని చూశాడు.

"ఎట్లా వచ్చాయి మీకీ ఆయుధాలు? ఇప్పటివరకూ ఏ తృత్సు ఇలాంటి ఆయుధాలు వాడడం చూడలేదు, వినలేదు."

సుదాస్ భుజాలు ఎగరేస్తూ "తృత్సులేమిటి నాకు తెలిసినంత వరకూ ప్రపంచంలో ఎవరూ వాడలేదు ఇప్పటి వరకూ. ఇనుప కత్తులు పట్టిన మొదటి వాళ్లం మేమే. వాటికి ఆహుతి అయిన మొదటి సైనికులు మీ గౌరవప్రదమైన సైనికులే. మాకు వాటిని మా ఇలవేలుపు ఇంద్రుడే ఇచ్చాడు."

అది విని అను తెల్లబోయాడు. అతని చుట్టూ వున్న సైనికులు నోరు తెరిచారు. కొందరు గుసగుసలాడారు. దేవతల ఆయుధాలు అనే ఆలోచన చాలా శక్తివంతమైనది. అది భారత పురాణాలలో వున్నది.

చాలామంది ఇనుప ఆయుధాలు దేవతలవని నమ్ముతారు. అవి ఎప్పటి నుంచో వున్నాయని, వాటిని మర్త్యులు వాడకూడదనీ నమ్ముతారు.

అథర్వ ముందుకొచ్చి తన కత్తి పైకెత్తాడు, అతనూ అతని కత్తీ ఒక పన్నెండుమంది రక్తంతో తడిసి వున్నారు. ఆ అవతారంలో అతను పురాణాల్లోని రాక్షసుని వలె కనపడుతున్నాడు కానీ ఒక నాగరిక తృత్సు వలె లేడు.

"ఇవ్వాళ తృత్సులతోపాటు ఇంద్రుడు కూడా యుద్ధం చేస్తున్నాడు. అతని ఇనుపకత్తి మొన ఎలా వుంటుందో చూడు అనూ" అన్నాడు.

12

సుదాస్ చుట్టు నలుగురు మనుషుల లోతున శవాలు పడి వున్నాయి. చనిపోయినవారి స్థానంలో పోరాటానికి వస్తున్నవారు ఆ శవాలను తొలగించుకుని రావలసి వస్తున్నది. అనుకి ఇంక మాట్లాడ్డానికి ఏమీ కనపడలేదు. అయినా వాళ్ళు ఒక వరుస తరువాత మరొక వరుసలో సుదాస్ బోలన్ అథర్వలతో పోరాడ్డానికి వస్తున్నారు.

అను వెనక్కి వెళ్ళాడే కాని గడప దగ్గర నిలబడి పర్యవేక్షిస్తున్నాడు. సుదాస్ వచ్చినవాడిని వచ్చినట్టు తన కత్తికి బలివ్వడం అను గమనిస్తున్నాడు. ఆ విషయం సుదాస్ కూడా గమనించాడు.

అథర్వ ఇంక పడిపోయే దశకి వచ్చాడు. ఆ యువకుడిలో తన కత్తిని రెండు చేతులతో ఎత్తిపట్టుకునే ఓపిక కూడా తగ్గిపోయింది. మీదకు వస్తున్న శత్రువు పైకి కత్తి తిప్పే క్రమంలో అతని శరీరం అంతా ఊగిపోతున్నది. అతనిలో ఓపిక తగ్గిపోవడంవల్ల ముఖ్యంగా అతనికి చాలా గాయాలు కూడా అయ్యాయి. సుదాస్ అతన్ని తప్పుకోమని చాలా నెమ్మదిగా చెప్పాడు. కానీ అతను సుదాస్ వంక చూడకుండా తల గట్టిగా ఆడించి పోరాటం కొనసాగించాడు.

పోరాటంలో చిన్న విరామం అన్నట్టు సుదాస్ తల ఎత్తి పైనున్న ఆకాశంకేసి చూశాడు. ఇంకా వెలుగున్నది. మబ్బుల చాటునుంచీ నీలాకాశం ముక్కలు కనిపిస్తున్నాయి. ఉత్తుంగ పైభాగంలో ఇంకా ఎండ కనపడుతున్నది. తుఫాను గురించి గురు వశిష్ఠ చెప్పినది నిజం కావాలని ప్రార్థించాడు సుదాస్. వారి యుద్ధ వ్యూహానికి తుఫాను రావడం

కీలకమైనది. తుఫాను రాకపోతే ప్రపంచంలో వున్న ఇనపకత్తులన్నీ కలిసి కూడా తమని రక్షించలేవు.

అతని బాహువులు ఎంత నొప్పి పుడుతున్నాయంటే కండరాలనూ, ఎముకలనూ కలిపే ప్రతి స్నాయువు దగ్గర చివుక్కు మంటున్నది. అతను చేతులు కిందకి దించి నరాల వంకా, కండరాల వంకా చూసుకున్నప్పుడవి కొంత ఊపిరి తీసుకుంటున్నట్లు కనిపించాయి. యుద్ధంలో ఒలికిపోయిన రక్తమాంసాలన్నీ అందులో కనిపించాయి. దీనినే అతని తండ్రి పజవాన్ యుద్ధపు వ్యర్థాలు అనేవాడు.

తనిప్పుడు తన స్థానాన్ని ఒక యువకుడికి ఇవ్వాల్సిన సమయం వచ్చిందనుకున్నాడు సుదాస్. కానీ తృత్సుల రాజైన తను ఇక్కడ ఇంద్రుడి ఇనప ఖడ్గాన్ని పట్టుకు నిలబడడం ఇప్పటికిప్పుడే ఒక గాథగా మారుతున్నది. తనను ఎదుర్కొనడానికి వస్తున్న ప్రతి అను సైనికుడి కళ్లల్లో ఒక భయం ఒక విభ్రాంతి కనపడుతున్నది. వాళ్ళు తనను భూమికి దిగివచ్చిన దేవుని అవతారంలా భావిస్తున్నారు. లేదా పురాణాల్లోని ఒక రాక్షసుడనుకుంటున్నారో! సురులంటే దేవుళ్ళు. అసురులు వారి ప్రత్యర్థులు. రాక్షసులు. దేవాసుర యుద్ధం ఈనాటి దశరాజ యుద్ధం లాంటిది కాదు.

తననూ తృత్సులను ఈ యుద్ధం సురులను చేసిందా, అసురులను చేసిందా? ఏమి తేడా వుంది ఈ యుద్ధంలో? ఒకసారి యుద్ధ వ్యర్థాలలో స్నానం చేస్తే మనుషులంతా రాక్షసులు కారా? యుద్ధాలనుంచీ తిరిగి వచ్చినప్పుడల్లా పిజవాన్ తను తిరిగి మనిషినౌతున్నాననేవాడు.

అధర్వ కేకపెట్టాడు.

ఒకేసారి ఇద్దరు అను సైనికులతో తలపడుతున్నాడు సుదాస్. ఏమీ చేయలేని పరిస్థితిలో అను సైనికులు ఇట్లా చొచ్చుకువస్తున్నారు. సుదాస్‌కి అక్కడేం జరుగుతున్నదో తెలుసుకో వీలు లేకున్నది. అయినా అధర్వ వేసిన కేకను బట్టి అతను తీవ్రంగా గాయపడ్డాడని అర్థమైంది. అతను

ఉచ్ఛాస్‌ను కేకపెట్టి పిలిచాడు. ఈలోగా ఒక అను సైనికుడు సుదాస్‌ను ఎడమవైపు తిరిగేలా చేశాడు. మరొకరిని లోపలికి రప్పించేందుకు చోటుకోసం. సుదాస్ అప్పుడు వస్తూన్న దురదృష్టవంతుడిపై కత్తి ఝళిపించి అంతమొందించాడు. వెంటనే మరొకరికోసం ఎదురుచూస్తూ వెనక్కి వచ్చాడు.

ఉచ్ఛాస్ ఒక అను సైనికునితో పోరాడుతూనే "వచ్చాను రాజా" అని సుదాస్ చెంతకు వచ్చాడు. సుదాస్ అక్కడికొచ్చిన రెండవ సైనికుడిని కూడా సంహరించి అధర్వ స్థానంలో వున్న ఉచ్ఛాస్‌ని చూశాడు. అతని వెనుక ఏవో కదలికను పసిగట్టి చూడగా అలీనా దహా కలిసి అధర్వ శరీరాన్ని లోయలోకి మోసుకుపోవడం కనిపించింది. "చనిపోయాడా?" అని అడిగాడు.

"అవును, మీరింక కాసేపు విశ్రాంతి తీసుకోండి రాజా! అరగంటనుంచీ నిర్విరామంగా పోరాడుతున్నారు" అంటూ మళ్ళీ కొత్తగా ప్రవేశిస్తున్న వాళ్లపై తలపడ్డాడు ఉచ్ఛాస్.

అంతేనా? అరగంటేనా? ఈ రోజంతా పోరాడుతున్నట్లే అనిపించింది.

"నేను నిరీక్షిస్తున్నాను" అన్నాడు సుదాస్.

ఇంతలో బయట ఏదో కలకలం చెలరేగింది. అరుపులు కేకలు. అను వెనక్కి వెళ్ళిపోతుండడం కనిపించింది. ఇంద్రుడి ఆయుధాలతో సంహరింపబడడానికి ఎదురుచూస్తున్న సైనికులకు ఎటు వెళ్ళాలో తోచక అయోమయంలో పడ్డారు. అనుతోనా? యుద్ధంలోకా?

"ఇందుకే నిరీక్షిస్తున్నాను" అని తన వెనక లోయలో వున్న సైనికులకేసి తిరిగి, "ఇనుప కత్తులతో సహా అశ్వాలను అధిరోహించి కదలండీ పదండి. దయాదాక్షిణ్యాలొద్దు శత్రువుని అన్నివైపులనుంచీ నరుక్కురండి. శత్రువుని పైనుంచీ పొడవండి, కిందనుంచీ అయితే కత్తి మళ్ళీ తీసుకోవడం కష్టం" అన్నాడు.

"ఇది చచ్చేటంత బరువుగా వుంది" అని గొణిగాడు ఉచ్ఛాస్. ఈ యువయోధుడు అతని జీవితంలో ఇట్లా ఫిర్యాదు చెయ్యగా సుదాస్ వినడం ఇదే మొదటిసారి.

తన అలిసిపోయిన చేతితో అతని భుజం చరిచి, "అలవాటు పడాలి. ఇంక ముందుముందు అన్ని యుద్ధాలూ ఇనప ఆయుధాలతోనే జరుగుతాయి" అన్నాడు సుదాస్.

కొద్దిక్షణాల తరువాత వాళ్ళు ముందుకు సాగారు. అను ఏ యుక్తి పన్నాడో అనుకుంటూ. కానీ ఇందాక తనకి అను కళ్ళలో మోసపుచూపు కనపడలేదు. అతను తన సైన్యంలో రేగిన కలకలాన్ని తెలుసుకోడానికి ఉన్నపాటున వెనుదిరిగాడంతే.

ఆ కలకలానికి కారణం ఇది.

వారివైపునుంచే అను సైనికులమీద దాడి జరుగుతున్నది.

దాదాపు మూడువందలమంది అశ్వికులు అను సైనికులతో భీకరంగా పోరాడుతున్నారు. అను సైనికులకన్న తక్కువ సంఖ్యలో వున్నా వారివద్ద ఇనప ఆయుధాలున్నాయి.

తన చేతిలో వున్న ఆయుధాలవంటివే! కొంత మోటుగా వున్న ఇనుప ఆయుధాన్ని అంబరీష చేతిలో చూసి మందంగా నవ్వాడు సుదాస్. ఆ ఆయుధాలు ఎంత తేలిగ్గా అను సైనికుల రాగి సీసపు కవచాలనుంచీ దూసుకుపోతున్నాయో చూసి అతనికి కాస్త విచారం కలిగింది. చిందుతున్న రక్తబిందువులు సాయంత్రపు ఎండపడి కెంపులవలె మెరుస్తున్నాయి. ఇనుప ఖడ్గాలతో కవచాలు విరుగుతున్నాయి. తలలు తెగిపడుతున్నాయి. రక్తం ప్రవహిస్తున్నది.

అను సైనికుల అశ్వాలు కూడా బెదిరిపోయి సకిలిస్తున్నాయి. వాటిపైవున్న సైనికుల భయాన్ని తెలుసుకున్నట్టు.

ఆ దాడిని నిలవరించమని అను గర్జిస్తున్నాడు. వాళ్ళని ఇంకా యుద్ధంలో వుంచగలుగుతున్నది అను ఒక్కడే అని సుదాస్‌కి తెలుసు.

తన ఖడ్గానికి బలైన అను యోధుల మొహాలమీద తనకు కనపడిన దిగ్భ్రాంతి ఇప్పుడు అను సైనికులందరి మొహాలలో కనపడుతున్నది. అది భీతితో కూడిన గగుర్పాటు. తమ ఇలవేల్పు ఇప్పుడు తమ శత్రువులకు దేవాస్త్రాలిచ్చి తోడ్పడుతుంటే వాళ్ళేం చెయ్యగలరు?

"వెనుదిరగవద్దు, దిక్కులు చూడవద్దు" అని గర్జించాడు సుదాస్ కత్తి పైకెత్తి. అను కంఠానికి సరిజోడిగా.

అతను సరయూను ముందుకు పొమ్మన్నట్లు దానికి తన కాళ్ళు ఆనించాడు. అప్పుడు అను తన వంక చూడడం గమనించాడు సుదాస్.

అతని బావమరిది కళ్ళు వెడల్పు చేసుకుని వున్నాడు. అతని కనుపాపలు తెల్లని కళ్ళలో చిన్న చుక్కలవలె వున్నాయి.

అతనికిపుడు మరణ భయం వచ్చింది. ఇదంతా ఇట్లా ఎట్లా పరిణమించిందో అర్థం కావడం లేదు.

సుదాస్ అను సేనకు వెనకభాగానికి వచ్చాడు. వచ్చి భరతదేశపు నినాదం ఇచ్చాడు. శత్రుసేనని ముందుకు తిరిగి పోరాడమని చెప్పే విధంగా. మనుషులను వెనకనుంచీ వధించడం అతనికి ఇష్టంలేని పని. అను సైనికులంతా తమ ముందున్నవారితో పోరాడుతున్నారు. ఈ కొత్త దాడికి వాళ్ళు బిత్తరపోయారు.

"యుద్ధానికి వచ్చిన తృత్సులంతా నాతో వున్నవాళ్ళేనని వాళ్ళు ఊహించుకున్నారు. ముందు కొద్దిమందితో మొదలవడంతో ఇంకా వున్నారనుకుని వుండరు. మేమెక్కడ ఎందుకిలా చీలిపోయామో వాళ్లు తెలుసుకోలేరు" అనుకున్నాడు సుదాస్.

తనలో తనే నవ్వుకున్నాడు. ఇట్లా సైన్యాన్ని చీల్చడం ముందుగా ఒక జూదం ఆడడంలా, పిచ్చితనంగా కూడా అనిపించింది. కానీ గురు వశిష్ఠుడు యుద్ధవ్యూహంలో చతురుడు. తను అట్లా ఎపుడూ అంత వివేకంతో ఆలోచించలేడు. ఆ పిచ్చి జూదమే ఇప్పుడు ఒక సైనిక వ్యూహంలా పరిణమించింది.

పర్ణి, వేద, కురుక్, రవి, అస్సిర్‌లు భీకరంగా పోరాడడాన్ని చూశాడు సుదాస్. అతనికి అలసటగా వుంది కానీ యుద్ధం చెయ్యాలని కుతూహలంగా వుంది. తనతో వున్న మూడువేలమంది యోధులకూ కూడా అట్లాగే వుంది. ఇపుడు సమయం ఆసన్నమైంది కూడా. వీళ్ళందరినీ యుద్ధం ముగిసేదాకా వశిష్ఠుడు ఏదో పనిలో వుంచుతాడనుకున్నాడు. కానీ ఇంకా వున్న తృత్సులు పోరాడందే యుద్ధం ఎలా ముగుస్తుంది? గురు వశిష్ఠునికి తనేం చేస్తున్నాడో తనకి బాగా తెలుసు. ఆయన్ని సందేహించాల్సిన కారణం ఎప్పుడూ కనిపించలేదు సుదాస్‌కి. అంతే కాదు గురువు తననెప్పుడూ నిరాశపరచలేదు కూడా. వాళ్ళిద్దరిమధ్య ఉన్న అలిఖిత ఒడంబడిక అది.

ఒకపక్క మూడువందలు మరొకపక్క రెండువందలు అయినా ఇంకా అను తరఫున తొమ్మిదివందలు. ఇప్పటికీ సమానంగా లేవు సేనలు.

కానీ ఇనుము వాళ్లని సమానుల్ని చేసింది.

అను సైనికులను అతిసులువుగా ఖండఖండాలుగా నెత్తుటి ఏరులుగా వధిస్తూ, "భరతవంశం" అని గర్జించాడు సుదాస్.

13

అను సైనికులు వరుసలలోనుంచీ చీలి పరిగెత్తసాగారు. అను ఇంకా "నిలవండి నిలవండి" అని గట్టిగా అరుస్తుండగానే వాళ్ళు అలా వెళ్లడం అనుకుని చేసిన పలాయనం కాదు.

కానీ శత్రువు కత్తులు వారి కవచాలను చీల్చిపడేసి వారి కత్తులను కర్రముక్కల కింద విరిచి పడేస్తుంటే ఎంతసేపని పోరాడగలరు వాళ్ళు?

సుదాస్ తన నెత్తురోడే కత్తితో వారివైపు వస్తూండగా కొంతమంది సైనికులు వెనుతిరగడం మొదలైంది. వాళ్ళు వెనక్కి తిరిగి పరుష్ణి వైపు వారి సైనిక స్థావరం దగ్గరికి పారిపోయారు. కొంతమంది గుర్రాలు దిగిపోయి వారివెంట పరిగెత్తారు.

కొద్దిక్షణాలలోనే అను సైన్యం ముక్కల కింద చీలిపోయి ఇంద్రుని దేవాస్త్రాలనుంచీ తప్పించుకుని పారిపోవడం మొదలుపెట్టారు. రాబోయే కొన్ని శతాబ్దాలదాకా ఇంద్రుడు తన దివ్యాస్త్రాలను సుదాస్‌కి ఇచ్చి ఎట్లా సాయం చేశాడో కథలుకథలుగా తరాలనుంచీ తరాలకు చేరుతుంది. ఆ చారిత్రాత్మకమైన రోజు జరిగిన అద్భుతమైన సంఘటనలు కూడా అను సైనికుల మీద ఈ అస్త్రాలు చూపినంత ప్రభావం చూపలేదు.

పరిగెత్తే సైనికుల మీద కోపంగా రంకెలు పెట్టాడు అను. అప్పుడతనికి తను ఎంత ప్రమాదంలో వున్నదీ అర్థమైంది. తనను శత్రుసైనికులు చుట్టుముట్టడమో, పట్టుకోవడమో ఇంకా ఏమైనా కావచ్చు. అందుకని హుందాగా వెనక్కి తిరగడం మంచిదనుకున్నాడు.

"అను సైనికులారా! నాతో రండి" అని తమ కృతధ్వజాన్ని

మోస్తున్న వ్యక్తివైపు తనతో రమ్మని సైగ చేశాడు. ఇరువైపుల యొక్క అశ్వికుల మధ్యనుంచీ ఆ ధ్వజధారి వెళ్ళిపోవడానికి ప్రయత్నించడం సుదాస్ చూశాడు.

"అతన్ని ఆపండి" అని అంబరీష్‌తో అరిచి చెప్పాడు. తన కత్తితో ఆ ధ్వజాన్ని చూపించాడు. అంబరీష్ తనకి అర్థమైనట్లు తన కత్తిని ఎత్తి ఊపి అనును తన గుర్రంపైన వెంబడించాడు. పారిపోతున్న శత్రువులకూ నదికీ మధ్య వున్న తృత్సులను హెచ్చరించాడు. ఈ వైపునుంచీ సాళ్వా, ద్రహ్యూలు సుదాస్ చెప్పింది అర్థం చేసుకుని అనూని అడ్డగించడానికి బయలుదేరారు. అప్పటికే సుదాస్ అనూని సమీపించాడు. అతను సమీపించేటప్పటికీ అను సాలెగూడులా అల్లుకున్న తృత్సు సైనికుల మధ్య చిక్కుకున్నాడు. అతనితోపాటే వందమంది అతని సైనికులు కూడా. తక్కినవాళ్ళు పరుష్ణి నది వైపు బృందాలుగా పారిపోతున్నారు. వాళ్లు తమ రాజు వస్తున్నాడా లేదా అని కూడా చూడడంలేదు.

అంబరీష్ ఉచ్ఛైశ్రవలు అనును నిలవేసినచోటికి సరయూ దూకుతూ వుండగా "అనూ" అని కేక పెట్టాడు సుదాస్.

ఆడగుర్రాన్ని చూసి అను గుర్రం వెనక్కి తగ్గింది. పళ్ళు బయట పెట్టింది. అదొక మంచి భోజ గుర్రం. యుద్ధ మనస్తత్వం కలది. తను నగరాలలో దానిమీద వెళ్ళేప్పుడు తనకి అడ్డం వచ్చిన పాదచారులను తొక్కుకుంటూ పోవడం నేర్పాడు దానికి అను. పిల్లలను, వృద్ధులను, స్త్రీలను, ఆఖరికి బ్రాహ్మణులను కూడా విచక్షణారహితంగా అతను అట్లా తొక్కుతూ పోవడం గురించి అతనిమీద ఎన్నో ఫిర్యాదులు విన్నాడు సుదాస్. కేవలం తను వీధులలోకి వచ్చినప్పుడు అడ్డం వచ్చారనే మిషతో.

సరయూ భద్రత కోసం సుదాస్ దాన్ని కొంచెం వెనక్కి నడిపాడు. ఆమె కూడా పోరాటశీలే కానీ, అను గుర్రానికి ఆమె తలను తన్నే అవకాశం ఇవ్వదల్చుకోలేదు. ఈ రోజు రాత్రి తనకు చెందినవారందరినీ, తన గుర్రాలనూ కుక్కలనూ కూడా క్షేమంగా ఇల్లు చేర్చాలనేది అతని ఆశయం.

"ద్రోహీ" అని అరిచాడు అను అసమర్ధ కోపంతో. ఎర్రబడిన మొహంతో.

"ద్రోహిని నేనా? ఆ మాట నీకు సరిగ్గా సరిపోతుంది. నువ్వు శత్రువులతో చేతులు కలిపి భరతదేశాన్ని వంచించావు. వాళ్ళనుంచీ నువ్వు సైనిక సహాయం ఎట్లా తీసుకున్నావు?" అంటూ నదివైపుకు తల తిప్పి "వాళ్ళతో మనకి ఎన్ని విభేదాలున్నా నువ్వు పురులతో భృగులతో పొత్తుపెట్టుకున్నావు. దస్యులతో, మత్స్యలతో, పర్సులతో, పాణిలతో కూడా పొత్తు పెట్టుకున్నావు. వాళ్లు చాలా హీనమైన మ్లేచ్ఛులు. కేవలం ఈ గొప్ప దేశాన్ని కొల్లగొట్టి పంచుకోవాలనే కదా?"

అను తన ముంజేతితో నోరు తుడుచుకున్నాడు. అక్కడున్న రక్తపు మరకను తుడిచేసుకోడానికి బదులు మరింతగా పులుముకున్నాడు.

"ఈ భూమినుంచీ మనందరం లాభం పొందాలనుకునేవాళ్లమే. నువ్వు కూడా! గొప్పగా మాట్లాడకు సుదాస్!" అన్నాడు.

"లేదు సోదర భరతా! నేను ఈ దేశాన్ని నిర్మించాలనుకున్నాను. అభివృద్ధి చెయ్యాలనుకున్నాను. ఇప్పుడు కూడా నువ్వు ఆ పనికి నాకు సాయం చెయ్యొచ్చు. నీ అస్త్రశస్త్రాలు కింద పడేసి ఈ తెలివితక్కువ యుద్ధాన్ని ఆపినట్లయితే. నేను నిన్ను క్షమించి మళ్ళీ ఈ భరత తెగ లన్నింటినీ ఏకం చేస్తాను. విదేశీయులు మనకి మిత్రులుగా వుండొచ్చు, మన వ్యాపారాలలో భాగస్తులుగా వుండొచ్చు కొన్ని నియమ నిబంధనలతో. నీకు కావలసినది ధనసంపదే అయితే కాలక్రమంలో అది నీకు ప్రాప్తిస్తుంది. కానీ ఇంత మూల్యం చెల్లించి కాదు. ఒక భరతుడితో మరొక భరతుడు యుద్ధం చెయ్యడమా? ఇదేం పిచ్చి? ఎంత వ్యర్థమైనది ఈ యుద్ధం?"

అను సుదాస్ వైపు ఆరోపణగా చూస్తూ "నువ్వు నాకు లొంగి పోయేందుకు నిబంధనలు చెబుతున్నావా? ఏమనుకుంటున్నావు నిన్ను గురించి నువ్వు? ఇంద్రుడి కొడుకుననుకుంటున్నావా? నువ్వు నా సైనికుల సంఖ్య చూడలేదా? నదిపైనా, పక్క భూభాగాలలోనూ నేను

నిర్మించిన ప్రాకారాలను చూడలేదా నువ్వు? నా సేనలకున్న అద్భుత సైనిక నిర్మాణ నైపుణ్యాన్ని ఎరగవా? మేము పరుష్ణి నదిని ప్రవహించకుండా ఆపేశాం. మేము నదులను కూడా అదుపు చేస్తాం, వింటున్నావా, సుదాస్! నదులని అదుపుచేస్తాం మేము."

సుదాస్ అతనిపైన జాలితో తలూపుతూ, "నదులను అదుపు చెయ్యవలసిన అవసరం లేదు, ఈ పంచనదుల భూమి పుష్కలమైనది" అన్నాడు.

అను సుదాస్ వంక క్రూరంగా చూశాడు.

"అందుకే నీ దగ్గర ఒక్క తెగకు చెందిన సైనికులే వున్నారు. నా దగ్గర అంతకు పదిరెట్లు వున్నారు. అంతేకాదు, సుదాస్! నీకు ఆకాంక్ష లేదు. నీకు తెలీదా సుదాస్! నదులను అదుపు చేసినవాడు భూమినే అదుపు చెయ్యగలడు. మాకిక దేవుళ్ళూ, దేవతలూ అక్కర్లేదు. ఇప్పుడు మేమే దైవాలం."

సుదాస్ తన ఒర నుండీ కత్తిని తీసి కాస్త పైకెత్తి పట్టుకుని "అయినా మనం మర్త్యులం. మనం గాయాలపాలై మరణిస్తాం. అహంకారాన్ని ఆకాంక్ష అనకు అనూ! సమయం ఇంకా మించిపోలేదు. నీతోటివారితో యుద్ధానికి ఇక తెర దించు. నాతో ఒక సోదరునిలా చేతులు కలుపు. నేను నీ మీద కానీ, నీ వాళ్ల మీద కానీ ఎటువంటి పగ సాధింపు చర్యలు తీసుకోను. ఎటువంటి ప్రాయశ్చిత్తాలూ, దండనలూ ఉండవు. నీ ఆయుధం నాకిచ్చి నీ సేనల్ని వెనక్కు పిలు చాలు. ఇప్పుడే సూర్యాస్తమయానికి ముందే మనం నా సమావేశ మందిరానికి పోయి తెల్లవారేవరకూ సోమరసపానం సాగిద్దాం" అన్నాడు.

అను నవ్వి, "నువ్వొట్టి తెలివితక్కువవాడివి. ప్రజల్ని ప్రేమించే దండగమారి మూర్ఖుడివి. నీకింకా తెలీలేదా? ఈ ప్రపంచంలో అన్నిటి కన్న ముఖ్యమైనది "నువ్వు". ఇతరులకోసం ఏం చేసినా అది లెక్కలోకి రాదు. ఏ మనిషైనా తన స్వలాభం కోసమే తన తృప్తి కోసమే పనిచేస్తాడు. అదే ఈ లోకరీతి."

సుదాస్ మరొకసారి తన ఇనపకత్తి పిడి వంక చూసుకుంటూ, "అయితే నువ్వు లొంగనంటావు?" అన్నాడు.

అను దానికి ప్రతిగా నవ్వుతూ, "పిచ్చివాడా! లొంగిపోతానని అడగవలసింది నువ్వు. అయినా నీ లొంగుబాటుని నేనిప్పుడు అంగీ కరించననుకో. ఎందుకంటే నువ్వు మా అను సైనికుల రక్తం చాలా చిందించావు. అందుకు నిన్ను క్షమించను" అన్నాడు.

"అదంతా ఆత్మరక్షణ కోసం చేసిందే కదా!" అన్నాడు సుదాస్ విచారంగా. "మేము ముందుగా మీమీదకు రాలేదు. మీరు మామీదకు వస్తేనే మేము కత్తి ఎత్తాం."

అను అదంతా వదిలిపెట్టమన్నట్టు చెయ్యి ఊపుతూ, "నువ్వు తప్పు చేశావు. నేను నిన్ను క్షమించను. రేపు తెల్లవారేలోగా మీలోని చిట్టచివరి వ్యక్తి వరకూ మరణించాల్సిందే. మా సర్వశక్తులూ ధారపోసైనా సరే మిమ్మల్నందర్నీ వేటాడి చంపుతాం. మీరు బ్రతికుంటారని ఆశపడకండి" అన్నాడు.

సుదాస్ భుజాలు ఎగరేస్తూ, "ఇప్పటిదాకా బ్రతికి వున్నాం. మీలోని అత్యంత సాహసవంతులూ, యోధులూ మామీదకు వచ్చినా కూడా" అన్నాడు.

అను పిడికిళ్ళు బిగిస్తూ "మా దగ్గర ఇంకా మనుషులు వున్నారు. ఇంకా మంచివాళ్ళూ, ధైర్యవంతులూ వున్నారు. ఇప్పుడు నన్నూ మా యోద్ధులనూ పోనివ్వండి లేదా ధైర్యం వుంటే చంపండి. నీతో మాట్లాడి అలసిపోయాను తృత్సూ" అన్నాడు.

సుదాస్ తన సైనికులకు సౌజ్ఞ చేశాడు. వాళ్ళు అనుని వెళ్లనిచ్చారు.

"అతన్నెందుకు వెళ్లనిచ్చావు రాజా? అతన్ని చంపేస్తే యుద్ధం ఇక్కడే ఇప్పుడే ముగిసిపోయేది కదా?" అన్నాడు అంబరీష్ కోపంగా.

సుదాస్ అతని వంక సానుభూతితో చూసి, "అట్లా మన ధర్మానికి విరుద్ధంగా నడుద్దామా? కాదు. అట్లా చేస్తే ఏం జరిగివుండేదో తెలుసా?

మిగిలిన తొమ్మిదిమంది రాజులూ ఇతని సంపదంతా కాజేసి మనమీద కొచ్చేవాళ్ళు. అను శత్రువులకు నాయకత్వం వహించినంతకాలమూ మనకి అతని శక్తియుక్తులూ, వ్యూహాలు తెలుస్తాయి. ఆ తెలివిడితోనే నేనిట్లా స్పందించాను" అన్నాడు. అని నది వైపుకి చూపిస్తూ, "అంతేకాదు శత్రువు ఇప్పుడు యుద్ధానికి నిబద్ధుడు. అనుని చంపినా లొంగదీసుకున్నా వాళ్ళు యుద్ధం విరమించుకోరు. వాళ్ళు అను సాయంతోనో, లేకుండానో ఏదో ఒక రకంగా తృత్సు భూభాగాన్ని ఆక్రమించుకోవాలని కంకణం కట్టుకున్నారు."

సుదాస్ మాటలలోని సత్యాన్ని గ్రహించి అంబరీష్ మిన్నకుండి పోయాడు.

"సోదరులారా! మనం చివరి వరకు పోరాడుదాం. వాళ్ళు యుద్ధం ముగించకపోతే మనం ముగిద్దాం" అని గట్టిగా నలువైపులకూ వినపడేలా అరిచి చెప్పాడు సుదాస్.

14

సుదాస్ తన ముఖ్య స్థావరానికి వచ్చి సరయూను వెనక్కి తిప్పాడు. ఆమె తన ముక్కుతో అక్కడి భూమి వాసన చూసి తన కాళ్లతో నేలను కొట్టి చూసి అప్పుడక్కడ స్థిరపడింది. సుదాస్ వలెనే అంబరీష్ బోలన్ ఉచ్ఛాస్‌లు కూడా తమ గుర్రాలను అట్లాగే చేశారు. వాళ్ళు అక్కడ సముద్రంవలె వున్న కుశ గడ్డి క్షేత్రాన్నీ ఆవలవున్న నదిని ఒకసారి అవలోకించారు. అక్కడనుంచీ ఆ దృశ్యం మనోహరంగానూ, అద్భుతం గానూ వున్నది. ఐదు నదులకు చెందిన విశాలమైన మైదానాలు కనపడు తున్నాయి. అవి తూర్పుదిశలోనున్న పర్వతపాదాల వరకూ విస్తరించి వున్నాయి. అవి దక్షిణానికీ, పడమరకీ కూడా అనేక యోజనాల మేర విస్తరించాయి. అస్తమయ సూర్యుని నీడ ఆ పచ్చని నేలమీద పడి పిల్లలు ఆడుకునే ఉత్తుత్తి యుద్ధంలోని సైనికుల బొమ్మలను తలపిస్తున్నది.

అసలైన యుద్ధభూమి వారికి కొంచెం క్రిందుగా వున్నది. ఇక్కడనుంచీ స్పష్టంగా కనపడుతున్నది. దానిని సరిగ్గా చూడ దానికే సుదాస్ తన అనుచరులను ఈ రహస్య ప్రదేశానికి తీసుకుని వచ్చాడు.

"అను సేనలు నదిని దాటి వెనక్కుపోయాయి" అన్నాడు దహ, పరుష్ణి అవతల ఒడ్డున అలసిపోయి కూలబడ్డ తగరపు కవచాల అశ్వికులను చూపిస్తూ.

"పరాజయాన్ని మర్చిపోవడానికి చూస్తున్నారు. తమ తల్లులను గుర్తుతెచ్చుకుంటున్నారు" అన్నాడు కురుక్ వాళ్ళపై తూష్ణీభావాన్ని పలికిస్తూ.

వాళ్లల్లో చాలామంది తమ కవచాలను విడిచి గడ్డిపై పడుకున్నారు. మరికొందరు నిలబడి ఆందోళనను వ్యక్తం చేస్తూ మాట్లాడుకుంటున్నారు.

"ప్రస్తుతానికి వాళ్ళు యుద్ధంలో లేరు" అన్నాడు సుదాస్.

సుదాస్ మనుషులు సంతోష ప్రకటన చేశారు. అతను వాళ్ళను ప్రోత్సహిస్తున్నట్లు చిరునవ్వు నవ్వి మళ్ళీ ఒక హెచ్చరిక చేశాడు, "కానీ వాళ్ళు పగతో మళ్ళీ మనమీదకు రావచ్చు. అను మనుషుల సంగతి మీకు తెలిసిందే కదా?" అని.

ఆనందపు కేకలు అణిగిపోయాయి. అది నిజం. అను ఎప్పుడూ తనకి జరిగిన అవమానానికి ప్రతీకారం తీర్చుకోకుండా వుండలేదు. వుండడు. ఈరోజు వాళ్ళపై పడిన జోడుదెబ్బలు వాళ్ల గౌరవాభిమానాలకు పెద్ద దెబ్బలు. వాళ్ళు తప్పకుండా వచ్చి తృత్సు కండలలో కత్తులు దింపుతారు. వాళ్ళు ఆ అవకాశం వదులుకోరు.

"రాజా! చూడు వాళ్ళు ఏనుగులను తెస్తున్నారు" అన్నాడు వేద, అటు చూపిస్తూ. ఆ యువకుడు ఇంద్రాణి కన్న కొద్ది సంవత్సరాలే పెద్దవాడు. అతనికింకా మొహం మీద వెంట్రుకలే మొలవలేదు. కానీ అతను చాలా తెలివైనవాడు. అన్నింటినీ చురుకుగా పరిశీలిస్తాడు. "మొహం మీద వెంట్రుకలు తరువాత మొలుస్తాయి. ఇప్పుడైతే కండలు పెరిగాయి, నైపుణ్యాలు తెలిశాయి. ఒక యోధుడికి అవసరమైన నైపుణ్యాలు సహజంగా బాల్యంలోనే వికసిస్తాయి, తరువాత నేర్పితే రావు" అనుకున్నాడు సుదాస్ తయారవుతున్న గొప్ప సేనానాయకుడు వేద.

"ఇప్పుడేం చేద్దామని ప్రయత్నిస్తున్నారు వాళ్ళు? వాటిని ఎందుకు కుశ క్షేత్రంలోకి తెస్తున్నారు?" అన్నాడతను.

వేద చూపిస్తున్న దిశగా చూశాడు సుదాస్. తరంగాలవలె గాలికి ఊగుతున్న కుశ గడ్డి మధ్య గజరాజులు నెమ్మదిగా తొండాలూ, తోకలూ ఊపుకుంటూ నడుస్తున్నాయి. అవ్వన్నీ ఒక పద్ధతి ప్రకారం వస్తున్నాయి.

ఒక్కొక్క పది గజాలకూ ఒక ఏనుగు వున్నది.

"మనం గడ్డిలో విలుకాళ్లను దాచకుండా వుండడానికి అట్లా చేస్తున్నారు. మనని పట్టుకునే వరకూ ఏనుగులను పంపుతూనే వుంటారు" అన్నాడు సుదాస్.

"అయితే మనం అప్పుడు ఉపయోగించిన యుక్తిని ఇక ఉపయోగించలేం కదా రాజా?" అన్నాడు అస్సిర్ ఆశాభంగం వ్యక్తం చేస్తూ.

ఈ నీలికళ్ల వ్యక్తి ఒక వ్యాపారబృందంతో ఎక్కడినుంచో విదేశా న్నుంచి ఇక్కడికి పసిపిల్లవాడుగా వచ్చాడు. భరతులతో వచ్చిన వ్యాపార సంబంధమైన వివాదంలో పిల్లవాడి తల్లీ తండ్రీ అను మనుషులచేత హత్య చెయ్యబడ్డారు. ఆ పిల్లవాడికి ఆశ్రయం ఇచ్చి అతనెన్నాళ్ళు కోరితే అన్నాళ్ళూ తృత్సులు అతన్ని కనిపెట్టి చూసుకుంటారని అభయమిచ్చాడు సుదాస్. మూడు దశాబ్దాలుగా అతనీ గడ్డమీదే వుండిపోయి తనను తానొక తృత్సుగా గర్వంగా ప్రకటించుకున్నాడు.

"అనులాంటి వాళ్ళున్నంతవరకూ యుద్ధాలొస్తూనే వుంటాయి. మన శక్తియుక్తులను ప్రదర్శించుకునే అవకాశాలు వస్తూనే వుంటాయి. అట్లాగే మన యుక్తి ప్రదర్శించుకోవడానికి మనకి ఇంకొక అవకాశం తప్పకుండా వస్తుంది అస్సిర్" అన్నాడు సుదాస్.

అతని నీలికళ్ళు మెరుస్తూండగా తల ఆడించాడు అస్సిర్.

నది మధ్యనుంచీ కదలికలు వేగవంతమయ్యాయి. ముమ్మరం కూడా అయ్యాయి. వంతెన మీదనుంచీ అశ్వికులు, పదాతిదళాలు, రథాలు కూడా బారులుతీరి వస్తున్నాయి.

"చక్రాల కుర్చీలు! పరిగెత్తలేని వాళ్లకీ, పారిపోలేని బలహీనులకీ" అన్నాడు పర్ని ఎగతాళిగా.

"ఆ చక్రాల కుర్చీలను తక్కువగా అంచనా వెయ్యకు" అన్నాడు రవి. ఆ నెరిసిన గడ్డం వ్యక్తి సుదాస్ సైన్యంలో చాలా పాతవాడు. అనుభవ

శాలి. అతనికి కుడిచెయ్యి లేదు. ఒట్టి మొండమే. ఉన్నది ఒక్క ఎడమ చెయ్యే. కానీ యుద్ధభూమిలో అతని ఏకాగ్రతా, సమయస్ఫూర్తీ ముందు నాలుగుచేతులున్న నలభైమంది కూడా సాటిరారు.

"సరైనచోట నిలిపితే రథాలు మొత్తం శత్రుసేననంతా వాటంతటవి నాశనం చెయ్యగలవు. అవి ఒకేసారి పదిదిక్కులకు తిరగగలవు. ఎట్లా అంటే నువ్వు అక్కడున్నది ఒక రథమా, పది రథాలా అని ఆశ్చర్యపోతావు" అన్నాడు.

సాళ్వ అంగీకారంగా తల ఊపాడు. "అది నిజం. అస్సిర్ తెగ మనుషులు మా పర్శు సోదరులను బహిస్తానీ కొండల్లో ఇట్లాగే ఒక అరడజను రథాలతో అంతం చేశారు. ఒక్కొక్క రథంలో ఇద్దరి చొప్పునా మొత్తం పర్శు పదాతిసైన్యాన్నే అంతం చేశారు" అన్నాడు.

"కావచ్చు కానీ మనం నేలమీద లేము గుర్రాల మీద వున్నాం. పైగా మన దగ్గర ఇనప ఆయుధాలున్నాయి" అన్నాడు అలీన.

"కానీ రథం మీదున్న విలుకాడు ఎంతదూరంనుంచైనా మన మీద బాణం వెయ్యొచ్చు. అప్పుడు మన ఇనపకత్తులు పనికిరావు" అన్నాడు సుదాస్. అందుకే ఈ చక్రాల కుర్చీలలో ఇద్దరుంటారు. ఒకరు రథం తోలేవారు, మరొకరు బాణాలు సంధించేవారు. అందులో వుండే విలుకాళ్ళు ఎంతో వేగంగా ఎంతో దూరానికి బాణం వేయగల నిపుణులు. వాళ్లని చంపడం అసాధ్యం" అని కూడా అన్నాడు.

ఒక ఇరవై రథాలు నదీ మధ్యంలోని వంతెన మీదనుంచీ ఒడ్డుకు దొరుకుంటూ వచ్చి కుశ గడ్డి క్షేత్రానికి చేరువగా రావడం మౌనంగా చూస్తూ వుండిపోయారు వాళ్ళు. అను అతని సైనికులు వెనుదిరిగి వెళ్ళిపోయినచోటికే రథాలు ఇప్పుడు వచ్చాయి.

"రాజా! గురుదేవులు వస్తున్నారు" అన్నాడు థ్యాంగ్ వెనకనుంచీ. అతను పైకి చూపిస్తున్నాడు. ఆ దిశకేసి చూశాడు సుదాస్. అతను హిమవత్ పర్వత ప్రాంతానికి చెందిన మనిషి. అందుకే అందరూ కిందకు

చూస్తూవుంటే అతనొక్కడే పైకి చూశాడు. పర్వతప్రాంతవాసి మాత్రమే పైన ఏం జరుగుతున్నదోనని అప్రమత్తంగా వుండగలడు. ఇప్పుడు పైనుంచీ ప్రమాదం ఏమీలేదు. ఒక కాషాయాంబరధారి, తన నెరిసిన గడ్డం గాలికి ఊగుతుండగా కిందికి దిగి వస్తున్నాడు. సుదాస్ గుర్రం దిగి ఆయన సమీపంలోకి రాగానే ఎదురువెళ్ళి "గురుదేవునికి ప్రణామాలు" అంటూ పాదప్రణామం చేశాడు.

"ఆయుష్మాన్‌భవ రాజా సుదాస్! దశరాజ యుద్ధంలో ఇప్పటిదాకా నువ్వు బాగా పోరాడావు" అన్నాడు ఆయన.

"అంతా మీ బోధనా, మీరు ఈ శిష్యునికిచ్చిన వివేకమూ మహరాజ్!" అన్నాడు సుదాస్ ఎంతో వినమ్రంగా.

"అయినా కూడా నీకున్న చాలా తక్కువ వనరులను, భౌగోళిక రంగాన్నీ కూడా అద్భుతంగా వినియోగించుకున్నావు."

సుదాస్ మళ్ళీ తల వంచాడు ఆయన ముందు. చేతులు జోడించి నమస్కారం చేశాడు.

"ఈ ఇనుప అస్త్రాలు భగవాన్ ఇంద్ర ప్రసాదమే" అన్నాడు.

వశిష్ఠుడు నవ్వాడు, గాలికి ఊగుతున్న గడ్డాన్ని సరిచేసుకుంటూ. "నువ్వు అట్లాగే అనుకోవచ్చుకానీ ఒక మంచి కమ్మరిపనివాడు నా పర్యవేక్షణలో చేశాడు" అని సుదాస్‌కు మాత్రమే వినిపించేలాగా దగ్గరకు జరిగి, "ఒక రహస్యమైన ధాతువు వున్నది. అది ఇనుమును మాట వినేలా చేస్తుంది. మిశ్రలోహపు పనిముట్లతో కూడా" అన్నాడు.

అక్కడే అప్పుడే ఏ ప్రశ్నలూ అడక్కూడదనుకుని మౌనంగా విన్నాడు సుదాస్. గురువు తనకి దివ్యాస్త్రాలు ఇస్తానని వాగ్దానం చేశాడు. లెక్కకు మిక్కిలిగా కూడా ఇచ్చాడు. అంతేకదా కావాల్సినది. ఇనుముని గురించి తెలుసుకోవలసిన సమయం వచ్చినప్పుడు ఆయనే తనకు అన్నీ చెబుతాడు. ఇటువంటి విషయాలలో యోధునికి ఉండవలసిన ఓర్పు అనంతంగా వుంది సుదాస్‌కి. అవతలి వ్యక్తి చెప్పేదాకా నిరీక్షించడం, ఇప్పుడు

అవసరమైన పని ఇప్పుడు చెయ్యడం.

అప్పుడు వశిష్ఠుడు ఇలా అన్నాడు "చూడు సుదాస్, నువ్వు ఎంతో కాలంగా కలలుగంటున్న ఐక్య భరతదేశం నిలిచి వెలుగుతుందో లేదో నేడే అంతమౌతుందో తేలిపోయే యుద్ధంలో చివరి అంకం ఇప్పుడు మొదలౌతుంది. ఈ చివరి పరీక్షకి నువ్వు సిద్ధమేనా?"

"అవును గురుదేవ్" అన్నాడు సుదాస్.

"అయితే నేను చెప్పినట్లే యథాతథంగా చెయ్యాలి నువ్విప్పుడు. అది నీవాళ్ల సంఖ్యకి నష్టం కలిగించినా, ఎంత ఆలోచన లేని పని అనిపించినా సరే! నేను చెప్పేది అర్థమైందా సుదాస్?"

సుదాస్‌కి ఒక్కక్షణం గుండె ఆగినంత పనైంది. అతను పొడి గొంతుతో "అది నావాళ్లను చాలామందిని బలితీసుకుంటుందా?" అని తన సైన్యం వంక ఒకసారి చూసుకున్నాడు. వాళ్లంతా తను గురువు గారితో సంభాషణ ముగించి రావడం కోసం ఎదురుచూస్తున్నారు.

"మనం ఇప్పటికే చాలా తక్కువమందిమి. అందులో కొంతమంది హతులయ్యారు కూడా. ఈ ఆశ లేని పనికోసం ఇంకా ఎక్కువమందిని ప్రాణాలర్పించమనలేను" అన్నాడు జ్వరతీవ్రతతో బాధపడుతూ వీరోచితంగా పోరాడి ప్రాణాలర్పించిన అధర్వ మొహం కదలాడింది అతని ముందు.

వెంటనే వశిష్ఠ కంఠమూ స్వభావమూ కూడా మారిపోయింది. "అది ఆశలేని ప్రయత్నమనుకుంటే వెంటనే ఆపెయ్! ఉపయోగంలేని పనికోసం నీదీ, నీవాళ్లదీ ప్రాణాలను బలిపెట్టడం ఎందుకు?" అన్నాడు.

సుదాస్ తల వంచుకుని "క్షమించండి గురుదేవా! ఇంతమంది ప్రాణాలు పోతాయనే ఉద్దేశంతోనే నేను ఉపయోగం లేదని అన్నాను. మీకు తెలుసు నేను ఐక్యభారత నిర్మాణం అనే మా తండ్రి తాతల ఆశల సాకారానికి నా జీవితాన్ని అంకితం చేస్తున్నానని. ఆ ఆకాంక్ష కోసం ఇప్పుడే ఈ యుద్ధభూమిలో ప్రాణాలర్పించడానికి కూడా సిద్ధంగా

వున్నాను. కానీ మంచివాళ్లందరినీ ప్రాణాలివ్వమని అడగడానికి ఇష్ట పడడంలేదు అంతే" అన్నాడు.

"అయితే వాళ్ళందరినీ పంపించెయ్. వాళ్ల అస్త్రాలను అనుకి స్వాధీనపరచమని చెప్పి ఆయన శరణు వేడమను. కానీ ఆయన వాళ్లని ఒదిలిపెడతాడా? వాళ్లని కౌగలించుకుని ముద్దుపెట్టుకుని తన కొడుకు ల్లాగా చూస్తాడా?"

సుదాస్ తల అడ్డంగా ఊగిస్తూ "వాళ్లని చిత్రవధ చేస్తాడు. అందరూ చూసేలా ఉరితీస్తాడు. వాళ్ళు ఆయన శరీరంలో ముళ్ళు."

వశిష్ఠుడు తన పళ్ళన్నీ బయటపెట్టి "అయితే వాళ్ళు నువ్వు చెప్పే భరతజాతి నిర్మాతలు. అవునా కాదా? నువ్వు కాల్చే మొదటి ఇటుకలు వాళ్ళు. నువ్వు వేయబోయే పునాదికి ఇటుకలు వాళ్ళు కాదా?"

"ఒక రకంగా చూస్తే అంతే" అన్నాడు సుదాస్.

గురువు ఉన్నట్లుండి చిరునవ్వు నవ్వాడు. "అయితే వాళ్ళకు ఒక ఉపకారం చేస్తున్నావన్న మాట, నువ్వు నిర్మించాలనుకున్న గొప్ప దేశానికి వాళ్ళు వ్యవస్థాపకులౌతారు. ఈ రోజు యుద్ధంలో చనిపోయేవారంతా భరతవంశాన్ని నిర్మించడానికి అశువులు త్యాగం చేసిన అమరవీరు లౌతారు. వాళ్లనుంచీ ఆ మహోన్నత గౌరవాన్ని లాగేసుకుంటావా? ఈ కొత్త దేశపు చరిత్రలో వాళ్ల స్థానాన్ని తప్పిస్తావా?"

సుదాస్ ఉద్వేగభరితమైన కంఠంతో "కాదు" అన్నాడు గట్టిగా.

వశిష్ఠుడు సుదాస్ భుజం తడుతూ, "అయితే నీ మనుషుల గురించి విచారించడం మానుకో. వారిదీ నీదీ మరణం ఈ రోజు ఖాయం. నువ్వు చెయ్యవలసిందల్లా దానికి ప్రతిగా ఏమి వస్తుందని ఆలోచించడం. ప్రపంచానికి ఒక ఉదాహరణ ఇవ్వు సుదాస్. అది రాబోయే తరాలకు ఒక ధృవతార అవుతుంది. ఒకే ఒక్క రాజు పది మందితో పోరాడిన ఈ రోజుని ప్రపంచం మర్చిపోనీకుండా చెయ్యి."

15

సుదాస్ అతని సహచర సైన్యం ముఖ్య స్థావరం నుంచీ చిక్కగా ఉన్న చెట్లు గల అడవిలాంటి ప్రదేశం దగ్గరకొచ్చేసరికి సూర్యుడు దిగంతంలోకి వచ్చేశాడు. కొంతమంది రాజు వంక చూస్తూ ఆ విషయాన్ని ఆదుర్దాగా ప్రకటించారు. క్షత్రియ ధర్మం ప్రకారం ఇరువైపుల సైన్యమూ కూడా సూర్యాస్తమయం తరువాత యుద్ధం చేయకూడదు. వ్యక్తుల మధ్య జరిగే పోరైనా ఆ సమయంలో ఆపేసి వెనుదిరగాల్సిందే. సుదాస్ తాత గారైన దివోదాసు సూర్యాస్తమానమయ్యాక తన శత్రువులను ఇంటికి పిలిచి చలిమంట వేసి అన్నపానాలు ఇవ్వజూపేవాడు. ఆ సమయంలో వాళ్ళు శత్రువులు కాదు.

పొలాల మాటునుంచీ యుద్ధభూమి బాగా కనపడకపోయినా, సుదాస్ నదివైపు చూపిస్తూ, "వాళ్ళు యుద్ధభూమినుంచీ వెనక్కు వెడుతున్నట్లు మీకు కనిపిస్తున్నారా?" అని తన సహచరులను అడిగాడు.

వాళ్ళు కాదన్నట్లు తలలు ఊపారు.

ఉచ్చైశ్రవ పడమటి ఆకాశం వైపు పిడికిలి ఎత్తి చూపిస్తూ, "మనం పగలు వాళ్ళను చీల్చి చెండాడాం. రాత్రీ అంతే చేద్దాం" అన్నాడు.

అపుడే ఒక జూలు ఆకారం పరిగెత్తుకుంటూ సంతోషంగా అరుస్తూ వస్తూ కనిపించింది. గుర్రాలు చిరాగ్గా సకిలించాయి గానీ వెనక్కి తగ్గలేదు. వాటికీ ఈ శునకాల వాసన బాగా అలవాటే.

"సరమ" అని సుదాస్ పిలవగానే అది సంతోషంగా అరుస్తూ సరయూ చుట్టూ చక్కర్లు కొట్టింది. అందుకు స్పందనగా తన కాళ్లతో

కదం తొక్కుతున్నట్లు నాట్యం చేసింది సరయు.

"ఇక చాలించండి మీ ఇద్దరూ. ఇప్పుడు మనం యుద్ధం చెయ్యాలి" అన్నాడు సుదాస్.

పొదల దగ్గర భర్గు అనే యువకుడు మరికొన్ని శునకాలతో వేచి వున్నాడు. అవన్నీ వాటి యజమానీ, రాజు అయిన సుదాస్‌ను చూసి ఆనందంతో ముందుకు ఉరికాయి. సరమ ఇచ్చిన శిక్షణ వలన వాటికి సరమ తమ యజమాని అని తెలుసు. అంతేకాక సుదాస్ వాటికి ఆహారం విషయంలో కానీ మరే విషయంలో కానీ ఏ లోపమూ రానివ్వక చాలా ప్రేమగా చూసుకుంటాడు. అతను కాసేపు గుర్రం దిగి అవి వాటి ముంగాళ్లతో మూతులతో నాలుకలతో అతన్ని తాకుతూ అతని వద్ద గారాలు పోవడానికి అవకాశమిచ్చాడు.

అక్కడ జరుగుతున్న కోలాహలంలోనే గొంతెత్తి "అంటే నువ్వు నీకు చెప్పిన చివరి పని పూర్తిచేశావన్న మాట" అని భర్గుని అడిగాడు.

"అవును స్వామీ. అక్కడనుంచీ వస్తున్న పొగ కనపడుతోంది కదా? అది ఒక పెద్ద జ్వాల" అన్నాడు ఆ యువకుడు. అంటూ ఈశాన్య దిశగా చేయి చూపించాడు. సుదాస్‌తో పాటు అంతా కుతూహలంగా అటు చూశారు.

దూరాన దిగంతం వైపుగా కొన్ని యోజనాల దూరంలో వంపులు తిరుగుతూ గాలిలో లేస్తున్న పొగ కనిపిస్తున్నది. అస్తమయ సూర్య కిరణాల పండువెలుగులో.

"ఆ తగలబడుతున్నది ఏమిటి రాజా?" అన్నాడు వేద.

"మన ఇల్లే" అన్నాడు సుదాస్ నిర్విచారంగా.

అక్కడున్న వారందరూ ఆశ్చర్యపడుతున్నట్లు ధ్వనులు చేశారు.

"మీరు నగరాన్ని తగలబెట్టమన్నారా, రాజా?" అన్నారు.

"అవును. మనం సూర్యాస్తమయం సమయానికి తిరిగి వెళ్ళకపోతే

మన ఇళ్ళను తగలబెట్టెయ్యమని భర్గుకు చెప్పాను. ఆ మంట త్వరగా వ్యాపించి వుంటుంది" అన్నాడు సుదాస్.

"అడవిమంటలాగా!" ఈ శునకాలను బయటికి తేవడానికి నేను చెయ్యగలిగింది అదే. ఇవి నా వెంట ఇక్కడికి వచ్చేశాయి. నేను వాటిని ఆపలేకపోయాను" అన్నాడు భర్గు.

"అది మంచిదే! ఇళ్ళు మళ్ళీ కట్టుకోవచ్చు. కానీ ఈ శునకాలు నాకు నా కుటుంబంతో నా యోద్ధులైన మీతో సమానం" అన్నాడు సుదాస్.

"నగరాన్ని తగలబెట్టినందువలన లాభం ఏమిటి?" అన్నాడు కురుక్ కుతూహలంగా.

అందుకు సుదాస్ బదులు ద్రహ్యూ సమాధానం ఇచ్చాడు. "మనం ఆఖరి రక్తపుబొట్టు చిందించేవరకూ పోరాడతామనే సందేశం ఇవ్వడానికి. మనము ఎవ్వరికీ క్షమాబిక్ష పెట్టము. ఎవరినీ వదలము. బదులుగా ఏమీ ఆశించము" అని. తను చెప్పింది నిజమేనా అన్నట్లు సుదాస్ వైపు చూశాడు. నిజమేనన్నట్లు సుదాస్ తల ఊపాడు.

"ఇది ఒక యోధుడి అంతిమ త్యాగం. తన ఇంటికి తనే నిప్పు పెట్టుకోవడం అంటే శత్రువు కొల్లగొట్టుకోవడానికి ఏమీ మిగల్చక పోవడం అన్నమాట. యుద్ధ లక్ష్యం గౌరవమేనని చెప్పడం" అన్నాడు దహ.

"మా తెగలో ఇటువంటప్పుడు మేము ఇళ్ళకు నిప్పు పెట్టే ముందుగా మా స్త్రీలు పిల్లలతో సహా ఇంటి తలుపులు వేసుకుని లోపల వుండిపోతారు. శత్రువు ముట్టడి తరువాత వారిని చెరచకుండా చిత్రవధ చెయ్యకుండా" అన్నాడు అతనే.

సుదాస్ అప్రయత్నంగా గడ్డం తడుముకుని, " ఆ సంప్రదాయం గురించి విన్నాను నేను కూడా! భరతులమైన మేము మా స్త్రీలను మా ఆస్తి క్రింద చూడము. అందుకని అట్లా చెయ్యము" అన్నాడు.

అతను పొదలవైపుగా క్రిందకి చూడలేదు. అక్కడ సుదేవీ, ఇంద్రాణీ, ఇంద్రౌత్‌లు వున్నారని తెలుసు. వాళ్లని ఉత్తుంగ పర్వత శిఖరం పైన వశిష్ఠుల దగ్గర వుంచాలని చాలా అనుకున్నాడు. కానీ ఆయన యజ్ఞం చివరి ఘట్టంలో వున్నప్పుడు తనొకడే వుండాలి అక్కడ అని చాలా పట్టుదలగా వున్నాడు. పోనీ ఆ పెట్టెవంటి లోయలో దాచివుంచాలని కూడా అనుకున్నాడు. వాళ్లను కాపాడడానికి కొందరు సైనికులను కూడా వుంచాలనుకున్నాడు. కానీ ఆవైపున శత్రుసైన్యం అధికంగా వుండి వాళ్లను కనిపెట్టి దాడిచెయ్యవచ్చునుకుని అట్లా చేయలేదు.

విజయమో, వీరస్వర్గమో మంచికో చెడుకో వాళ్ళు గుర్రాల మీద తనను అనుసరించడమే మంచిదనిపించింది.

అతను తన సైన్యానికి చివరి సూచనలిచ్చాడు. తమ తమ దళాలను నడిపించే నాయకులకు ముఖ్యంగా సూచనలిచ్చాడు. ఇట్లా ప్రాతినిధ్యం ఇవ్వడం వలన వారిలో ఒక గౌరవభావమూ, ఉత్సాహమూ కూడా కలిగాయి. తాము ఒక ప్రత్యేకమైన పని చేస్తున్నామన్న భావమూ మంచి ఫలితాలు తేగలమనే విశ్వాసమూ కలిగాయి ఆ నాయకులకు. ఇది వారిలో ప్రేరణ కూడా కలిగించింది. అను అనుసరించిన అందరికీ ఒకే నాయకుడు అనే సిద్ధాంతం కన్న ప్రభావవంతంగా అనిపించింది. అయితే ఏ ఒకరో ఇద్దరో తప్పు చేస్తే మొత్తం వ్యూహం అంతా దెబ్బతినే అవకాశం వున్నది. కానీ తనవాళ్ళెవరూ తనను నిరుత్సాహపరచరని అతనికి నమ్మకం. వాళ్లంతా తమకు నియోగించిన పనిని ఎన్ని కష్టా లొచ్చినా అంకితభావంతో చేస్తారనీ తెలుసు.

ఆఖరి సూచనలిస్తున్నప్పుడు ఒక్కసారిగా అతని హృదయం భార మైంది. ప్రతి యుద్ధంలోనూ తను సైనికుల ప్రాణాలను ప్రమాదంలోకి నెట్టాడు. చాలామంది వికలాంగులై గాయాలబారిన పడి వచ్చారు. కొందరసలు తిరిగిరాలేదు.

కానీ ఎవరూ తిరిగివచ్చే ఆశలేని మొదటి యుద్ధం ఇదే. వాళ్ళ గృహాలు అగ్నికి ఆహుతైపోయాయి. భూములను శత్రువులు తొక్కేశారు.

వాళ్ళ ఆదర్శాలు వెక్కిరించబడ్డాయి. వాళ్ల రాజుని శత్రువులు వ్యతిరేకించారు. ఇంక వాళ్లను విజయానికి నడిపించే ప్రేరణ ఏది? ఒకవేళ వాళ్ళు మహాయోద్ధులవలె యుద్ధం చేసినా తను వారికేమి బహుమతి ఇవ్వగలడు? ఏమీ ఇవ్వలేడు. స్వదేశం కానీ, స్వగృహం కానీ!

అతను సూచనలివ్వడం ముగించి అందరికీ శుభం కలగాలని ఆకాంక్షలు తెలిపి మౌనంగా ప్రార్థించాడు. గురు వశిష్ఠ ఉత్తుంగ పర్వత శిఖరం మీద తమ ఇష్టదేవత ప్రీత్యర్థం ఇంకా యజ్ఞం చేస్తున్నాడని అందరికీ తెలుసు. ఆయన ఈనాటి కడపటి యుద్ధంలో తమకి విజయాన్ని అర్థిస్తూ ప్రార్థిస్తున్నాడని తెలుసు. అయినప్పటికీ వీళ్ళ మొహాలను ఇక తనెప్పటికీ చూడనేమో అనుకున్నాడు సుదాస్. వాళ్లకి ఇంక సాగిపొమ్మని ఆనతిచ్చి ముందుకు సాగుతూ సరయూ తలను వెళ్ళే దిశకు తిప్పు తుండగా వెనకనుంచీ "రాజా!" అనే పిలుపు వినిపించింది.

అందరూ, స్త్రీలూ పిల్లలు పెద్దలూ అతనికి అశ్విక వందనం చేయ బోతున్నారు. యుద్ధాలలో అదొక ప్రేరణనిచ్చే చర్య. శిక్షణలేని గుర్రాల చేత ఇలా చేయించడం వలన వాటికి దెబ్బలు తగలవచ్చు. కాళ్లు విరగవచ్చు. ఒక్కొక్కప్పుడు గుర్రాలు చనిపోనూవచ్చు. కానీ తృత్సు భరతులకు నడక నేర్చిన నాటినుంచే గుర్రాలను అదుపుచెయ్యడం వెన్నతో పెట్టిన విద్య. వాళ్ల అశ్వాలు వాళ్ల మనసెరిగి ప్రవర్తిస్తాయి. చెప్పినట్లు వింటాయి. కఠోరమైన క్రమశిక్షణ సాధించలేని పనిని ప్రేమతో సాధించవచ్చు. సైనికుడు కత్తి ఎత్తిపట్టుకుని ఆకాశంవైపు చూస్తూ రాజుకి వందనం చేసేటప్పుడు అతనెక్కిన గుర్రం ముందుకాళ్లమీద ముందుకు వంగుతుంది.

"ఇంద్రుడితో" అన్నారు వాళ్లంతా ఏకకంఠంతో.

"వరుణుడితో" అని మళ్ళీ గర్జించారు.

"మిత్రునితో" అని ముగించారు.

తరువాత వాళ్ళు తమ కత్తులను సుదాస్ పాదాల దిక్కుగా క్రిందకు దించారు.

"సుదాస్‌తో" అన్నారు.

గుర్రాలన్నీ మళ్ళీ నాలుగుకాళ్లమీద నిలబడ్డాయి. అది వంగడం కన్న కష్టమైన పని వాటికి. వాళ్ల గుర్రాలను కాళ్లతో మళ్ళించి అశ్వికులు ముందుకు సాగారు. కత్తులను ఒరలలో పెట్టుకోకుండా చేతిలో పట్టుకునే ముందుకు సాగారు వాళ్ళు. వాళ్లు వెళ్ళాక సుదేవి ఇంద్రాణి ఇంద్రౌత్ మరికొందరు సైనికులు మిగిలారు. అశ్వికులు పొదల మీదుగా వెళ్ళి అంతర్థానమయ్యారు.

అతను తన శునకాలకోసం చూశాడు. సరమ నాలుక దాచి కూచుని నిరీక్షిస్తున్నది. మిగతావన్నీ ఆమె చుట్టూ కూర్చున్నాయి. అవ్వన్నీ వివిధ జాతులకు, రంగులకు చెందిన శునకాలు. కొన్ని పెద్దవి, కొన్ని కేవలం పిల్లలు. మరికొన్ని చాలా ముసలివి వొణుకు కూడా వచ్చింది వాటికి. కానీ అవ్వన్నీ అతనివి అతని ఆజ్ఞానుసారం నడుస్తాయి. వాటి నతను వీలున్నట్లు ఉపయోగించుకుంటాడు. అది అతని ధర్మం. తన దగ్గరున్న వనరులను వీలైనంతగా ఉపయోగించుకోవడం రాజు యొక్క హక్కూ, ధర్మం కూడా.

16

ఉత్తుంగ పర్వత పాదాల అంచులపై అతను స్వారీ చేస్తూ వుండగా అస్తమయ సూర్యుడు అతని కుడివైపు వున్నాడు. అతనికి ఒకవైపున కుశ గడ్డి క్షేత్రం వుంది. దానినిండా అలంకృతమైన ఏనుగులున్నాయి. గడ్డి మీదనుంచీ నడుస్తూ కదం తొక్కుతున్నాయి. వాటితోపాటు పదాతిదళం వుంది. వాళ్ళు పొడవాటి గడ్డిని నరుక్కుంటూ పోతున్నారు. వాళ్ళ సంఖ్య చూస్తేనే గుండె గతితప్పేలా వుంది. ఒక రణరంగంలో ఇంత సైన్యాన్ని మోహరించడం సుదాస్ ఎప్పుడూ చూడలేదు. పూర్వం జరిగిన కొన్ని యుద్ధాలలో పెద్ద పెద్ద సేనల్ని చూశాడు. ముఖ్యంగా ఆర్యులకూ పర్సులకూ జరిగిన యుద్ధాలలోనూ అస్సిర్‌లతో జరిగిన యుద్ధాలలోనూ మైదానాలలో సంచరించేవారితో జరిగిన యుద్ధాలలోనూ పెద్ద పెద్ద సేనల్ని చూశాడు. అయితే అవి ఇంత పెద్దవి కావు. అంతేకాక ఇంత స్వల్పమైన శత్రుసేనకు ఎదురుగా! కొన్నిసార్లు కొన్ని దళాలు కేవలం శత్రువును నిరుత్సాహపరచడానికీ, బెదిరించడానికీ వచ్చి పక్కన వుంటాయి. అవి యుద్ధంలో పాల్గొనవు. అవి సంప్రదింపులకూ, మధ్యవర్తిత్వానికీ వాడుకుంటూ వుంటారు. ఇంత సైన్యాన్ని నిర్వహించడం చాలా కష్టమైన పనే కాక అంతమంది సైనికులమధ్య సమాచార ప్రసారం కూడా కష్టమే. అదీకాక ఇందులో కొంతమంది అస్థిరత వలన వీరి మధ్య తగవులు కూడా రావచ్చు. చీలిపోవచ్చు. అసలు వేలాదిమంది సైనికులని మోహరించడం కంటే కొంతమంది యోధులను పంపడం సంప్రదాయంగా వుండేది. ఇరువైపుల యోధులూ యుద్ధఫలితాన్ని నిర్ణయిస్తుంటే తక్కినవాళ్ళు దాన్ని ఒక వినోదం అయినట్లు వీక్షిస్తూ

వుండేవాళ్ళు. తింటూ తాగుతూ చప్పట్లు కొడుతూ అట్టహాసంగా అరుస్తూ. ఇంత పెద్ద సైన్యంలో క్రమశిక్షణ ఎక్కువసేపు వుండదు.

బహుశా ఇందుకోసమే గురు వశిష్ఠ ఈ పథకం రచించి వుండ వచ్చు. మధ్యాహ్నం నుంచీ సుదాస్ చేసిందంతా పదిమంది రాజులనూ నదిని దాటి యుద్ధభూమిలో ప్రవేశించేలా చెయ్యడమే.

అందులో అతను విజయం సాధించినట్లే.

ఇప్పుడు శత్రువులంతా తృత్సు భూమిలో వున్నారు. వారిని వెంటాడడం వేటాడడం అనేది వ్యూహం మీద ఆధారపడి వుంటుంది. కొన్ని వేలమందితో పోరాటం!

అయితే సమయం వచ్చేవరకూ తను ఆ పథకానికి అంటిపెట్టుకుని వుండాలి.

అయితే ఆ సమయం అనేది వాతావరణం మీద ఆధారపడి వున్నది.

అతను ఆకాశంవైపు చూశాడు. మధ్యాహ్నం ముసిరిన మబ్బులు ఇంకా ఆకాశం మీదే మూగివున్నాయి. ఆకాశం అస్తమయ సూర్యుని కుంకుమరంగు వెలుగులో ముక్కలుముక్కలుగా కనిపిస్తున్నది. వర్షా కాలపు సాయంత్రాన్ని తలపిస్తున్నది. అప్పుడతనికి వాయువ్యమూలనించీ ఒక ఉరుము వినిపించింది, కొన్ని గంటల్నుంచీ అట్లా కొన్ని నిమిషాల కొకసారి వినిపిస్తున్నదని గుర్తొచ్చిందతనికి. కానీ అది చాలాదూరం నుంచీ వినిపిస్తుండడం వలన తన పరిస్థితి మీద దాని ప్రభావం వుంటుందన్న నమ్మకం కలగడం లేదు. అయితే గురు వశిష్ఠ తన జోస్యంవల్ల చాలా ఖచ్చితంగా వున్నాడు. సూర్యుడు పూర్తిగా దిగిపోయాక ఉత్తుంగ పర్వత పాదాల దగ్గరున్న ఈ మైదానం మీదే తుఫాను ఖచ్చితంగా రానున్నది అని.

గురువుగారి మాటమీద తనకెంత విశ్వాసం వున్నా ఆయన జ్ఞానం మీద నమ్మకం వున్నా తనదీ తన సైన్యానివీ ప్రాణాలన్నీ వాతావరణపు

చిత్తం మీద ఆధారపడివుండడం ఒక నిరాశామయమైన ఎరుక. అతని వెనుక ఇంద్రాణీ ఇంద్రౌత్‌లు అతన్ని హత్తుకుని పక్కనే వస్తున్నారు. సుదేవి అతని వెనుక వుంది. ఆమె వెనుక ఒక అర్ధచంద్రాకారపు గుంపుగా కొందరు సైనికులున్నారు. అథర్వ వుండి వుంటే తమతోపాటు వుండేవాడు. అతని శరీరాన్ని లోయలో వదిలేశారు. తరువాత పవిత్రీకరించి దహనం చెయ్యాలని. తరువాత అనేది వుంటే! తమ వెనుక ఒక దళాన్ని ఏర్పాటు చెయ్యడం తన భార్యాపిల్లల రక్షణకోసం. కానీ అంత పెద్ద శత్రుసైన్యం అన్నిరకాల దళాలతో వస్తున్నప్పుడు ఏ ఏర్పాట్లూ నిలవవు. తన భార్యాపిల్లలూ తనతోపాటున్నారని శత్రువుకు తెలిసేవరకే వారికి భద్రత, తరువాత బలం ఉపయోగించి వారిని కడతేరుస్తారు. ఇప్పుడు వాళ్ల ముందున్న సవాలు ఎంత త్వరగా పరుగెత్తి నదికి ఆవలితీరం శత్రు స్థావరానికి చేరడం ఒక్కటే.

వాళ్లు చెట్లవరస చివరకొచ్చి బహిరంగ ప్రదేశానికి చేరారు. కింద వున్నవాళ్లకి కనిపించేలాగా. సరయును అర్థించి వేగం పెంచాడు సుదాస్. శునకాలు కూడా అత్యంత వేగంతో వారివెంట వస్తున్నాయి. అవి సుదాస్ దళానికి రెండువైపులా పరిగెత్తుతున్నాయి. మరికొంత రక్షణ కల్పిస్తున్నాయి. సరమ కూడా ఒక తల్లి కనుక సుదేవీ ఇంద్రాణి ఇంద్రౌత్‌ల నుంచీ శత్రువును తప్పించడం తన ముఖ్య కర్తవ్యంగా భావించింది. ఆమె సరయు పక్కకు వచ్చినప్పుడు సుదాస్ ఆమె వంక చూశాడు. సరిగ్గా అరవడం కుదరక అరుస్తున్నట్లుగా తన దవడ కదిలించింది సరమ. సుదాస్ గుర్రంతోపాటు పరిగెత్తడానికే ఆమె శక్తినంతా వినియోగిస్తున్నది. తృత్సు భూమిలో వున్న గుర్రాలన్నిటికన్న వేగంగా పరిగెత్తే గుర్రం సుదాస్‌ది. సరయూ కూడా ఏమీ తగ్గడంలేదు. అక్కడ పొంచివున్న ప్రమాదం ఆమెకి తెలుసు.

సుదాస్ ఆ ఏటవాటు మట్టిదోవలో వేగంగా స్వారీ చేస్తున్నాడు. అతను తన ఇతర దళాలకన్న ఎత్తులో వుండడాన వాటి కదలికలు అతనికి తెలుస్తున్నాయి. అతను ఉచ్చైశ్రవ, రవి, కురుక్, థ్యాంగ్

అలీనాలు అయిదువైపులనుంచీ కుశ క్షేత్రంలోకి ఏనుగులకు ఎదురుగా ప్రవేశించడం చూశాడు. వారి ఒక్కొక్కరి దగ్గరా కొంతమంది సైనికులు పరుచుకుని వున్నారు. కొన్ని మొసళ్ళు ఆహారంకోసం నీళ్ళల్లోకి ప్రవేశించినప్పుడు నీళ్ళు విడిపోయి దారి ఇచ్చినట్లు కుశ క్షేత్రం ఈ అశ్వికులకు దారి ఇచ్చింది. ఏనుగుల మీద వున్న మావటీలు వీళ్లను చూసి పదాతిదళానికి హెచ్చరికలు చేశారు. ఏనుగులమీద వున్న విలుకాళ్ళు బాణాలను సంధించి వీరిమీద గురిపెట్టారు. మొదటి శర పరంపర వ్యర్థమవడం గమనించాడు సుదాస్. తృత్సులు చాలా వేగంగా స్వారీ చేయడం ఒకటి గాలి విసురు ఎక్కువవడం రెండవ కారణంగా ఆ బాణాలు గురితప్పాయి.

పశ్చిమాన సూర్యుడు దాదాపు దిగిపోయాడు. ఆకాశం ఇప్పటి కింకా ముక్కలుగా స్పష్టంగా కనిపిస్తూనే వుంది. కానీ గుంపులు గుంపులుగా వాన మబ్బులు వాయువ్యంనుంచీ కమ్ముకు వస్తూండడం చూశాడు సుదాస్. మళ్ళీ ఉరుము ఉరిమింది. ఈసారి మరికాస్త దగ్గరగా. తరువాత ఒక మెరుపు మెరవడం అతను గమనించాడు. కానీ వెనుదిరిగి చూడలేదు.

ఇంకా ముందుకి నదికి సమీపంలో అంబరీష్, దహ, సాళ్వ, అస్సిర్, దహ్యూల దళాలు నదిని దాటివచ్చి తృత్సు భూభాగంలో మూగిన శత్రువుల సైన్యం దగ్గర పోగవుతున్నారు. శత్రువుది చాలా పెద్ద సేన. తనవాళ్ళు దాదాపు మూడువేలమంది సైనికులు. వీళ్ళు ఆ పెద్ద సైన్యం మీదకు పోతున్నారు. ఇది ఆత్మహత్యాసదృశ్యమైన పని అనిపించింది సుదాస్‌కు. మూడువేలమంది సైనికులు తమకన్న పదిరెట్లు వున్నవారితో పోరాటానికి దిగుతున్నారు. అక్కడ పదివేలమంది అశ్వికులు ఇప్పటికే ఆయుధాలు ధరించి మోహరించి వున్నారని తెలుస్తూనే వుంది సుదాస్‌కు. ఇంక కొంతమంది నదిని దాటే ప్రయత్నంలో వున్నారు. వీళ్ల పనేమిటంటే ఇంకా చాలామంది శత్రుసైనికులను ఇటువైపు రప్పించడం. ఈ పనికోసం వాళ్ళు ఈ భీకరమైన పోరాటంలో తమ ప్రాణాలను పణం పెడుతున్నారు.

తమవైపు వస్తున్న తృత్సులకెదురుగా శత్రువులు ఒక వరస కట్టడం కనిపిస్తున్నది. కానీ ఇంతలోకే వాళ్ళు ఏదో అయోమయంలో పడిపోయారు. ఎందుకంటే వారిమీద ఒకేవైపునుంచీ కాక, ఐదువైపుల నుంచీ దాడి జరుగుతున్నదని తెలిసింది వాళ్లకి. తృత్సు దళాలు చిన్న చిన్నవిగా చీలి శత్రువులమీద ఐదువైపులనుంచీ దాడికి దిగాయి. ఇది శత్రువును అయోమయంలోకి నెట్టేందుకూ మొత్తం నది ఒడ్డంతా పరుచుకునేందుకూ పన్నిన వ్యూహం.

ఇంతదూరంనుంచీ అయినా గుర్రాల గిట్టల చప్పుడూ, పైన ఉరిమే ఉరుముల శబ్దం మధ్య కూడా సుదాస్‌కి తన దళాలు శత్రువుతో పోరాడ్డం తెలుస్తూనే వుంది. తమ ఇనుప ఖడ్గాలు శత్రువుల రాగి తగరపు కవచాలనూ డాలులనూ ఈటెలనూ ముక్కలుగా విరగగొడుతున్న సుపరిచిత శబ్దాలు వినపడుతున్నాయి. అంతేకాదు చిందుతున్న రక్తం కూడా అరుణవర్ణంలో కనపడుతున్నది. తృత్సులు శత్రువు మీదకు ఎంత దూకుడుగా వెళ్ళారంటే కనీసం ఒక ఇరవైమందైనా ఆ తొక్కిసలాటలో పడిపోయి వుంటారు. గుర్రాలు, మనుషులు ఆయుధాలు అన్నీ నేల కూలుతున్నాయి. ఇది ఒక్కుమ్మడి అశ్వికదాడిలో మామూలే! అయితే అంత పెద్ద సైన్యాన్ని ఇంత చిన్న దళాలు మట్టి కరిపించడం చూస్తే రక్తం గడ్డకట్టేలా వుంటుంది.

17

అతని కుడివైపుగా ఏనుగుల ఘీంకారాలు విని తల తిప్పి చూశాడు. సరయు అతన్ని విసుగులేకుండా ముందుకు తీసుకుపోతున్నందు వలన అతన తలను కొంచెం వంచి దానిమీద ఆన్చాడు. సరమ అంతులేని ఓపికతో వారిని అనుసరిస్తున్నది.

కుశ క్షేత్రంలో ఉచ్చైశ్రవ అతని సహచరులూ శత్రువుతో శక్తి వంతంగా పోరాడుతున్నారు. అయితే అవతలవైపు పోరాడుతున్న తృత్సుల పోరాటమంత భీకరమైనది కాదు వీరిపోరాటం. వీళ్ళ పోరాటం పదాతి దళంతో కాక ఏనుగులతోనే.

వీళ్ళు తమ బాణాలనూ ఖడ్గాలనూ ఏనుగులమీద గురిపెట్టడం సుదాస్‌కు కనిపిస్తున్నది. కత్తులూ బాణాలూ తగిలి ఏనుగులు బాధతో చేస్తున్న ఆక్రందన వినపడుతున్నది. మందమైన చర్మంకల ఏనుగులలోకి తేలికగా దిగిపోతున్న ఇనప కత్తులు వాటికి బాగా గాయాలు చేస్తున్నాయి. ఈ రకమైన దాడికి పదాతి దళాలు అసలు సిద్ధంగా లేరు. వాళ్ళు తృత్సులతో తలపడాలని చూశారు గానీ అంబరీష్ మొదలైన వారు అస్త్రాలను సంధించగానే అక్కడనుంచీ పరిగెత్తి పోతున్నారు. ఒక ఏనుగును గాయపరచడం పరిగెత్తిపోవడం, మళ్ళీ ఇంకో ఏనుగు మీదకి పోవడం అదీ వారి పద్ధతి. కొద్ది క్షణాలలోనే మొత్తం కుశక్షేత్రం అంతా చిందర వందర అయింది. ఏనుగులు బాధతో ఘీంకారాలు చేసి అక్కడినించీ ఇష్టమొచ్చినట్లు పరిగెట్టడం సాగించాయి. కొన్ని తమ సైనికులనే కాళ్లతో తొక్కేశాయి. బాధలో వున్న ఏనుగులు వాటిని అధిరోహించిన మావటి వాళ్ళనూ విలుకాళ్ళనూ పడేస్తున్నాయి. మనుషులు వాటిమీదనుంచీ

ఎగిరిపడడం చూశాడు సుదాస్. కొంతమంది ఏనుగుల పద ఘట్టనల కింద మట్టికుండలు పగిలినట్లు పగిలిపోతున్నారు. దెబ్బతిన్న ఏనుగు మహా భయంకరమైనది. నలభై ఏనుగులు కోపంతో పరిగెత్తడమంటే అది అదుపుచెయ్యగల సందర్భమే కాదు.

కొంతమంది తృత్సు సైనికులు కూడా తాము సృష్టించిన గందర గోళంలో చిక్కుకోవడాన్ని చూశాడు సుదాస్. అలీనా వలె కనబడుతున్న ఒక సైనికుడు ఒక ఏనుగు కాలు తగిలి క్రింద పడడం కనిపించింది. అతను మళ్ళీ లేవడం కనిపించలేదు. కనీసం కొంతమంది తన సైనికులైనా గాయపడి వుంటారు. వాళ్ళు ఏనుగులకు సమీపంలోకి రాగలిగారు కానీ అప్పటికే ఈ దాడికి సిద్ధపడిన మావటీలు వాళ్ళపైకి ఏనుగులను ఉసిగొలిపారు. మరికొంతమంది తన సైనికులను పదాతి దళాలు గుర్రాలమీదనుంచీ లాగిపడేసి నిర్దాక్షిణ్యంగా హతమార్చడం చూశాడు. కొంతమంది సైనికులు అంతపెద్ద సైన్యంతో అన్ని ఏనుగులతో పోరాడ్డం అంటే కొన్ని మరణాలు తప్పవు. అయినప్పటికీ ఇట్లా తమ ప్రాణాలను బలిపెట్టడం బాధకలిగించింది.

ఏది ఏమైనా తన వ్యూహం పనిచేసింది. మొదటగా గాయపడిన ఏనుగులు వెనక్కి తిరిగి తాము వచ్చిన చోటుకి పోవడానికి ప్రయత్నిస్తున్నాయి. అంటే నదికి అవతలి ఒడ్డుకి. అవన్నీ బాగా గాయపడి వున్నాయి. బాధపడుతున్నాయి. వాటి ఘీంకారాలు వినడానికి చాలా బాధాకరంగా వున్నాయి. అంత అందమైన జంతువులని బాధపెట్టడానికి అతనికి ఇష్టం లేకపోయినా తన సైనికుల మరణానికి మరింత బాధ పడ్డాడు. అయితే వాళ్ళు యోధులు. రణరంగంలో ఏమైనా ఎదుర్కోడానికి సిద్ధపడ్డవాళ్ళు.

గాయపడ్డ గజరాజులు వెనక్కి పరిగెడుతున్నాయి తాము వచ్చిన నదీతీరానికి. ఒక్కొక్కదాని బాధా గుంపు బాధా కలిసి క్రమంగా అక్కడొక తొక్కిసలాట మొదలైంది. గాయపడని ఏనుగులు కూడా భయంతో అరుస్తున్నాయి. దిక్కుతోచక చుట్టూ పరిగెడుతున్నాయి. ఆ పరుగులో

తమపై కూచున్న వాళ్లను పడేస్తున్నాయి. సైనికులను తొక్కి చంపుతున్నాయి. ఆ విధంగా అవి తమ క్షతగాత్ర మిత్రులకు సానుభూతి ప్రకటిస్తున్నాయి. ఇంక కొద్దిసేపట్లో అది పూర్తిగా పెద్ద తొక్కిసలాట కింద మారిపోవడం ఖాయం అనుకున్నాడు సుదాస్. పొడవాటి గడ్డి మధ్య దాక్కున్న పదాతిసైన్యం, బెదిరి చెదురుతున్న వంద ఏనుగులు! ఇంక అక్కడ భీభత్సమే! అంతేకాక అక్కడ గడ్డిలో దాగిన సైనికులు ఎక్కడికి పరిగెత్తి పారిపోయి తమని తాము కాపాడుకోగలరు? వాళ్లు లేచి బయటపడేలోగా చాలామందిని ఏనుగులు తొక్కి చంపడమో అంగ వికలురను చెయ్యడమో ఖాయం అనుకున్నాడు సుదాస్. కొంతమంది ఆయుధాలు విసిరేసి తమ స్థావరంవైపు పరిగెత్తుతున్నారు కూడా!

ఆ దొమ్మీని చూసి అతను నవ్వుకుని వుండును. కానీ అందులో తన సైనికులు కూడా వుండడం వారికి కూడా ప్రాణాపాయం వుండడం అతనికి నవ్వు రాకుండా చేసింది. తను చెప్పినట్లు వాళ్లు ఈ దొమ్మీ జరిగేలా చేశారు. కానీ అది అవతలి వాళ్ల వ్యూహాన్ని పోలినట్లు ఆత్మహత్యా సదృశ్యం అయింది.

నది ఒడ్డున జరుగుతున్న పోరులో ఇప్పటివరకూ అంబరీష్, అతని సహచరులూ ఆశ్చర్యకరంగా బాగా పోరాడుతున్నారు.

వాళ్ల భీకర పోరాటం, వాళ్ళు చిన్న బృందాలుగా చీలిపోయి దాడికి దిగడం శత్రువును గందరగోళంలోకి నెట్టింది. వాళ్లు పూర్తి ఎదురు బొదురు దాడికి అలవాటుపడి వున్నారు. అందుకని ఒక పెద్ద సేనతో కాక నలువైపులనుంచీ వచ్చిన చిన్న చిన్న దళాలతో ఎట్లా పోరాడాలో వాళ్లకి అర్థం కాలేదు. దీనికి తోడూ ఇనుప ఆయుధాలొకటి! అవి ఎంతో సులువుగా సైనికుల లోహ కవచాలనూ డాలులనూ చీల్చి చెండాడుతున్నాయి. వాటిలోనుంచీ సర్రున దూసుకుపోతున్నాయి. సైనికులను భయభ్రాంతులకు లోను చేస్తున్నాయి. వాళ్లు మొదటిసారిగా ఈ కొత్త కత్తులను చూస్తున్నారు, అను ఓటమి తరువాత ఈ ఆయుధాలను గురించిన భయం బాగా వ్యాపించింది. ఈ ఇంద్ర ఖడ్గాలు పని

చేస్తున్నప్పుడు చూసేవారికి ఒక దిగ్భ్రాంతికి గురిచేస్తున్నాయి. వాటిని ధరించిన తృత్సులు ఒక దివ్య కవచం ధరించిన వారివలె, అమరత్వం పొందిన వారివలె కనబడుతున్నారు.

తన సైనికులు కూడా బాణాల, ఈటెల వాత పడుతున్నట్లు చూశాడు సుదాస్. అయితే ఎవరివైపు ఎంతమంది నష్టపోతున్నారో సరిగ్గా అంతుపట్టటం లేదు. ఆ నిష్పత్తి పడి లేస్తున్నది, లేచి పడుతున్నది. ఒక్కొక్క తృత్సుకు ఇరవైమంది శత్రువులను సంహరిస్తూ ఇంకా బాగానే పోరాడుతున్నారు. రక్తపు పంట పండిస్తున్నారు. ఇదొక మారణహోమం. కానీ అను చెప్పినంత కాదు.

తనకేమీ సంతోషంగా లేదు. ఎందుకంటే అంతిమ విజయం అధిక స్థానంలో వున్నవాళ్ళదే! తమ సైనికులు ఎంత బాగా పోరాడనీ, తమ ఆయుధాలు ఎంత పదునుగా ఉండనీ, ఈ యుద్ధం ఒక సింహాల గుంపులోకి మేకపిల్ల చొరబడినట్లే. మేకపిల్ల ఒక సింహాన్నో రెండింటినో గిల్లి కాస్త నెత్తురు కళ్ల చూడగలదు గానీ చివరికి సింహాలకి కబళం కావాల్సిందే కదా? ముప్ఫైవేల మంది అశ్వికులకి ఎదురుగా మూడు వేలమంది! ఎవరు మాత్రం ఆశించేది ఏముంది?

అయినా కూడా ఇప్పటివరకు అనుకున్నది చెయ్యగలిగారు. అది నది ఒడ్డున వీలైనంత గందరగోళం సృష్టించడం, అటువైపునుంచీ ఎక్కువమంది శత్రు సైనికులని వంతెన మీదుగా ఇటు రప్పించడం సుదాస్ అతని దళాలు వంతెన దాటేవరకూ చాలాసేపు పోరులో వుంచడం.

కానీ ఇంకా వాళ్ళ మూడో సేన వున్నది. అదిప్పుడు సుదాస్‌కి కనబడుతున్నది. ఉత్తుంగ పర్వతం అవతల నది వద్ద స్పష్టంగా కనిపిస్తున్నది. అతనికి ఎడమవైపున లోయలోకి వెళ్ళే పెట్టెవంటి చోటికి దారితీసే మట్టి దారి. ఆ దారి పర్వతపాదం అంచుల చుట్టూ వుంటుంది. ఆ సేనలో అత్యంత ప్రమాదకరమైన మారణ వాహనాలైన రథాలున్నాయి.

ఇప్పటికి తన ఎడమవైపు మూగిన పదాతిదళ సైనికులు తననూ తన దళాన్నీ చూపిస్తూ అరుస్తున్నారు. నది ఒడ్డునా కుశ క్షేత్రంలోనూ జరుగుతున్న గందరగోళం తొక్కిసలాటలో కూడా వాళ్ళు తనని కనిపెట్టారు. వీళ్ళు తననీ తన అశ్వికదళాన్నీ పట్టుకోలేకపోయినా వాళ్ళవెనక ఒక ఇరవై రథాలున్నాయి. అవి భరత క్షత్రియులను భయభ్రాంతులను చేస్తాయి. ఎక్కడైనా ఎప్పుడైనా.

చాలామంది సారథులు తమ రథాలను నది ఒడ్డుకు తరలించడం చూశాడు సుదాస్. సుదాస్ అతని దళం వంతెన చేరేలోగా వాళ్లను అంతం చెయ్యాలని వాళ్ల ఉద్దేశం కావచ్చు. అంతకన్న ముఖ్యమైనది. సుదాస్ ఎడమవైపు నుంచీ వస్తున్నప్పుడు వాళ్ళు బాణాలతోనూ ఈటెలలోనూ నిర్భీతితో దాడిచేస్తారు. దాన్ని సుదాస్ బృందం ప్రభావవంతంగా తిప్పికొట్టలేకపోవచ్చు. తమ ముఖ్య లక్ష్యం వంతెన దాటడమే అయినప్పుడు అసలు తిప్పికొట్టలేరు. వాళ్ళు ఏ కొంచెం వేగం తగ్గించినా రథాలతో తలపడినా అసలు దాటలేరు. ఒక వెయ్యి రథాలపై వచ్చే శత్రువుని కొంతమంది సైనికులు నిలవరించడం అసాధ్యం.

అందుకే రథాలపై వచ్చే వారితో యుద్ధం చెయ్యడంలో నిపుణులైన బోలన్, రవి వేద, పర్ణి, దహాలకు ఆ పనిని అప్పగించాడు. వాళ్ళు రావడంలో చాలా ఆలస్యం జరుగుతుందేమో అని అతను భయపడుతుండగానే ఎడమవైపునుంచీ తృత్సు సైనికుల అరుపులూ కేకలూ వినపడ్డాయి. వాళ్ళు అట్లా కేకలు పెడుతూనే రథాల వైపుకు దూసుకుపోయారు. పర్వతానికి బాగా సమీపానికి వచ్చిన రథాలు అప్పటికే నది వైపుకు తిరిగాయి. అనుకోకుండా వారి వెనక్కి వచ్చిన తృత్సులు వారిపై దాడికి దిగారు.

రథసారథులపైకి అందులోని విలుకాళ్లపైకి బాణాలు దూసుకురావడం చూశాడు సుదాస్, బోలన్, అతని బృందంతో నిపుణతతో వదిలిన బాణాలకు అప్పుడే కొన్ని రథాలు నేలకొరిగాయి. ఆ తీవ్రమైన దాడి కొనసాగుతూనే వుండగా తృత్సులు వారిముందు మరొక సమస్య

పెట్టారు. సింహాల గుహలోకి వస్తున్న మేకపిల్లల్లా దశరాజుల స్థావరానికి వస్తున్న తృత్సు సైన్యం మీద యుద్ధం చెయ్యాలా వెనకనుంచీ దాడి చేస్తున్న విలుకాళ్లను తప్పించుకోవాలా అనేది.

అప్పుడు బోలన్ బృందం వైపుకు తిరిగాయి రథాలు. సుదాస్ లక్ష్యం నెరవేరింది.

సుదాస్‌కి చాలా సంతృప్తి కలిగింది కానీ వెంటనే నిరాశ ఆవరించింది. తన సహచరులూ వారి క్రింది సైనికులూ తమకి అప్పగించిన పనులు నెరవేర్చారు. తనూ వారూ కూడా ప్రాణాలతో వుంటేనే కదా వారిని తను తగువిధంగా సత్కరించకలిగేది.

దూరంగా అతనికి కుడివైపున అస్తమయ సూర్యుని ఆఖరి కిరణాలు దిగంతంలో కలిసిపోతున్నాయి. పరుష్ణి మైదానంపై సంధ్య వెలుగు పరుచుకుంటున్నది.

18

అప్పుడే నెత్తిమీద ఒక పెద్ద ఉరుము ఉరిమింది. పిడుగు పడ్డ చప్పుడు, అకస్మాత్తుగా ప్రపంచం అంతా అంధకారం కమ్ముకున్నది. చాలా అర్థంతరంగా! తన కంటి ముందు ఒక నల్ల తెర దిగినట్లనిపించింది సుదాస్ కి. ముంజేత్తో కళ్లనీ మొహాన్నీ తడుముకుని చూశాడు. అట్లాంటి తెరేమీ లేదు. తల తిప్పి తన భార్యాపిల్లల మొహాలనూ సహచరుల మొహాలనూ చూశాడు. అవన్నీ ఒక వింత ఊదారంగులో కనిపించాయి. సాయంసంధ్యలో ప్రపంచం ఇట్లా ఊదారంగులో కనిపించడంలో వింతేమీ లేదు. అయితే ఆ రంగు వెలుగుతోపాటు చీకటి కమ్ముకోడమే ఆశ్చర్యంగా అనిపించింది. సరయూ సమయోచితంగా తన వేగం తగ్గించింది. తన కన్న తన సహచరుల కన్న జంతువులది సునిశితమైన దృష్టి అయినప్పటికీ కుడివైపునుంచీ సరమ కుతూహలంగా అరిచింది.

సుదాస్ తల ఎత్తి చూసి ఆశ్చర్యపోయాడు. పొద్దున ముసిరిన మేఘాలకన్న వత్తైనదీ నల్లటిదీ అయిన ఒక మేఘమాలిక అక్కడ వున్నది. అంత అకస్మాత్తుగా అది ఎక్కడినించీ వచ్చింది? అప్పుడతనికి అర్థమైంది, తను నేలమీద ఇందాకటినుంచీ జరుగుతున్న గొడవలని పరిశీలిస్తుంటే నెత్తిమీద ఈ మబ్బులన్నీ వచ్చి కూడుకున్నాయని. ఇప్పుడు సూర్యుడు అస్తమించేవేళకి గురువశిష్ఠుడు చెప్పినట్లు తుఫాను రాబోతున్నదన్నమాట.

మైదానంలో జరుగుతున్న యుద్ధం తాత్కాలికంగా ఆగినట్లనిపించ గానే అతను తన వేగం తగ్గించాడు. ఏనుగులింకా తొక్కిసలాడుకుంటూనే వున్నాయి వాటి ఘీంకారాలు వినబడుతూనే వున్నాయి. చనిపోతున్న

గుర్రాల మనుషుల హాహాకారాలు కూడా వినవస్తున్నాయి. వాతావరణంలో వచ్చిన ఆకస్మిక మార్పు ఏనుగులలో మరింత దిక్కుతోచనితనాన్ని కలిగించినట్లుంది. అవి ఇంకా ఉద్రేకంతో ఊగుతున్నాయి. అదుపు కోల్పోయాయి.

తనకు ఎడమగా ఒక వందగజాల దూరంలోనూ కుడిగా రెండు గజాల దూరంలోనూ శత్రువుల కేకలు వినపడుతున్నాయి. అతని చుట్టూతా ఒక అలజడి చెలరేగుతూనే వున్నది. ఆ మసక చీకటిలో కూడా మనుషులు ఆకాశంవైపు చేతులెత్తి చూపించడం కనిపిస్తున్నది. వాళ్లు దేనిని చూపిస్తున్నారో సుదాస్‌కి అర్థమైంది.

సరయూను పూర్తిగా ఆపి, అతను ఉత్తుంగ పర్వతం వైపు చూశాడు. అక్కడనుంచీ ఉత్తుంగ పర్వత శిఖరాన్ని చూడడానికి మెడ ఎంతవరకూ సాచగలడో అంతవరకూ సాచవలసి వచ్చింది. కొంతమంది ఏదో ఒక కారణం చేత చీకటి ముసరక ముందునుంచీ పర్వత శిఖరాన్ని చూస్తున్నట్లున్నారనిపించింది సుదాస్‌కి. లేదా వాళ్లు ఆకాశం వంక చూస్తూ శిఖరాన్ని కూడా చూస్తూ వుండి వుండొచ్చు. ఏమైనా దశరాజు లంతా జరుగుతున్న విషయాలపట్ల అప్రమత్తులై వుండాలి.

పర్వత శిఖరం మండిపోతున్నది అనుకున్నాడు సుదాస్ ముందు.

అతని పక్కనున్న ఇంద్రాణి విభ్రాంతితో మెల్లగా "చూడండి పర్వత శిఖరం అంటుకుని మండుతున్నది" అన్నది.

అట్లాగే కనపడుతున్నది ఇక్కడనుంచీ. శిఖరం మీద పెద్ద జ్వాల కనపడుతున్నది. దాని అర్థమేమిటి? గురువు చెప్పిన యజ్ఞం తాలూకు అగ్నా అది? కానీ సుదాస్ ఇంతవరకూ యజ్ఞం తాలూకు ఇంతపెద్ద మంట ఎప్పుడూ చూడలేదు. అసలు అగ్నికుండంలో ఇంతమంటను ఎట్లా పెట్టగలిగారు గురువుగారు?

అప్పుడు సుదాస్‌కి గుర్తొచ్చింది. ఇవాళ సగం రోజంతా అంబరీష్ మొదలైనవాళ్ళు గురువుగారు చెప్పిన పనులేవో చేస్తూనే వున్నారు.

దాన్ని గురించి కొంత తెలుసు గానీ మొత్తం పని ఎలా పూర్తిచేశారో తెలియదు. ఏదో విధంగా ఇంత మంట రాజెయ్యడానికి అవసరమైన వస్తువులు గురువు గారు వీళ్ళ చేత తెప్పించి వుంటారు. ఈ అగ్ని శిఖ కేవలం శత్రువు దృష్టిని ఆకర్షించడానికి సృష్టించి వుంటాడు.

"గుర్తు పెట్టుకో సుదాస్! అందరి చూపూ ఉత్తుంగ శిఖరం మీద వుండగానే నువ్వు నీ కుటుంబంతో నదిని దాటి భద్రమైన చోటికి వెళ్ళు. రాళ్ల దోవ దాటేవరకూ ఆగకు" అన్నాడాయన.

ఇప్పుడు అందరి చూపూ ఉత్తుంగ శిఖరం మీదే వుంది. కానీ సుదాస్ కదలలేకపోతున్నాడు. ఈ ఆకస్మిక అంధకారంలో ఆ శిఖరం మీది కళ్ళు చెదిరే వెలుగు చూడకుండా ఎవరూ వుండలేరు. అక్కడేదో మానవాతీత శక్తి పనిచేస్తున్నదనిపిస్తుంది.

"చూడండి అక్కడ గురు వశిష్ఠ వున్నారు" అన్నాడు ఇంద్రౌత్ ఉద్వేగంగా.

అవును ఆయనే వున్నారక్కడ.

సుదాస్‌కు ఆయన ఆకారం కనిపిస్తున్నది. కాషాయ వస్త్రాలు, తెల్లని గడ్డం మంట వెలుగులో మెరుస్తున్నది. చేతిలో దండం, చిత్రంగా ఆ మంట ఆయన వెనకా ముందూ కూడా కనపడుతున్నది. ఆ వెలుగు ఆయన మీద పడి ఒక వింత ప్రభావం చూపిస్తున్నది.

మైదానం మీద శత్రువు దిగ్భ్రాంతి కేకల ద్వారా తెలుస్తున్నది. వాళ్ళంతా మూఢనమ్మకాలున్నవాళ్ళు. గురు వశిష్ఠుని ప్రఖ్యాతి అందరూ బ్రాహ్మణులనూ అధిగమించినది. చాలామంది ఆయన వయస్సు వెయ్యి సంవత్సరాలుండవచ్చంటారు. ప్రపంచం ఉద్భవించినప్పటినుంచీ సప్త ఋషులతోపాటు ఈ భూమిమీద చరిస్తున్నాడనీ అంటారు. సుదాస్ అభిప్రాయమేమిటంటే వశిష్ఠ వంశస్తులందరిలోకి ఈయన చిన్నవాడై వుంటాడని, ఆ వంశస్థులంతా జ్ఞానాన్నీ (వేదాలను) పోలికలనీ వారసత్వంగా అందుకుని వుంటారని. అందువలననే వారంతా తరాల తరబడి ఒకే వ్యక్తిలా కనిపిస్తారని.

కానీ ఇప్పుడు తనకీ ఆశ్చర్యంగా వుంది.

పైన ఒక మెరుపు మెరిసింది. వెంటనే పెద్ద శబ్దంతో ఉరుము, ఆ ఉరుము ఎంత మహత్తరంగా వుందంటే సుదాస్ అప్రయత్నంగా తల వంచుకున్నాడు. తరువాత మెల్లిగా తల ఎత్తి తనెంత తెలివితక్కువ వాడో అనుకున్నాడు కానీ ఆ శబ్దం ఇంకా చెవుల్లో గింగురుమంటూనే వుంది. నెత్తిమీదే పిడుగు పడ్డట్టుగా వుంది. తరువాత మళ్ళీ మరొక మెరుపు విద్యుల్లత వలె ఇంద్రుని వజ్రాయుధం వలె.

"చూడండి" అని అరిచింది సుదేవి. ఈసారి ధైర్యంచేసి తల ఎత్తి శిఖరంవైపు చూశాడు సుదాస్.

గురు వశిష్ఠ చేతులు రెండూ ఎత్తి ఇంద్రుడిని ప్రార్థిస్తున్నాడు. ఇంత దూరానికి ఆయన మాటలు వినపడకపోయినా ఆయన ఏం అర్థిస్తున్నాడో సుదాస్‌కు తెలుసు.

ఇంద్రుడు తృత్సు భరతుల ఇలవేలుపు. వశిష్ఠుడు వారి ఉప దేశకుడు, గురువు, ప్రధాన పురోహితుడు. ఆయన ఇంద్రుడి గౌరవార్థం యజ్ఞం చేస్తున్నాడు. ఇంద్రుడు తఫానులకు ఆదిదేవుడు. ఆపదలో మానవులను ఆదుకోమని వేడుకుంటున్నాడు. వశిష్ఠుడు, ఆకాశంవైపు చేతులు చాచడం అనేది యజ్ఞంలో ఒక చర్య. ఈ క్షణంలో గురువు పఠిస్తున్న శ్లోకాలు సుదాస్ వినగలడు. ఎందుకంటే తనుపుట్టినప్పటినుంచీ వాటిని లెక్కలేనన్ని సార్లు విని ఉన్నాడు. ఈ క్షణంలో గురువుగారు చదువుతున్న ఆ ప్రత్యేక శ్లోకం కాకపోయినా, దానికి సమానమనే అర్థం కల శ్లోకంతనికి తెలుసు.

वि सद्यो विश्वा दृंहितान्य् एषाम् इन्द्रः पुरः सहसा सप्त दर्दः ।
व्य् आनवस्य तृत्सवे गयम् भाग् जेष्म पूरुं विदथे मृध्रवाचम् ॥

౭ ౦౧౮ ౧౩

नि गव्यवो ऽनवो द्रुह्यवश् च षष्टिः शता सुषुपुः षट् सहस्रा ।
षष्टिर वीरासो अधि षड् दुवोयु विश्वेद् इन्द्रस्य वीर्या कृतानि ॥

౭ ౦౧౮ ౧౪౦

మళ్ళీ మరొక పెద్ద ఉరుము. ఈసారి మెరుపుతోపాటే ఏమాత్రం ఎడం లేకుండా, మెరుపుకీ ఉరుముకీ మధ్య పట్టే సమయాన్ని బట్టి పిడుగు ఎంతదూరంలో పడిందో తెలుస్తుంది అనుకున్నాడు సుదాస్. ప్రతి ఇరవై వొంట్లు చదివే సమయానికి ఒక ఇరవై యోజనాల దూరంలో అన్నమాట.

మెరుపూ ఉరుమూ కలిసి ఒకేసారి వచ్చాయంటే నువ్వు నిలబడ్డ నేల మీది పిడుగు పడిందన్నమాట. ఇప్పుడు అతిసమీపంలో!

ఉత్తుంగ మీద పడిందన్నమాట.

సుదాస్‌కి హాహాకారాలు కేకలు వినపడ్డాయి. అందరూ ఉత్తుంగ కేసి అక్కడ సంభవిస్తున్న విశేషాన్నే చూస్తున్నారు. ఉత్తుంగ శిఖరం మీద పిడుగు పడింది గురు వశిష్ఠుని వెనక నిప్పురవ్వలు పడ్డాయి.

మైదానం మీద అరుపులు కేకలు, ఉరుముల భీకర శబ్దం వాళ్ల కేకలను మింగేసింది.

శిఖరం మీద మరో పిడుగు పడింది. కళ్ళు చెదిరే మెరుపు. మెరుపు కాంతి వశిష్ఠుని మీద పడింది. ఆయన నీడ సుదాస్ మనసులో ముద్రపడిపోయింది. అతను కళ్ళు మూసుకున్నా గురువు రూపం కళ్ళ ముందునుంచీ చెరిగిపోలేదు. చేతులు చాచి ఇంద్రుడిని ప్రార్థిస్తున్న రూపం.

వశిష్ఠుని ప్రార్థన ఆలకించిన ఇంద్రుడు ఉరుము రూపంలో మళ్లీ గర్జించాడు.

మళ్ళీ మళ్ళీ మెరుపులు ఉరుములు పిడుగులు.

అవెంత వెంట వెంటనే వస్తున్నాయంటే ప్రతిదీ మరొక దానికి దారితీస్తున్నట్లు కనిపిస్తున్నది. దేవతలు చాలా తీవ్రంగా దేనిగురించో వాదించుకున్నట్లు అనిపించేలాగా తనవారిపై దాడిచేసి ప్రజలపై తన కోపాన్ని ప్రదర్శిస్తున్నాడా ఇంద్రుడు? అనుకోక తప్పదన్నట్లున్నాయి ఉరుములు మెరుపులు పిడుగులు.

ఈసారి సుదాస్ పర్వత శిఖరం మీదనుంచీ చూపు మళ్ళించాడు. అట్లా మెరుపులవంక చూస్తూ వుంటే కళ్ళు పోతాయనుకున్నాడు. అంధత్వం రాకతప్పదు. తాత్కాలికమో శాశ్వతమో కానీ అంధత్వం తప్పదు. సుదేవీ పిల్లలు కూడా కళ్ళు మూసుకుని వున్నారు.

కుక్కలు మొరుగుతున్నాయి. వాటికి ఈ జరుగుతున్నదేమీ నచ్చడం లేదు. సరమ ఒకసారి గట్టిగా అరచి ఊరుకుంది. మరొక మొండి కత్తిలాంటి మెరుపు ఉత్తుంగపైకి ఒక పిడుగును పడేసింది. చూడ కుండానే అది పిడుగు అని గ్రహించాడు సుదాస్. అది ఎంత శక్తివంతంగా ఉత్తుంగపై పడిందంటే దాని ప్రభావం మైదానం మీదకు కూడా అనుభవమౌతున్నది. భూకంపం వచ్చినట్లుగా సరయూ తన కాళ్ళు విదిలించింది. ఆందోళనతో సకిలించింది. అక్కడే గుర్రాలన్నింటిలోనూ ఆమె ఆందోళన ప్రతిధ్వనించింది.

పర్వతంలోనూ ఏదో అనుకంపన జరిగింది. సుదాస్‌కి అది స్పష్టంగా వినిపించింది. ఒక మహావృక్షం నేలకొరిగేటప్పుడు వినపడే పెళపెళ అది.

ఇంద్రుడు చేసే మాయాజాలాన్ని నిలబడి చూడాలని నీకు అనిపించవచ్చు. అట్లా చేస్తే నీదీ నీ కుటుంబానిదీ ప్రాణాలు పణం పెట్టవలసి వస్తుంది. గుర్రాన్ని ఉరికించు పరిగెత్తు సుదాస్ పరిగెత్తు. ఇంద్రుడు తన కోపాన్ని దశరాజులమీద చూపే సమయంలో దొరికిపోకు వెళ్ళు"

"పదండి" అన్నాడు సుదాస్ గట్టిగా అందరికీ వినపడేలాగా.

"పదండి" అని మళ్ళీ కేకపెట్టాడు. ఈసారి అతని గొంతు పిడుగు శబ్దంలో కలిసిపోయింది. చెవులు చిల్లులు పడేలా వున్న శబ్దం ప్రపంచం బద్దలై తనని మింగేస్తున్నట్లుగా వున్నది.

19

పరుష్ణి నదిమీద నిర్మించిన చెక్క వంతెన దాటేటప్పుడు సుదాస్‌కీ అతని దళానికి ఎవరూ అడ్డురాలేదు.

శత్రుసైన్యంలో ప్రతి ఒకరి కళ్ళు ఉత్తుంగ మీదనే మౌన ప్రార్థనలో మూసుకునే వున్నాయి. పర్వతం మీద జరుగుతున్న విషయాలు అందరినీ దిగ్భ్రాంతికి గురిచేశాయి. అందరి మనసుల్లో ఏదో ఒక అతీత శక్తిపట్ల భయం ప్రవేశించింది. ఎవరూ తమ మామూలు పనులు చేసుకునే స్థితిలో లేరు. కనీసం తమ ప్రాణాలను రక్షించుకునే స్థితిలో కూడా లేరు. అతను అవతలి ఒడ్డుకు చేరి తన వాళ్లంతా చేరారో లేదో చూసుకున్నాడు. అప్పుడతను ఒక విషయం గమనించాడు. అదుపు తప్పిన ఏనుగులు అశ్విక దళాలున్న వైపుకు చేరి వారి మీద దాడికి దిగాయి కవచదారులైన మనుషులనూ గుర్రాలనూ తొక్కి చంపుతున్నాయి. దంతాలతో చీరేస్తున్నాయి. పిచ్చెక్కినట్టు ప్రవర్తిస్తున్నాయి అకారణంగా వందలాది అశ్వికులు చనిపోయారు. వాళ్ళు ఆ మదపుటేనుగల దారికి అడ్డంవచ్చిన కారణమేమీ లేదు.

ఏనుగులు నది ఒడ్డుకు చేరుకున్నాయి. కానీ నది దాటడానికి ఒకే వంతెన వున్నదని వాటికి తెలియదు. ముందుగా తృత్సు భూభాగం చివరికొచ్చిన ఏనుగులు ఎండిన నదిలో జారిపడిపోయాయి. వెనక వస్తున్నవి కూడా వాటినే అనుసరించాయి. అవన్నీ అక్కడ కుప్పబడిపోయాయి. కొన్ని లేచి అవతల ఒడ్డుకు పోర్లాడడానికి ప్రయత్నించాయి అక్కడ జారుడు మట్టిలోనుంచీ పైకెక్కడానికి ప్రయత్నించాయి.

కానీ ఉత్తుంగ మీద జరుగుతున్న విషయంతో పోలిస్తే ఇదొక లెక్కకాదు.

సుదాస్ ఘనీభవించిన భయంతో ఉత్తుంగవైపుకు చూశాడు. అటువంటి దృశ్యాన్ని అతను కలలో కూడా ఊహించి వుండడు. భయంకరమైన పీడకలలా వుందది.

పిడుగుపాటుకు పర్వతం రెండు ముక్కలైంది. మబ్బుల గుంపు నుంచి ఒక నిరంతర విద్యుత్ప్రవాహం ప్రసరించినట్లుంది.

సుదాస్ కళ్లకు చెయ్యి అడ్డం పెట్టుకుని పర్వతంకేసి మళ్ళీ చూశాడు. ఇప్పుడు వశిష్టుని రూపం కనిపించడం లేదు. ఆయన కేమయిందో అర్థం కాలేదు. ఇంద్రుని వజ్ర ఘాతాలను అంత దగ్గరగా ఎవరు తట్టుకోగలరు? అగ్నికుండం అగ్ని రగులుతూనే వుంది. అతను ఊహించినట్లుగానే అందులో ఒక రాశి కట్టెలున్నాయి. గురువాజ్ఞ ప్రకారం అంబరీష్ అతనితో మరికొందరు ఆ కట్టెలను పైకి చేరవేసి వుంటారు. కానీ ఆ శిఖరం మీద పూర్వం ఎప్పుడూ లేనిదొకటున్నది. అది ఈ ఉదయం కూడా లేదు. అది ఒక రకమైన కడ్డీ లాంటిది. అదేమిటో అర్థం కాలేదు ఎందుకంటే ఇంకా మెరుపులు కళ్ళు మిరుమిట్లు గొలుపుతున్నాయి. అది ఏమైనా కానీ అది పిడుగుల వర్షాన్ని ఆకర్షించింది. అది వున్న స్థితిని బట్టి, యజ్ఞకుండానికి దగ్గరగా వుండడాన్ని బట్టి, అది అగ్ని స్థలం యొక్క కేంద్రబిందువులో ఉన్నదని అర్థమైంది.

అతనికి గురువశిష్ఠుడు చేతులు పైకెత్తి నిలబడి కుడిచేతిలో దండం పట్టుకున్న దృశ్యం గుర్తొచ్చింది.

ఆయన కుడిచేతిలో దండం.

ఆ వెంటనే అతనికి ఈ రోజు ఉదయం పర్వత శిఖరంపై నిలబడి కుడిచేతిలో దండం పట్టుకుని వుండడం గుర్తొచ్చింది. ఆ దండాన్నే ఆయన అగ్ని స్థలంలో గుచ్చి రంధ్రం చేసినది. ఆ రంధ్రాన్ని పెద్దది చెయ్యడానికి ఆయన విశ్వప్రయత్నం చేశాడు. అందుకోసం తన కత్తిని

కూడా అడిగి తీసుకున్నాడు. సుదాస్‌కి ఇప్పుడర్థం అయింది. ఆ రంధ్రంలో గుచ్చిన కడ్డీనే విద్యుత్తును ఆకర్షించింది. అంతే కాదు ఈ కడ్డీకి ఇటువంటి మరికొన్నింటిని జతచేసి పర్వతం మధ్యవరకూ దించి వుంటారు. ఇదంతా తనకెట్లా తెలిసిందో తెలియదు, కానీ మొత్తానికి తెలిసింది. గురువు తనతో అన్న మాటలేవో ఈ ఎరుకకు దోహదం చేసి వుంటాయి. ఈ విషయాన్ని గురించి తను వివరంగా చెప్పలేదుకానీ గురువశిష్ఠ ఈ కడ్డీలను శిఖరంలో దూర్చడం వలన పిడుగులు పర్వతంలోకి ఆకర్షింప బడ్డాయని అర్థమవుతోంది.

మనకు సహాయపడడానికి ఇంద్రుడిని భూమిపైకి రప్పించడానికి.

ఇప్పుడు ఇంద్రుడు తన భక్తుడి మొర ఆలకించాడు. మెరుపులు మరికాసేపు కొనసాగాయి. సుదాస్ పర్వతంవైపునుంచీ చూపు కిందకు వంతెన మీదనుంచీ విపరీతమైన వేగంతో వస్తున్న తృత్సులను చూశాడు.

ఉచ్చైశ్రవను గుర్తించి సైగ చేసి పిలిచాడు. ఉచ్ఛాస్ అతని వద్దకు గుర్రం మీద వచ్చాడు. అతను పర్వతం మీద జరిగే విశేషాన్ని చూడ కుండా చూపు తప్పుకుంటున్నాడని సుదాస్ గమనించాడు. అతను భయంతో గడ్డకట్టి వున్నాడని గుర్తించాడు కూడా.

"నువ్వే ఆఖరి వాడివా?" అని వీలైనంత గట్టిగా అడగడానికి ప్రయత్నించాడు. ఇంకా ఉరుములు నిరంతరంగా కొనసాగుతున్నాయి. ఒక రాయిమీద పడే జలధార హోరులాగా వున్నది ఆ శబ్దం. ఆ మాట ఉచ్ఛాస్‌కి అర్థం కావడం కోసం మూడుసార్లు అడగవలసి వచ్చింది.

అతను వొణుకుతూ "అనుకుంటాను" అనడం ఒకటే ఉరుముల హోరులో వినిపించింది సుదాస్‌కి.

సుదాస్ కుడివైపుకు చూపుతూ "వీలైనంత వేగంగా పరిగెత్తు పద" అన్నాడు. అతను ఉచ్చైశ్రవ గుర్రం మూపురంపై ఒక దెబ్బ వేశాడు. అసలే బెదిరివున్న గుర్రం దిమ్మెరపోయింది. అప్పుడతను సరయు తల కూడా తిప్పి "పదండీ" అని అందరూ వినేలాగా అరిచాడు.

అందరూ అతనితో పాటు గుర్రాలను పరుగులు తీయించారు.

తన వెనకవైపునుంచీ సుదాస్‌కి ఒక కొత్త ధ్వని వినిపించింది. ఒక భయంకరమైన ఘర్షణ ధ్వని. మళ్ళీ అది రాతిపైన నీటిధార పడుతున్న హోరులాంటి ధ్వని. ఒడ్డుకవతల నుంచీ అరుపులు పెడబొబ్బలు వినవస్తున్నాయి. శత్రువు భయభ్రాంతుడైనాడని సుదాస్‌కి అర్థమౌతున్నది. మొదటి దిగ్భ్రాంతి, అచేతనత్వం పోయి ఏదో విధ్వంసం జరగనున్న భావం మనసులోకి ఇంకుతున్నట్లుంది. అప్పుడతనికి భుజానికి గుచ్చుకున్న బాణంతో బోలన్ కనిపించాడు అతను వెనక్కి చూస్తున్నాడు. అతను కూడా దిగ్భ్రాంతి చెందివున్నాడు. గాయం మూలంగానే పర్వతంపై జరుగుతున్న దాన్ని చూసో! పర్వతాన్ని చూడండి అది గుడ్డుగా పగిలిపోయింది" అన్నాడు ఉరుముల ఘోషలోనే. సుదాస్‌కు వెనక్కు చూడరాదని తెలుసు. తను అట్లా చేస్తే సరయూ వేగం తగ్గిస్తుంది. అట్లా ఇప్పుడు అసలు కుదరదు. బోలస్ కన్న ముందు పోతూ అతని గుర్రాన్ని ఒక దెబ్బ వేసి "పద పద" అని అరిచాడు సుదాస్.

అతని వెనుకగా మళ్ళీ అసంభవం అనిపించేలాగా పిడుగుపాటుకన్న పెద్ద శబ్దం వినపడింది.

ఇప్పుడు ఉరుములు పూర్తిగా ఆగిపోయాయి. మెరుపులు మాత్రమే వున్నాయి. ఆ సంగతి తెలుసుకోవడానికి వెనక్కి చూడక్కర్లేదు. ఇందాక ప్రపంచాన్నంతా వెలిగించిన విద్యుల్లతలు ఇప్పుడు లేవు. గాలి కూడా మూగపోయింది.

సుదాస్ చెవులు గంగిర్లెత్తుతున్నాయి. ఉరుముల ప్రతిధ్వని నిశ్శబ్దాన్ని భర్తీ చేస్తున్నట్లుంది. ప్రపంచం అంతా నిశ్శబ్దం నిశ్చలంగా వున్నది. ఇందాకటి ఏనుగుల గుర్రాల మనుషల ఆక్రందనలు అరుపులు కూడా నిలిచిపోయాయి. కుక్కల అరుపులు లేవు. ఒక క్షణం అందరూ ఊపిరి బిగబట్టారు.

అప్పుడు జరిగింది విధ్వంసం

సుదాస్‌కి ఒక ఆనకట్ట బద్ధలౌతున్న శబ్దం వినిపించింది. అతని చిన్నప్పుడు ఒక ఆనకట్ట బద్ధలవడం చూశాడు. ఆ శబ్దాన్ని ఇప్పటికీ మర్చిపోలేదు.

ఈ శబ్దం కూడా అట్లాగే వుంది, కానీ దానికి వెయ్యింతలు వుంది. ఇప్పుడిక ఆగలేక వెనక్కి చూశాడు. పిడుగుపాటుకు ఉత్తుంగ పర్వతం విచ్చిపోయింది. దాని అడుగునించీ ఒక పెళ్ళున నీరు వరదలాగా ఉబికి వస్తున్నది. ఉదారంగు చీకటిలో నీళ్ళు తెల్లగా మెరుస్తున్నాయి. అవి పర్వతం అంచులను చుట్టి మైదానంలోకి పొంగి వస్తున్నాయి.

ఆ నీటి తరంగాలు ఉవ్వెత్తున ఎగిసిపడుతున్నాయి. అవి పది అడుగుల ఎత్తుండే సాల వృక్షాలను కూడా పెరికివేస్తున్నాయి. ఆ వృక్షాలు చిన్న పుల్లల్లాగా నీళ్లల్లో కొట్టుకుపోతున్నాయి.

ఆ నీళ్ళు మహోధృతంగా మైదానంలోని చెట్లను, జంతువులను మనుషులను ముంచేస్తూ ముందుకు ఉరుకుతున్నాయి.

ఇంద్రుడు పర్వతాన్ని చీల్చితే, ఇప్పుడు వరుణుడు తన ఆగ్రహాన్ని ప్రదర్శిస్తున్నాడు.

నురగలు కక్కుతూ ఉరకలు వేస్తూ వస్తున్న నీటి ప్రవాహం నదీ తీరానికి వచ్చింది. చెక్కవంతెన కూలిపోయింది. నదిలో నీళ్ళు నిండాయి.

ఇంకా నీళ్ళూ వస్తూనే వున్నాయి.

"పద" అని సరయూని అదిలించాడు సుదాస్, ఆమె నాయకత్వంలో మిగతా గుర్రాలు కూడా ఊపందుకుంటాయని సుదాస్‌కి తెలుసు. పక్కనే సరమ, మిగతా శునకాలు తగినంత వేగంగా పరిగెత్తి వస్తున్నాయి. తమ వెనకాల ఒక ఏనుగులాగా గుర్రంలాగా రథం లాగా మరణం వెంటాడుతూ వస్తున్నదని వాటికి తెలియదు. తనవెనుక నీళ్ళు వస్తున్నాయని సుదాస్‌కి వినపడుతున్నది. కోపంగా వెంటాడుతున్నాయని తెలుసు. అవి తమను కూడా ముంచేస్తాయేమో అని ఒకసారి అనిపించింది కూడా. అప్పుడతనికి సరయూ గిట్టల క్రిందినుంచీ రాత్రి శబ్దం వినిపించింది

అక్కడనుంచీ పైకి ఏటవాలు త్రోవ వున్నదని అర్థమైంది. ఒక్కసారిగా తన గుర్రాన్ని పైకి దూకించాడు. అక్కడ నుంచీ పైన చదరమైన నేల వున్నది. బాటసారులు అక్కడి మైదానాన్ని దాటతారు.

"రాతినేలను దాటేవరకు ఆగవద్దు."

సుదాస్ వెనక్కి తరిగి క్రిందకు చూశాడు. చెదిరిపోయిన కొందరిని చేత్తో పట్టుకున్నాడు. కొందరిని రమ్మని ఉత్సాహపరిచాడు.

తమని నీళ్ళు అనుసరిస్తూ వుండడం చూశాడు. అతను నిలబడ్డ చోటుకు కొన్ని గజాల దూరానికి రావడం చూశాడు. హఠాత్తుగా అవి అట్లాగే నురగలు కక్కుతూ ఆగిపోవడం, అణిగిపోవడం చూశాడు.

"ఇంద్ర వరుణ మిత్రుల దయవలన నీవూ, నీవాళ్ళూ క్షేమంగా వుంటారు."

20

చెయ్యికాలకుండా ఒక మందమైన బట్ట పట్టుకుని బట్టీలోనుంచీ అప్పుడే తయారైన ఇటుకని బయటికి తీశాడు సుదాస్. బట్టలోనుంచీ కూడా దాని వేడి తెలుస్తూనే వుంది చేతికి. ఆ ఇటుకను ఒక రాతికేసి కొట్టి అది చేసిన గట్టి శబ్దాన్ని ఇష్టపడ్డాడు.

"ఇది మంచి ఇటుక" అన్నాడు ఇంద్రాణి ఇంద్రౌత్‌లతో.

దాన్ని పట్టుకుని చూడడానికి ఇద్దరూ పంతాలు పోయారు.

అతను తల తిప్పుతూ "ఇప్పుడు కాదు ఇది బాగా చల్లారాలి" అన్నాడు.

దాన్ని అక్కడున్న వాళ్లకు చూపుతూ "మనం చేసిన మొదటి ఇటుక" అని ప్రకటించాడు.

అందరూ హర్షధ్వానాలు చేశారు.

ఉచ్చైశ్రవ సంతోషంగా నవ్వుతూ, "రెండోది నేను తియ్యనా? రాజా!" అన్నాడు. మళ్ళీ అందరూ పోటీలు పడ్డారు. సాళ్వ, అస్సిర్, ద్రహ్యూ, పర్ణి, కురుక్‌లు ఇటుకలను ముట్టుకుని చూడాలన్నారు. సుదాస్ వాళ్లకు అప్పుడే కాలిన వేడి ఇటుకలను వాటి కానాలలో నుంచీ ఒక గుడ్డ పట్టుకుని చెయ్యి కాలకుండా ఎట్లా జాగ్రత్తగా తియ్యాలో చూపించాడు. అతనికి ఇష్టమైన సహచరులు కొంతమంది అక్కడ లేరు. దశరాజ యుద్ధంలో సమసిపోయిన పద్నాలుగు వందలమంది వీరులలో కలిసిపోయారు.

తను వారికి కృతజ్ఞుడై వుండాలని అతనికి తెలుసు. ఉత్తుంగ నుంచీ ఉరకలు వేస్తూ వచ్చిన నీటి ప్రవాహానికి తృత్సులెవరు బలి కాలేదు. గురు వశిష్ఠ కూడా బ్రతికి వున్నారు. పిడుగులు పడుతున్నప్పుడు ఆయన పర్వతం దిగి వచ్చి వుండాలి. ఉత్తరం వైపున ఉండాలని కూడా ఆయనకు తెలిసి వుండొచ్చు. పర్వతం బద్ధలై నీరు పొంగి ప్రవహించి నప్పుడు ఆయన ఏదో ఒక పెద్ద శిలను అంటిపెట్టుకుని వుండి వుండొచ్చు.

ఈ అద్భుతం అంతా ఎట్లా జరిగిందో ఆయన సుదాస్‌కు అంతరంగికంగా చెప్పాడు. సమీపంగా ప్రవహించే మూడు నదుల తాలూకు ఒక ఉపనది పర్వతం లోపల వున్న నేలమీద ప్రవహిస్తుంది. దక్షిణంవైపు ఒక మైలు దూరంలో ఒక జలధార వున్నది. అక్కడే ఈ నది స్వతంత్రంగా కనిపిస్తుంది. కానీ అది ఒక చిన్న చిరుజల్లులా కనబడుతుంది.

ఈ దశరాజులు పరుష్ణి నదికి ఆనకట్ట వేసి నదీ జలాలను బలవంతంగా పర్వతదిశగా మరలించారు. ఈ భూమిపై ప్రవహిస్తున్న అనేక నదీ నదాలను గురించి ఎరిగివున్నట్లే దీని గురించి కూడా వశిష్ఠునికి తెలుసు. ముందు కురిసిన ముసురు వానలప్పుడే ఆ నీరు ఉత్తుంగ పర్వతంలోపల వున్న భూమి లోపలికి పోయిందనీ దక్షిణాన వున్న చిన్న సెలయేరు ద్వారా అది బయటకు రావడం అసాధ్యమని ఆయనకు తెలుసు. అది పర్వతంలో నిలవవుంటూ వుంటుంది.

ఆయన చెయ్యవలసినదల్లా సరైన సమయంలో ఆ నీటిని విడుదల చేసి శత్రువుని పరిహరించడం, అది ఎట్లా సాధ్యమో ఆయనకు స్వయంగా విశ్వామిత్రుడే సూచించాడు. దశరాజ యుద్ధం ప్రారంభం అయే రోజు ఉదయం ఆయన తన దండాన్ని అగ్నిస్థలిలో గుచ్చినప్పుడు కడ్డీలు ఎక్కడ గుచ్చాలో తనకి తెలియకుండానే సూచించాడు.

గురు వశిష్ఠ గత సంవత్సరంగా ఇనుప కడ్డీలను సేకరిస్తున్నాడు. ఆ లోహపు ఉపయోగాన్ని దానితో ఎట్లా ప్రయోజనం పొందాలో

ఆలోచిస్తున్నాడు. ఆ కమ్మరి నిపుణుని చేతే ఇనుప ఆయుధాలు కూడా తయారు చేయించాడు. ఆ రోజు అంబరీష్ అతనితో పాటు మూడువందల మంది తృత్సులు ఆయనకు ఇనుప కడ్డీలు సేకరించి ఇచ్చారు.

అగ్నిస్థానం నుంచీ పర్వతం లోపలికి ఆ కడ్డీలను దూర్చడానికి గురువుకు సాయం చేసారు. అక్కడ గురువు చేసిన రంధ్రాన్ని వెడల్పు చెయ్యగలిగారు. ఒక స్థంభం తయారుచేసేటంత ఇనుము చేరవేశారు, పిడుగులు ఇనుమును ఆకర్షిస్తాయి. చాలా ఎక్కువగా, తనకున్న పంచాంగ పరిజ్ఞానంతో వాతావరణంలో రాబోయే స్థితిని కూడా ముందుగానే పసిగట్టగలడు ఆయన. వర్షాకాలాంతంలో ఈ సమయంలో ఉరుములు పిడుగులతో కూడిన తుఫానులొస్తాయని రాత్రి వేళల్లో చాలాసేపు మెరుపులు వాటితోపాటు పిడుగులు పడతాయని ఆయనకు తెలుసు. ఆయనకున్న వేదజ్ఞానంతో తన మెదడులో వేసుకున్న లెక్కల ప్రకారం ఆరోజు సూర్యాస్తమయ సమయానికి ఇట్లా పిడుగులతో తుఫాను రానున్నదనుకున్నాడు.

యజ్ఞాలప్పుడు అందరూ వెలిగించేలాగానే అగ్ని రాజేశాడు.

ఇంద్ర వరుణ మిత్రలను ఆవాహన చెయ్యడం కూడా మామూలే. వాళ్లు తృత్సుల ఇలవేల్పులు.

తరువాత పిడుగుల ప్రభావంతోనూ లోపల వున్న నీటి ఒత్తిడి వలనా పర్వతం బద్ధలవడం దైవ సహాయం కావచ్చు. కొంత మానవ ప్రయత్నంతో!

తరువాత అక్కడికి వెళ్ళడం ప్రమాదకరం కాదనుకున్నప్పుడు సుదాస్ అక్కడికి వెళ్ళి చూశాడు.

ఆ జల ప్రళయంలో దాదాపు అరవై వేలమంది శత్రు సైనికులు చనిపోయారు... ఇంక చనిపోయిన ఏనుగులకూ గుర్రాలకూ లెక్కే లేదు. దశరాజుల సైన్యం పూర్తిగా కొట్టుకుపోయింది, రాజులూ పోయారు. వాళ్ళు దూరంగా నది ఒడ్డున స్థావరం ఏర్పరుచుకున్నా అక్కడ దాకా

పారిన నీళ్ళు వాళ్ళని బలిగొన్నాయి. అనుతోపాటు తక్కిన యోధులు కూడా భూమిమీద నుంచీ తుడిచిపెట్టుకుపోయారు. అను తెగకు చెందిన వారంతా పోయిన గౌరవాన్ని రాబట్టుకునే ప్రయత్నంలో యుద్ధభూమిలోనే వున్నారు జలప్రళయం సమయంలో.

ఏమైనా పోరాట శక్తి మిగిలి వుంటే ఇంద్ర వరుణ మిత్రలు తృత్సు పక్షానికి వచ్చి దాన్ని వారించి వేసారు.

బ్రతికిపోయిన విదేశీయులు వారి వారి దేశాలకు పలాయనం చిత్తగించారు. ఇక్కడ జరిగిన అసామాన్యమైన యుద్ధం గురించి చెప్పడానికి.

ఆనాడు జరిగిన సంఘటన కారణంగా భరత తెగలన్నీ ఏక మయ్యాయి.

ఐక్య భారతానికి సామ్రాట్ అయ్యాడు సుదాస్.

ఈ రోజు కొత్తగా నిర్మించబోయే తృత్సు నగరానికి తొలి ఇటుక వెయ్యనున్నాడు సుదాస్.

అక్కడ కూడిన జనానికి చూపించడానికి అతను ఆ ఇటుకను ఎత్తి పట్టుకున్నాడు. అంతకుముందు అనును అనుసరించి సుదాస్‌ను విడిచి వెళ్ళిన వాళ్ళు సిగ్గుపడుతూ కన్నీళ్ళతో తిరిగివచ్చారు. సుదాస్ వారిని క్షమించాడు వాళ్ళు చేసిన తప్పేమీలేదు. వాళ్ళు తృత్సులలో యుద్ధం చెయ్యలేదు. ఇతర తెగల్లోని తమ బంధువులతో చేరడానికి వెళ్ళారు. అందరినీ క్షమించి అక్కున చేర్చుకున్నాడు సుదాస్.

ఇప్పుడతని ఎదుట ఇరవై వేలమంది మనుషులున్నారు. అన్ని వర్ణాలకు వర్గాలకూ తెగలకు చెందిన భరతులు. అందరూ నూతన నగరానికి, నూతన దేశానికి ప్రథమ పౌరులు. అందుకు గర్విస్తున్నవారు.

అతను ఆ ఇటుకను దానికి నిర్దేశించిన స్థానంలో వుంచి, పని పూర్తయిందన్నట్లు ఖాళీ చేతులను ప్రజాసమూహానికి చూపించాడు. వాళ్లంతా హర్షధ్వానాలు చేశారు.

సుదేవి వచ్చి అతన్ని గాఢాలింగనంలో బంధించింది. ఇంద్రాణి ఇంద్రౌత్‌లు అతన్ని రెండు వైపులనుంచీ కౌగలించుకున్నారు. సరమ వారిచుట్టు తిరిగి అరుస్తూ సంతోషం వ్యక్తం చేసింది.

"చక్రవర్తిగా వుండడం ఎట్లా అనిపిస్తోంది?" అనడగింది సుదేవి.

సుదాస్ నవ్వుతూ, "ఇంకా నేను రాజుగానే అలవాటు పడలేదు. ఇంక చక్రవర్తి అంటే ఏమిటో తెలీదు. నాకింకా అయిదు జతల చేతులు మొలుస్తాయా? రెండు తలలొస్తాయా? నేనెప్పటికీ సుదాస్ నే!" అన్నాడు.

"అందుకే నువ్వు గొప్ప రాజువి" అంది సుదేవి.

"మరి నువ్వో? నువ్వు గొప్ప రాణివి"

"నేను కూడా ఒక నాటికి చక్రవర్తిని అవుతాను నాన్నగారూ! అన్నాడు ఇంద్రౌత్ గంభీరంగా.

"మంచిది! కావాలని గట్టిగా కోరుకోవాలి. దానికోసం శ్రమించాలి, కానీ ముందు నువ్వొక మంచి యువరాజువి కావాలి. అక్కడనుంచీ పైకి పోవడానికి కృషి చెయ్యాలి. నువ్వు రాజుగా విజయం సాధిస్తే ఒకనాటికి గొప్ప చక్రవర్తిని కావచ్చు" అన్నాడు సుదాస్.

"బాగా చెప్పారు, నాన్నగారూ!" అన్నాడు ఇంద్రౌత్ గర్వంగా గడ్డం పైకెత్తి.

ఇంద్రాణి కళ్ళు తిప్పింది.

ఇద్దరూ దేనికో అరుస్తున్న సరమ దగ్గరకు పరిగెత్తారు.

గురు వశిష్ఠ వస్తున్నారు.

"సామ్రాట్ సుదాస్" అని చాలా ఇష్టంగా సంబోధించి" నీ కొత్త నగరానికి పేరేమి నిర్ణయించావు?" అన్నాడు.

సుదాస్ మనసులో చాలా పేర్లున్నాయి కానీ "ఏదో ఒక శుభకరమైన అక్షరం చెప్పండి దానితో మొదలయ్యే పేరు పెడదాం" అన్నాడు.

"హు అనే ధ్వని కానీ హ అనే ధ్వని కానీ శుభకరమైనవి" అన్నాడు
వశిష్ఠుడు.

సుదాస్ నెమ్మదిగా తల ఊగించి "ఆ అక్షరంతో నా మనసులో
ఒక పేరుంది" అన్నాడు.

"ఏమిటో చెప్పు" అన్నాడు గురువు.

"హరప్ప"

గురు వశిష్ఠ ఆమోదంగా "అయితే ఇది హరప్పే" అన్నాడు.

* * *

కృతజ్ఞతలు

నా ఇతిహాస కథల వరుసలో మొదటిదైన ఈ పుస్తక ప్రచురణ కర్తలైన మంజుల్ పబ్లిషింగ్ హౌస్, అమరిల్లిస్ వారికీ, వికాస్ రఖేజాకూ, మంజుల్ కులకర్ణికీ నా హృదయపూర్వక కృతజ్ఞతలు. నేను వ్రాసిన రామాయణ గాథల వరుసకన్నా ఇతర పౌరాణిక పునఃకథనాలకన్నా ఈ పుస్తక రచన నాకు కొంత సులువుగా వుండింది. ఒక ప్రచురణకర్తను కనుగొనడానికి దానిని ప్రచురించుకోడానికి ఆరు సంవత్సరాలు మాత్రమే పట్టింది. నేను వ్రాసిన కొన్ని ఇతర పుస్తకాలకన్న ఇది తక్కువ సమయమే అని చెప్పవచ్చు. ఈ పుస్తకానికి సంపాదకత్వం వహించి పుస్తక ప్రచురణలో తోడ్పడిన రశ్మి బన్సల్‌కు కృతజ్ఞతలు.

అందరికన్న ఎక్కువగా, నా పుస్తకాలు మీ కోసమే రచించబడినట్లు మీ హృదయంలోకి నేను చొరబడినట్లు మీరు భావిస్తున్నందుకు పాఠకులైన మీకు సర్వదా కృతజ్ఞతలు. మీ భావన సత్యమే. నేను వ్రాసేది మీ కోసమే. ఈ పుస్తకం కూడా మీ కోసమే. ఈ పుస్తకం అంకిత వాక్యం చెప్పినట్లు "పాటెప్పుడూ వినే వారికి స్వంతం" వినడానికి శ్రోతలు లేనప్పుడు పాటెక్కడ వుంటుంది?

* * *

సత్యవతి

ప్రముఖ తెలుగు కథారచయిత్రి, అనువాదకురాలు ఇంగ్లీష్ అధ్యాపకురాలిగా పనిచేసి రిటైరయ్యారు. స్త్రీలపట్ల సంవేదన, స్త్రీల జీవన నాణ్యత గురించి తపన ఆమె కథల్లో ముఖ్యాంశాలు. నాలుగు నవలలు, నాలుగు కథాసంకలనాలు, ఒక వ్యాససంపుటి ప్రచురించారు. అనేక అనువాదాలు చేశారు. విజయవాడలో వుంటారు.

అనువాదకురాలి మాట

అశోక్ బ్యాంకర్ గారు వ్రాసిన దశరాజన్ ఆదినుంచి అంతం వరకు ఉత్కంఠతో చదివించే పుస్తకం. ఋగ్వేదంలో ఉటంకించబడిందని చెప్పే ఒక కథను తీసుకుని దాన్ని విస్తృతీకరించి అనేక వర్ణనలు చేర్చి అద్భుతంగా తీర్చిదిద్దారు. ఎన్నో చిన్నచిన్న వివరాల రంగులద్ది ఒక పంచవర్ణ చిత్రంలా మలచారు. ఒక నాయకుడి పట్టుదల, వ్యూహరచన, ధైర్యస్థైర్యాలు పాఠకుల కళ్ళ ముందుకు తెచ్చి ఒక చలనచిత్రం చూస్తున్న అనుభూతి కలిగించారు. తృత్సు యుద్ధాన్ని ఊపిరి బిగబట్టి చూస్తున్నట్లే వుంటుంది పాఠకులకి. ఈ పుస్తకాన్ని అనువదించడం కూడా స్వయంగా ఆ యుద్ధంలో పాల్గొన్నట్లే అనిపించింది.